महाराष्ट्रातील सर्व विद्यापीठांच्या बी.एड., एम.एड., पीएच.डी. तसेच
विद्यापीठ अनुदान आयोगाच्या सेट/नेट परीक्षांसाठी अत्यंत उपयुक्त संदर्भ ग्रंथ !

भाषा, ज्ञान आणि अभ्यासक्रम

AF747494

लेखक

प्रा. डॉ. भूषण पाटील
प्राचार्य, आझम कॉलेज ऑफ एज्युकेशन,
पुणे.

प्रा. डॉ. शोभा कागदे
प्राचार्या, संजीवनी प्रतिष्ठानचे,
बी.एड. कॉलेज, कुरुंद, जि. नगर.

प्रा. डॉ. शुभांगी कुऱ्हाडे
साहाय्यक प्राध्यापिका, अध्यापक महाविद्यालय,
अरण्येश्वर, पुणे.

प्रा. सौ. कविता तोटे
साहाय्यक प्राध्यापिका, अध्यापक महाविद्यालय,
वडगाव मावळ, पुणे.

NIRALI PRAKASHAN
ADVANCEMENT OF KNOWLEDGE

N0609

भाषा, ज्ञान आणि अभ्यासक्रम

ISBN 978-93-5164-789-8

प्रथम आवृत्ती : जून २०१६

प्रकाशक

निराली प्रकाशन

१३१२, शिवाजीनगर, अभ्युदय प्रगती,
जे.एम. रोड, बँक ऑफ बडोदा लेन, पुणे ४११ ००५.
☎ : (०२०) २५५१ २३३६/३७/३९
फॅक्स : (०२०) २५५१ १३७९.
Email : niralipune@pragationline.com

पुस्तक मिळण्याचे ठिकाण

प्रगती बुक सेंटर : पुणे : Email : pbcpune@pragationline.com

- १५७, बुधवार पेठ, रतन टॉकिजसमोर, **पुणे** २. ☎ (०२०) २४४५ ८८८७/६६०२ २७०७
- ६७६/ब, बुधवार पेठ, जोगेश्वरी मंदिरासमोर, **पुणे** २. ☎ (०२०) ६६०१ ७७८४/६६०२ ०८५५
- २८/अ, बुधवार पेठ, अंबर चेंबर, अप्पा बळवंत चौक, **पुणे** २. ☎ (०२०) ६६२८ १६६९/२०२४ ०३३५
- १५२, बुधवार पेठ, जोगेश्वरी मंदिराशेजारी, **पुणे** २. ☎ (०२०) ६६०९ २४६३/२४४५ २२५४

प्रगती बुक कॉर्नर : मुंबई

- इंदिरा निवास, शारदाश्रम हायस्कूलजवळ, १११/अ, भवानी शंकर रोड, दादर (पश्चिम), **मुंबई** २८.
  ☎ (०२२) २४२२३५२६/६६६२५२५४

प्रमुख वितरण केंद्रे

निराली प्रकाशन : पुणे

- ११९, बुधवार पेठ, जोगेश्वरी मंदिर मार्ग, **पुणे ४११ ००२.** ☎ (०२०) २४४५ २०४४, ६६०२ २७०८.
  फॅक्स : (०२०) २४४५ १५३८. Email : nirallocal@pragationline.com

निराली प्रकाशन : धायरी (पुणे)

- सर्वे नं. २८/२७ धायरी-कात्रज रोड, पारी कंपनीजवळ, **पुणे ४११ ०४१.** ☎ (०२०) २४६९ ०२०४
  फॅक्स : (०२०) २४६९ ०३१६. Email : bookorder@pragationline.com; dhayari@pragationline.com

वितरक शाखा

निराली प्रकाशन :

- ३४, व्ही. व्ही. गोलानी मार्केट, नवी पेठ, **जळगाव** - ४२५ ००१. ☎ (०२५७) २२२ ०३९५.
  मो. ९४२३४९१८६०
- न्यू महाद्वार रोड, केदार लिंग प्लाझा, पहिला मजला, आय. डी. बी. आय. बँकेसमोर, **कोल्हापूर** - ४१६ ०१२.
  मो. ९८५० ०४६ १५५

प्रतिभा बुक डिस्ट्रिब्युटर्स :

- लोकरत्न कमर्शियल कॉम्प्लेक्स, दुकान नं. ३, सीताबर्डी, **नागपूर** - ४४० ०१२. ☎ (०७१२) २५४७ १२९.

इतर शाखा : बंगळुरू, चेन्नई, हैदराबाद, दिल्ली.

info@pragationline.com • www.pragationline.com
To Order * Email : bookorder@pragationline.com Fax : (020) 2445 1538

प्रस्तावना

भाषा, ज्ञान आणि अभ्यासक्रम

- " If you improve a teacher's self esteem, confidence, communication skills or stress levels, you improve that teacher's overall effectiveness across the curriculum."
  - Elaine MacDonald

वरील विचाराप्रमाणे विद्यार्थ्यांच्या विकासात अभ्यासक्रम हा महत्त्वाचा भाग आहे. अभ्यासक्रम हा भाषेच्या माध्यमातून अध्ययनकर्त्यांपर्यंत पोहोचविण्याचे महत्त्वाचे कार्य करते. भाषेच्या माध्यमातून ज्ञानाची प्राप्ती होते व अध्ययनकर्ता त्याच्या क्षमतेनुसार व आकलनानुसार ज्ञान आत्मसात करीत असतो. शिक्षण ही एक जैविक प्रक्रिया आहे. यात शिक्षक व विद्यार्थी यांच्यामध्ये आंतरक्रिया होऊन विशिष्ट उद्दिष्टे अथवा ध्येय गाठण्यासाठी कार्य केले जाते. शिक्षक व विद्यार्थी हे एक-दुसऱ्यांपासून नेहमी प्रभावित होत असतात आणि हा प्रभाव अभ्यासक्रमाच्या माध्यमातून दिसून येत असतो.

सदर पुस्तकात भाषा व भाषेचे महत्त्व, अभ्यासक्रम व अभ्यासक्रमाच्या उपपत्ती, कौशल्ये, बहुसांस्कृतिकता, बहुभाषिकता, ज्ञान व ज्ञानाच्या पिढ्या, ज्ञानाचे आदान व प्रदान, इत्यादी महत्त्वपूर्ण अशा संकल्पना सविस्तरपणे मांडण्यात आलेल्या आहेत. शिक्षण कार्यातील महत्त्वाच्या सर्व संकल्पना सदर पुस्तकात एकत्रितपणे संकलित करण्याचा प्रयत्न लेखकांनी केलेला आहे.

सोपी भाषा, सर्व मुद्द्यांचे स्पष्टीकरण, विविध उदाहरणे, प्रश्नसंच, आशयाची मांडणी, आशयाचा नेमकेपणा अशा अनेक वैशिष्ट्यांनी परिपूर्ण असे हे पुस्तक शिक्षण कार्याशी संबंधित सर्व अभ्यासकांसाठी महत्त्वाचे आहे. 'भाषा, ज्ञान आणि अभ्यासक्रम' या पुस्तकाच्या अध्ययनाद्वारे शिक्षक, प्राध्यापक, विद्यार्थी, इत्यादी सर्व अभ्यासकांना मिळणारा उपयोग हा लेखकांच्या दृष्टीने केलेल्या प्रयत्नांचे सार्थक आणि यशस्विता आहे, असे आम्हास वाटते.

या पुस्तकाचे लेखन कार्य करताना ज्या-ज्या मानवी संसाधनांची मदत झाली, त्या सर्वांचे मनःपूर्वक आभार !

- डॉ. भूषण पाटील
- डॉ. शोभा कागदे
- डॉ. शुभांगी कुऱ्हाडे
- प्रा. कविता तोटे

मनोगत

बी.एड. अभ्यासक्रमात समाजशास्त्र, तत्वज्ञान, मानसशास्त्र, व्यवस्थापन, संख्याशास्त्र, माहिती संप्रेषण तंत्रज्ञान व अध्यापनशास्त्र या विषयांना महत्त्वाचे स्थान आहे. या विषयाच्या माध्यमाने छात्र अध्यापकांना प्रत्यक्ष शिक्षकीपेशा स्वीकारल्यानंतर शालेय विद्यार्थ्यांना सामोरे जाताना कोणकोणत्या गोष्टी अवगत होणे आवश्यक आहे याचे ज्ञान प्राप्त होते.

'Knowledge & Curriculum and Language Across The Curriculum' या विषयाचा सावित्रीबाई फुले पुणे विद्यापीठात नव्याने समावेश करण्यात आलेला आहे. बी.एड. अभ्यासक्रमात द्वितीय वर्षात या विषयाचा समावेश करण्यात आलेला आहे. नवीन विषय नवीन आशय या अनुषंगाने लेखनकार्य करण्यास सुरुवात झाली. ज्याप्रमाणे चार दिशा या महत्त्वाच्या असतात, त्याचप्रमाणे पुस्तकाचे लेखन करण्यासाठी चार लेखकांच्या लेखणीचा वापर करून लेखनकार्य पूर्ण करण्यात आम्हांस यश प्राप्त झालेले आहे.

ज्ञानाचा विकास, ज्ञान व कौशल्य यांचा समन्वय, शिक्षणाची भूमिका, बहुसांस्कृतिकता, संविधानातून प्रतिबिंबीत झालेली मूल्ये, अभ्यासक्रम व त्याचे प्रकार, बहुभाषिकता, भाषिक कौशल्यांचा विकास, संप्रेषणाच्या विविध संरचना, संप्रेषण कौशल्य विकसित करण्याचे विविध उपक्रम, इत्यादी व या सर्व घटकांचा अध्यापनामध्ये प्रत्यक्ष वापर याबाबत पुस्तकात माहिती दिलेली आहे. तसेच लेखकांनी प्रत्येक प्रकरणाच्या आधी त्या घटकाचा सारांश व विद्यार्थ्यांना त्या घटकाच्या सरावासाठी प्रश्नसंचही उपलब्ध करून दिलेला आहे.

सदर पुस्तक विद्यार्थी व प्राध्यापकांच्या हाती देताना आम्हास अत्यंत आनंद होत आहे.

डॉ. भूषण पाटील
डॉ. शोभा कागदे

डॉ. शुभांगी कुऱ्हाडे
प्रा. कविता तोटे

अनुक्रमणिका

प्रकरण - 1 : ज्ञान आणि सामाजिक आशयाचा विकास **1.1 ते 1.54**

प्रकरण - 3 : बहुभाषिकता 3.1 ते 3.28

प्रकरण - 4 : संप्रेषण : अर्थ-संकल्पना-तत्वे आणि संप्रेषण प्रक्रिया 4.1 ते 4.32

✦✦✦

प्रकरण 1

ज्ञान आणि सामाजिक आशयाचा विकास

महत्त्वाचे मुद्दे

1.1 ज्ञान आणि ज्ञानाची संकल्पना

'ज्ञान ही तत्त्वज्ञानातील प्रमुख समस्या आहे' असे प्लेटो या ग्रीक तत्त्ववेत्त्याने प्रतिपादिले होते. आधुनिक तत्त्वज्ञानातसुद्धा ज्ञान हे तत्त्वज्ञानाच्या अभ्यासाचे प्रमुख क्षेत्र मानले जाते. अनेक तत्त्ववेत्ते व विचारक यांनी 'ज्ञाना' बाबत आपले विचार मांडले आहेत. यात लॉक, देकार्त, ह्यूम, मिल, रसेल इत्यादींचा समावेश होतो.

ज्ञानाची संकल्पना

प्लेटो :

- ज्ञान म्हणजे आकलन किंवा संवेदन (Knowledge is perception or sensation)
- ज्ञान म्हणजे खरा विश्वास (Knowledge is true belief)
- ज्ञान म्हणजे ज्ञानाविषयी तार्किक निवेदन किंवा त्याचा तार्किक आधार. (Knowledge is a rational account of itself or ground)
- ज्ञानाची संकल्पना ही मूलभूत असून तिची व्याख्या करता येणार नाही. (Concept of knowledge is primitive and undefinable). **– जॉन कुक विरसन**

1.2 ज्ञानाचे प्रकार

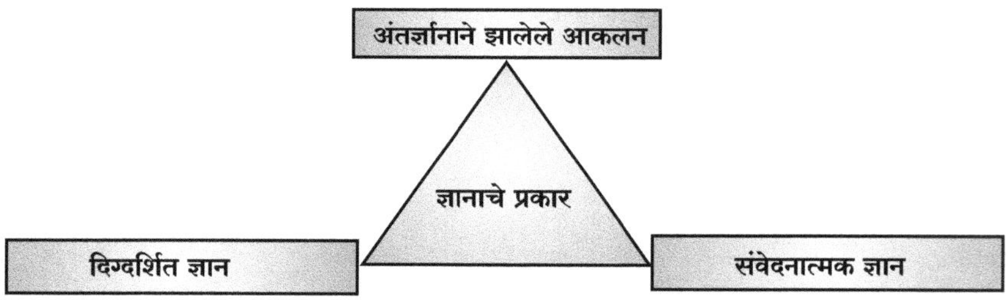

(1) **अंतर्ज्ञानाने झालेले आकलन (Intuitive Knowledge)** : उदा., 'मी जिवंत आहे' असे वाटणे.

(2) **दिग्दर्शित ज्ञान (Demonstrative Knowledge)** : उदा., गणित, नैतिकता व ईश्वराचे अस्तित्व.

(3) **संवेदनात्मक ज्ञान (Sensitive Knowledge)** : आपल्यापेक्षा भिन्न अशा अंतिम अस्तित्वाशी संबंधित ज्ञान. उदा., परमात्मा.

1.3 ज्ञानाचे समाजशास्त्रीय अधिष्ठान

ज्ञानाच्या समाजशास्त्राचा संबंध ज्ञान व त्यास असणारे सामाजिक अधिष्ठान याच्याशी आहे. परंतु हा विचार करताना विद्वानांनी ज्ञान व सामाजिक अधिष्ठान यांच्याबाबत स्वत:च्या संकल्पना मांडल्या आहेत.

➢ ''आपण या जगात सुव्यवस्था निर्माण करण्यासाठी ज्या मूलभूत मानसिक प्रकारांच्या आधारावर संघटन केले जाते, त्याचे मूळ धार्मिक समाजशास्त्रात आढळते.'' **– एमिल डुरखेम**

➢ ''धार्मिक विश्वासांवर ज्या ऐहिक परिस्थितींचा परिणाम होतो, त्यामध्ये ज्ञानाच्या समाजशास्त्राचे मूळ आहे, आधार घेण्यात आला.'' **– मॅक्स वेबर**

- आधुनिक काळात म्हणजे विकासाच्या तिसऱ्या अवस्थेत बुद्धी ही निर्णायक कसोटी मानण्यात आली. ही सर्वोच्च पातळी होय.
- मार्क्सवादात ज्ञानाचा आशय समाजात प्रचलित सामाजिक व आर्थिक दृष्टिकोनानुसार ठरतो. परंपरागत दृष्टिकोनानुसार फक्त प्रबळच जीवनात टिकू शकतात तर समाजातील कनिष्ठ वर्ग - कामगार वर्गाच्या दृष्टिकोनानुसार सहकार व परस्पर सहयोगानुसार ज्ञानाबाबतचा दृष्टिकोन ठरत असतो.
- ज्ञानाच्या समाजशास्त्राचा उदय 16 व्या शतकात इंग्लंडमध्ये झाला. सर्वांत प्रथम ब्रिटिश विचारवंत सर फ्रान्सिस बेकन (इ.स. 1561 ते 1626) समाजव्यवस्था आणि विचारप्रणाली यांच्या संबंधांवर आपले विचार मांडले.
- ऑगस्त कॉम्त (इ.स. 1798 ते 1857) ने ज्ञानाच्या तीन अवस्था मानल्या. धार्मिक, अध्यात्मवादी वा तत्त्वज्ञानविषयक आणि प्रत्यक्षवादी. मनुष्यजातीच्या विकासाच्या प्रारंभिक अवस्थांत घटनांच्या कारणांचे मूळ परमेश्वर, भूतेखेते, जादूटोणा शोधण्यात आले. विकासाच्या पुढील अवस्थेत निसर्गनियमांचा आधार याचा शोध घेतला. ज्ञानाच्या भविष्यशास्त्रवेत्त्यांचा दृष्टिकोन विकसित झाला.

1.4 ज्ञानाचे स्रोत (Sources of Knowledge)

नित्य नवीन ज्ञान प्राप्त करण्याच्या दृष्टीने मानवाचे प्रयत्न अनादि कालापासून होत आलेले आहेत. अनेकदा त्याला अनाकलनीय घटना, गोंधळ निर्माण करणारी परिस्थिती व त्रासदायक अडचणी यांना तोंड द्यावे लागले. आपल्या कुतूहलाचे समाधान करण्यासाठी, समस्यांचे निराकरण करण्यासाठी व भेडसावणाऱ्या प्रश्नांची उत्तरे शोधण्यासाठी त्याला पदोपदी नवे ज्ञान मिळविणे व ज्ञान प्राप्त करण्याचे मार्ग शोधणे आवश्यक ठरले. हे ज्ञान सामान्यत: योगायोगाने, प्रयत्न-प्रमाद पद्धतीने किंवा अनुभवांचे सामान्यीकरण करून मिळविणे शक्य आहे. आदिमानवाला अरण्यात भटकताना दोन वृक्षांच्या घर्षणातून अग्नी उत्पन्न झाल्याचे ज्ञान योगायोगानेच मिळाले. अशा प्रकारे मिळालेले ज्ञान अनुभवांनी निश्चित होऊन त्याला पुढे सामान्य स्वरूप प्राप्त झाले व नंतर येणाऱ्या पिढ्यांना उपयुक्त म्हणून कायम झाले. ज्ञानग्रहणाची ही प्राथमिक पद्धती, हिचा उपयोग सामान्यत: सगळेच करतात.

वर्षानुवर्षे समस्या सोडविण्याच्या अनुभवावरून ज्ञान मिळविण्याच्या या पद्धतीत वेळोवेळी सुधारणा केल्या गेल्यात. ही परिष्करण प्रक्रिया आत्मसंतुष्टतेमुळे काही वेळा मंदावली व सांस्कृतिक प्रगतीत अडथळे निर्माण झाले तरी ते अडथळे दूर करून मानवाने अनेक नवीन पद्धती शोधल्या आहेत. उदाहरणार्थ, तर्कसंगत विचारपद्धती, वैज्ञानिक पद्धती अथवा संशोधनाने ज्ञानार्जन. वैज्ञानिक पद्धती ही अधिक परिष्कृत पद्धती असून तीत तर्कसंगत विचार पद्धती समाविष्ट झालेली आहे. या पद्धतीने प्राप्त केलेले ज्ञान अधिक अचूक, सार्थ, वस्तुनिष्ठ व विश्वासार्ह असण्याची जास्त शक्यता असते.

1.5 ज्ञानप्राप्तीच्या मार्गांचे वर्गीकरण

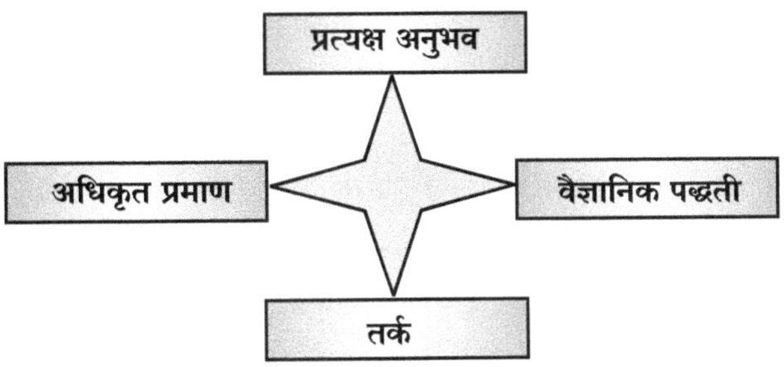

(1) प्रत्यक्ष अनुभव : व्यक्तिगत अनुभव हे ज्ञान मिळविण्याचे व समस्या सोडविण्याचे महत्त्वपूर्ण साधन आहे. पूर्वानुभवांनी अनेक गोष्टी आपण शिकत असतो. ऐतिहासिक काळापासून मनुष्याच्या विकासात अनुभवाश्रित ज्ञान हे प्रगतीला आधारभूत असे झालेले आहे. शिकारीकरिता निरनिराळ्या साधनांचा प्रयोग करून परिणामकारक साधने शोधून काढण्यापासून तो जीवनात प्रत्येक वेळी अनुभवाच्या आधारावर ज्ञान मिळवून आपली व्यवहार प्रक्रिया अधिक उपयुक्त बनविण्यापर्यंतचे यश मिळविणे मनुष्याला सतत प्रयोग व अनुभव यांच्याद्वारेच शक्य झाले आहे. प्रयोग आणि अनुभव ही वैज्ञानिक प्रक्रियेची महत्त्वपूर्ण अंगे असून विशिष्ट समस्येबद्दलचा अभ्यास व तिच्या निराकरणासाठी केलेले प्रयत्न यांतील ती मूलभूत घटक तत्त्वे आहेत.

सत्याचा शोध घेण्याच्या कामी पूर्वप्रचलित कल्पना आणि अनुभव यांचा उपयोग निश्चितच होतो व त्याचे मूल्य दुर्लक्षित करता येत नाही. परिस्थितीचे परीक्षण व आकलन करण्याला साहाय्यक होण्यात या दोहोंचा महत्त्वपूर्ण वाटा आहे. तरी त्यांना अंतिम सत्याचे परिपूर्ण स्रोत मानून चालणे बरोबर नाही. कारण प्रत्येकाचे अनुभवविश्व व विविध अनुभवांच्या संधी यांचा उपयोग सूचक गृहीत तत्त्वाप्रमाणे करून त्यावर परीक्षण व प्रयोग करून त्यांचा खरेपणा तपासून पाहणे आवश्यक आहे. आपल्या संस्कृतीत वडीलमंडळींची आज्ञा पाळणे ही शिकवणूक असून तिच्याबद्दल प्रश्नार्थक किंवा परीक्षणार्थक प्रवृत्तीला प्रोत्साहन सहसा मिळत नाही. शिक्षकांनी शिकविलेल्या किंवा पुस्तकात दिलेल्या गोष्टी प्रमाण समजून विद्यार्थी त्यांचा स्वीकार करतात, हे सर्वथा योग्य नाही. पण कधी-कधी प्रत्येक अनुभवाचे प्रयोग व परीक्षण करून सत्यत्व जोखणे शक्य होत नाही. अशा वेळी अधिकृत व्यक्तींचा सल्ला या बाबतीत घेणे उचित ठरते.

(2) अधिकृत प्रमाण : आपल्या सांस्कृतिक परंपरांनुसार कोणतीही समस्या सोडविण्यासाठी अधिकृत व्यक्तींचा सल्ला घेणे ही एक सुस्थापित पद्धती होतीच. पूर्वी अशिक्षित लोक पूर, दुष्काळ, रोग यांसारख्या आपत्ती आल्यावर पूर्वजांनी तत्संबंधी दिलेल्या स्पष्टीकरणांवर विश्वास ठेवून त्यांच्या आचारांचे अंधानुकरण करीत असत. 'बाबा वाक्यं प्रमाणम्' हा आचारधर्म होता. पुरातन ग्रीक राज्यात कोणत्याही बौद्धिक बाबतीत सॉक्रेटिसचे मत अंतिम मानले जाई, तर आपल्याकडे वेदकालात वेदांना प्रामाण्य प्राप्त झाले होते. अनादिकालापासून मनुष्य आपल्या आराध्य देवता, धार्मिक नेते, समाजप्रमुख आणि शासनकर्ते यांना आदर्श व आदरणीय मानून त्यांचे मार्गदर्शन घेत आले आहे. ही सर्व अधिकृत प्रमाणाची उदाहरणे म्हणून देता येतील. आज विसाव्या शतकाच्या उत्तरार्धात प्रत्येक क्षेत्रात तज्ज्ञ व्यक्ती उपलब्ध असताना प्रत्येक वेळी स्वत: निर्णय घेऊन चुकीचे पर्याय निवडण्यापेक्षा अशा तज्ज्ञ व अधिकारी व्यक्तींचा सल्ला घेणे, त्यांचे अनुकरण करणे अनेक बाबतीत अधिक सोईस्कर ठरते. कारण विशिष्ट क्षेत्रातील तज्ज्ञ व्यक्ती ही त्यांची बुद्धी, शिक्षण व अनुभव यांमुळे अधिक माहीतगार व कुशल बनलेली असते. त्यामुळेच न्यायदेवतेच्या दरबारात प्रतिवादीची सुबुद्धता सिद्ध करण्यासाठी मनोविकृती चिकित्सकाच्या साक्षीची गरज भासते. स्वाक्षरी खरी आहे की नक्कल आहे या बाबतीत हस्ताक्षर तज्ज्ञाचे मत प्रमाण मानले जाते. बालकाचे संगोपन करीत असताना सुजाण माता बालसंगोपनाशी संबंधित संदर्भ ग्रंथ वाचते किंवा तज्ज्ञ डॉक्टरांचा सल्ला घेते. ज्ञानग्रहणाच्या प्रक्रियेत तज्ज्ञ किंवा अधिकारी व्यक्तींच्या प्रमाणमतांची मदत घेतल्यास परिश्रम, वेळ व पैसा यांची निश्चितपणे बचत होते. फक्त त्यांचे मार्गदर्शन घेण्यापूर्वी त्यांच्या विशेषज्ञतेचे क्षेत्र व प्रामाण्य पूर्ण विचार करूनच त्या तज्ज्ञांची निवड करणे व त्यांचे मत तपासून पाहणे आवश्यक ठरते. तसेच तज्ज्ञांचे मत निरपवाद, सर्वत्र व सर्वकाळ प्रमाण म्हणून गृहीत धरणेही सयुक्तिक ठरणार नाही.

शासनकर्ते, धार्मिक नेते, विद्वान व तज्ज्ञ यांच्या मतांप्रमाणेच ज्ञानग्रहणास मदत करणाऱ्या परंपराही असतात. आजही अनेकदा आपण आपल्या समजुतींबद्दल आपल्या पूर्वजांपेक्षा अधिक डोळसपणे वागतो असे नाही. अनेक गोष्टी तर केवळ अंधश्रद्धेने वा पूर्वापार चालत आलेल्या आहेत म्हणूनच केल्या जातात. आपल्या श्रद्धा, रूढी, वेष, शिष्टाचार इत्यादी बाबतीत आपण परंपरागत चालत आलेल्या रीतीनुसारच वागतो. अशा अयुक्तिक, अंधानुकरणात्मक व्यवहारांची अनेक उदाहरणे सापडतात. जसे मांजर आडवे गेल्यास पुढे न जाणे, कावळ्याचे ओरडणे अशुभसूचक मानणे इत्यादी. या ठिकाणी तर्कशक्ती किंवा कारणपरंपरा यांचा उपयोग क्वचितच होत असतो. शिक्षणक्षेत्रातही मूल व प्रौढ व्यक्तीतील फरक फक्त

आकारापुरताच मर्यादित असतो. वाचनाची सुरुवात उच्चारमूलक पद्धतीनेच व्हायला पाहिजे. इत्यादींसारख्या पूर्वापार चालत आलेल्या समजुती प्रयोगांती निराधार व अनुपयुक्त ठरून त्यात सुधारणा करण्यात आल्या आहेत.

काही अंशी इतरांनी घालून दिलेल्या परंपरांची स्वीकृती व अनुकरण हे जीवनात आवश्यक व उचित ठरते. कारण व्यावहारिक जीवनात प्रत्येक गोष्टीचा पडताळा स्वत: पाहणे अशक्य आहे. वर्षानुवर्षे चालत आलेल्या आपल्या संचयित संस्कृतीकडे दुर्लक्ष केले तर त्या पिढीची प्रगती होणेच अशक्य होईल. कारण इतिहासाच्या पायावरच वर्तमानाची उभारणी करावयाची असते. पण त्याचवेळी हेही लक्षात घ्यावयास हवे की परंपरागत चालत आलेली प्रत्येक गोष्ट सत्यावर आधारित व उपयुक्त मानणे, प्रत्येक समस्या वा प्रश्नाच्या उत्तरासाठी पूर्वप्रचलित परंपरा प्रमाणभूत मानणे किंवा कोणतेही तथ्य फार जुन्या काळापासून चालत आलेले आहे व सर्वांनी त्यावर विश्वास ठेवला म्हणून आपणही त्याला सत्य मानणे हे तर्कसंगत व उचित नाही. प्रत्येक घटना वा तत्त्व हे तर्काच्या कसोटीवर उतरल्यानंतरच स्वीकृत केले गेले पाहिजे.

(3) तर्क : परंपरागत रूढी, शासक, धर्मनेते, विद्वान व तज्ज्ञ यांच्या मतांमध्ये भिन्नता निर्माण होते व प्रत्यक्ष अनुभव घेणे अशक्य असते अशा वेळी तर्क आपल्या मदतीस धावून येतो, सत्याचा शोध घेण्याचे अधिक कार्यक्षम व स्वाधीन साधन म्हणजे तर्क. तर्कसंगती ही विज्ञान प्रक्रियेचे महत्त्वाचे अंग आहे. ॲरिस्टॉटल या ग्रीक तत्त्ववेत्त्याने ज्ञानसंपादनाच्या कामी सर्वोत्कृष्ट अशा तर्कयुक्त अनुमानाचे स्वरूप निगमनात्मक तर्कपद्धतीमध्ये निश्चित केले, या पद्धतीत विशिष्ट निष्कर्षाची सार्थकता सार्वत्रिक पूर्वसिद्ध विधानाच्या अनुषंगाने निश्चित करता येते.

निगमनात्मक तर्कपद्धतीत पुढील तीन प्रकारची विधाने असतात.

(अ) पहिले विधान हे स्वयंसिद्ध आधारलेले किंवा पूर्वप्रस्थापित तथ्यच असते.

(ब) दुसऱ्या विधानात या तथ्याशी अवश्य भावी संबंध असलेले विशिष्ट कथन असते आणि

(क) या दोहोंत संबंध प्रस्थापित करून काढलेला निष्कर्ष हा तिसऱ्या विधानात दिलेला असतो.

दैनंदिन जीवनातील अनेक ठिकाणी वकील, डॉक्टर, पुढारी इत्यादी लोकांकडून आपल्या समस्यांचे निराकरण करण्यासाठी या निगमनात्मक तर्कपद्धतीचा उपयोग केला जातो. आपले निष्कर्ष पूर्वप्रमाणित तथ्याशी पडताळून त्यांची सार्थकता निश्चित करता येते.

ज्ञान मिळविण्यासाठी उपयोजिलेल्या पद्धतींपैकी निगमनात्मक तर्कपद्धतीच्या उपयुक्ततेला काही मर्यादा आहेत. या पद्धतीने काढलेल्या निष्कर्षामुळे पूर्वप्रस्थापित तत्त्वे सिद्ध होतात आणि त्यामुळे माहीत असलेल्या सार्वत्रिक नियमांचे उपयोजन करून विशिष्ट तथ्यांची तपासणी करता येते, पण आपल्याला नवे ज्ञान मिळविण्यास किंवा नवीन शोध लावण्यास तिची फारसी मदत होत नाही. अनेकदा पूर्वविधानातील गृहीत कल्पना सार्वत्रिक रूपाने खरी नसली किंवा तिच्याशी पुढच्या विधानातील संबंध सुसंगत नसले तर काढलेले निष्कर्ष चुकीचे ठरू शकतात.

(4) वैज्ञानिक पद्धती : आधुनिक ज्ञान मिळविण्याच्या या पद्धतीत निगमित व उद्‌गमित या दोन्ही प्रकारच्या तर्कपद्धतींचा उपयोग करून विचार प्रक्रिया ही अधिक सुसंगत आणि हेतुपूर्ण करण्यात आली आहे. ही निगमन-उद्‌गमन संयुक्त तर्कप्रणाली किंवा चिंतनात्मक विचार प्रक्रिया वैज्ञानिक पद्धतीचे सर्वांत महत्त्वाचे साधन आहे.

चिंतनात्मक विचार प्रक्रिया

जॉन ड्युईने विचार प्रक्रियेचे विश्लेषणात्मक विवेचन केले आहे. तो म्हणतो, आपले व्यवहार व विचार हे समस्यामूलक असतात. दैनंदिन नित्याच्या व्यवहारासंबंधी आपल्याला साधारणपणे विचार करण्याची गरज भासत नाही. पण जर अशा नित्याच्या व्यवहारात काही अडथळा उत्पन्न झाला किंवा ते सुरळीतपणे चालेनासे झाले तर मग आपल्याला या समस्येबद्दल विचार करणे भाग पडते. उदाहरणार्थ, दररोज सायकलचा वापर करीत असताना तिच्या यांत्रिक रचनेचा आपण कधीच विचार करीत नाही, पण एखादे वेळी जर ती चालेनाशी झाली तर मग मात्र आपण 'ती का

नीट चालत नाही' या समस्येविषयी विचार करायला लागतो, मग रोधक गुटके अडत आहेत काय ? साखळी पडली आहे काय ? चाकातील हवा गेली आहे काय ? अशासारखी संभाव्य कारणे मनात येतात. नंतर यापैकी एक-एक कारण घेऊन त्याचे निराकरण करण्याचे प्रयत्न आपण करतो आणि उपस्थित समस्या दूर झाली की नाही याबद्दलचा निष्कर्ष आपण काढतो. अशीच समस्या पुन्हा उत्पन्न झाल्यास पूर्वीच्या प्रयोगात यशस्वी ठरलेले उपाय पुन्हा केले जातात.

1.6 ज्ञानावर आधारित दृष्टिकोन

पॉल एडवर्ड्स (Paul Edwards) यांनी संपादित केलेल्या तत्त्वज्ञानकोशात पुढील विचार मांडले आहेत. हे विश्व व मानवी जीवन असंख्य जड व चेतन बाबींनी व्यापलेले आहे. या बाबींची अनेक अंगे, घटक, भाग किंवा अंश असतात. अशा अंग, घटक, भाग किंवा अंशाविषयी वस्तुस्थिती जेव्हा शब्दरूपाने लिखित वा मौखिक स्वरूपात अभिव्यक्त होते तेव्हा त्यास 'माहिती' म्हणून संबोधले जाते. अशा प्रकारच्या स्थितीची जाणीव पृथकात्मक असते. माहिती सत्य किंवा असत्य असू शकते. असत्य माहितीचे कारण म्हणजे स्थिती वा स्वीकार. माणूस त्याची शहानिशा न करता स्वत:च्या समजानुसार करण्याचा संभव असतो.

माहिती म्हणजे विविध बाबींची अंशात्मक जाणीव. अशा जाणिवेच्या विविध अंशांची मांडणी माणूस जेव्हा विशिष्ट उद्देशाने व विशिष्ट विषय समोर ठेवून सुसंबद्ध व सुनियोजित रीतीने करतो व या मांडणीचे वस्तुनिष्ठ रीतीने परीक्षण केल्यानंतर तिचा स्वीकार करतो तेव्हा त्या विशिष्ट माहितीला ज्ञानाचा दर्जा प्राप्त होतो. या ज्ञानाच्या साहाय्याने जीवनाचे सामान्य उद्देश किंवा अंतिम उद्देश प्राप्त करण्याचा मार्ग जेव्हा मानवाला मानसिक स्तरावर प्राप्त होतो तेव्हा त्यास शहाणपणाचा दर्जा प्राप्त होतो.

1.7 ज्ञान प्राप्तीचे स्रोत

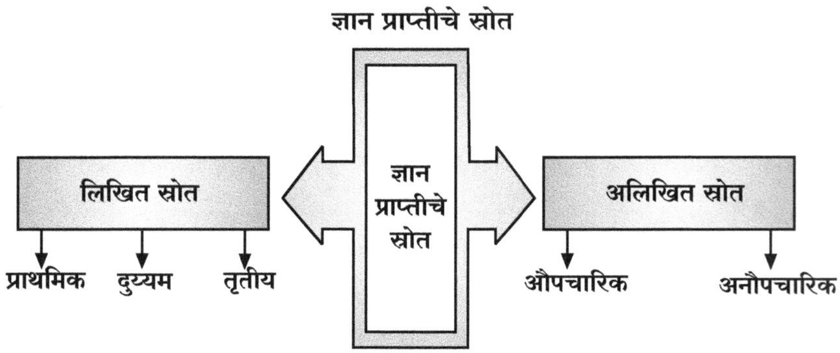

ज्ञानप्राप्तीचे लिखित स्रोत आणि दुय्यम स्रोत

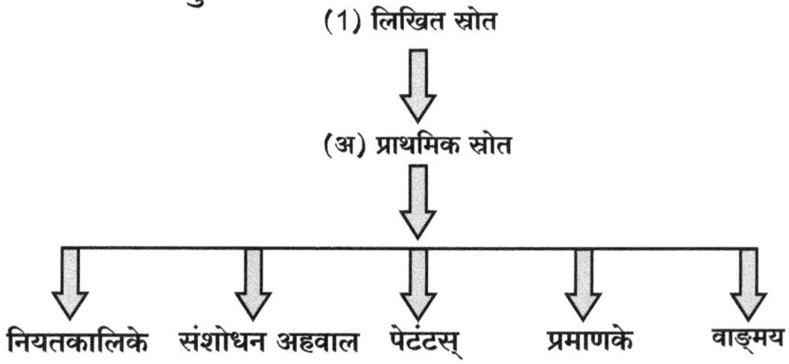

(1) प्राथमिक स्त्रोत :

(अ) नियतकालिके : वैज्ञानिक व तांत्रिक क्षेत्रातील संशोधकाने लावलेले शोध नियतकालिकांमध्ये प्रथम प्रकाशित केले जातात. तसेच नियतकालिके नियमितपणे व जलद गतीने प्रसिद्ध होत असल्याने प्रचलित व अद्ययावत ज्ञान प्राप्त होते. प्राथमिक स्वरूपाचे ज्ञान मोठ्या प्रमाणावर प्रसारित करण्याकरिता नियतकालिके हे प्रभावी माध्यम आहे. सर्वसाधारण नियतकालिकांमध्ये सर्व विषयांची माहिती समाविष्ट असते तर विषय नियतकालिकांमध्ये एखाद्या विशिष्ट विषयावरचे लेख यांचा समावेश असतो.

(ब) संशोधन अहवाल : विद्यापीठ व संशोधन संस्थांतील अभ्यासकांकडून संशोधनपर पदवी प्राप्तीकरिता संशोधन अहवाल सादर केले जातात. अनेक संशोधने अप्रकाशित राहतात. संशोधन अहवालाच्या माध्यमाने संशोधकास संशोधन कार्यासाठी ज्ञान प्राप्त करण्यास व माहिती प्राप्त करण्यास मोठ्या प्रमाणात मदत होते.

(क) पेटंट्स : संशोधन आणि विकास कार्याच्या माध्यमातून प्राप्त नवीन शोध, नवी उत्पादने, नवीन उत्पादन प्रक्रिया, नवीन उपकरणे इत्यादींशी संबंधित संशोधकाचा हक्क पेटंटद्वारे राखून ठेवला जातो. पेटंटद्वारे शोधाचे प्रथम श्रेय प्राप्त करणे आणि शोधकाच्या शोधाची माहिती इतरांना देऊन आर्थिक मोबदला घेणे शक्य होते. पेटंटमध्ये दिलेली माहिती अन्यत्र कोठेही मिळत नाही त्यामुळे पेटंट हा एकमेव ज्ञान व माहिती देणारा प्रलेख आहे.

(2) दुय्यम स्त्रोत :

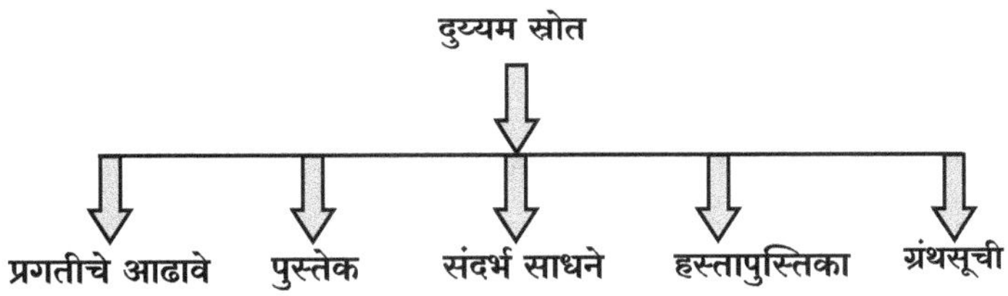

(अ) प्रगतीचे आढावे : ज्ञानक्षेत्रातील एखाद्या विशिष्ट विषयातील क्षेत्रामध्ये झालेल्या प्रगतीचे त्या विषयातील तज्ज्ञ व्यक्तीने केलेले संक्षिप्त विहंगावलोकन म्हणजेच प्रगतीचा आढावा होय. या आढाव्याद्वारे प्राथमिक स्त्रोतांमध्ये समाविष्ट विस्तृत स्वरूपातील माहितीचे परीक्षण करून ती कमी केली जाते आणि फक्त वैशिष्ट्यपूर्ण आणि परिपूर्ण माहिती सूचीविषयक तपशिलांसह उपलब्ध करून देण्यात येते.

(ब) पुस्तके : पुस्तकांचा वापर विषयाचे पूर्ण आकलन होण्याकरिता व नियमित वाचनाच्या माध्यमाने ज्ञान प्राप्त करण्यासाठी केला जातो. विद्यार्थ्यांच्या गरजेनुसार वेगळ्या पद्धतीनुसार आशय मांडून पुस्तके प्रकाशित केली जातात.

(क) संदर्भ साधने : संदर्भ साधने ही ज्ञानकोश, शब्दकोश, हस्तपुस्तिका इत्यादींच्या स्वरूपात असतात. या संदर्भांची समान वैशिष्ट्ये ही माहितीची विशिष्ट गरज आणि दृष्टिकोन, माहिती सादरीकरणाचे विभाग आणि सोप्या पद्धतीने माहितीची प्रतिप्राप्ती इत्यादींशी निगडित असतात.

(ड) हस्तपुस्तिका : उपयुक्त बाबींची माहिती देणारे लहानसे पुस्तक म्हणजेच हस्तपुस्तिका होय. हाताळण्यास आटोपशीर आणि सर्व प्रकारची माहिती समाविष्ट असणारी हस्तपुस्तिका असते.

(इ) ग्रंथसूची : लिखित किंवा छापील किंवा प्रकाशित साहित्याची वर्णनात्मक यादी म्हणजे ग्रंथसूची होय. एखाद्या विशिष्ट विषयावरील उपलब्ध पुस्तकांविषयी माहिती व ज्ञान ग्रंथसूचीद्वारे प्राप्त होते.

1.8 ज्ञानाच्या पिढ्या

प्रत्येक समाजाचे प्रमुख वैशिष्ट्य म्हणजे परिवर्तनशीलता. शेकडो वर्षांपूर्वीचा समाज आणि आजचा समाज यावर विचार केल्यास त्यामध्ये झालेली विविध परिवर्तने दिसून येतात. समाज सतत बदलत असतो, याचाच अर्थ तो गतिशील आहे.

अगदी प्राचीन काळी माणूस रानटी अवस्थेत राहत होता. त्याच्या जगण्यात फारसा फरक नव्हता. रानावनामध्ये भटकंती करत जीवन जगताना मानवाने अनेकविध अनुभव घेतले आणि या अनुभवांतून त्याचे जीवन हळूहळू बदलत गेले. जंगलात पेटलेल्या वणव्यामुळे त्याला अग्नीचा शोध लागला आणि उष्णतेचे महत्त्व त्याला उमगले. हळूहळू विकासाच्या दिशेने वाटचाल करत-करत गटागटाने एकत्रित राहू लागला. विचारांची देवाण-घेवाण, सहकार्य आणि भावनिकता यांची सुरुवात झाली. यातूनच पुढे समाजाला रचनाबद्ध आकार प्राप्त झाले. कोणत्याही समाजाला सातत्य असते. समाजामध्ये अनेक परिवर्तने होतात त्यामुळे कालचा समाज हा आज राहत नाही व आजचा समाज हा उद्या राहत नाही. त्यामध्ये परिवर्तन अटळ असते. ज्ञान प्राप्त करणे हा मानवी वृत्तीचा मूळ गुणधर्म आहे. ज्ञान प्राप्त करण्याच्या प्रक्रियेतूनच समाजाची रचना झाली व मानव प्रगत झाला. मानवाची प्रगती ही पिढी दरपिढीच्या माध्यमाने झाली व मनुष्य हा प्रगतशील झाला. ज्ञानाच्या पिढ्या खालीलप्रमाणे :

1 ली पिढी : समोरासमोर गुरुशिष्यांची चर्चा व आंतरक्रिया

2 री पिढी : छापील साहित्याचा उपयोग - पुस्तके व वृत्तपत्रे.

3 री पिढी : आधुनिक यंत्रयुग-रेकॉर्ड्स, रेडिओ, चित्रपट, दूरदर्शनचा वापर.

4 थी पिढी : मुक्तशाळा, दूरस्थ शिक्षण

5 वी पिढी : इलेक्ट्रॉनिक्स माध्यमे, इंटरनेट.

1 ली पिढी : समोरासमोर गुरुशिष्यांची चर्चा व आंतरक्रिया

भारतीय समाजामध्ये अनेक संस्कृतींचा उदय झाला आहे. वेदपूर्व काळात द्रविड संस्कृती होती, त्यानंतर आर्यांचे भारतात आगमन झाले आणि त्यांनी वैदिक संस्कृतीची स्थापना व जोपासना केली. या काळात शिक्षणाची सुरुवात मुळात धर्मासाठी झाली. शिक्षणाचा मूळ उद्देश मानवाला मुक्त करणे हा होता. ही मुक्ती आध्यात्मिक स्वरूपाची होती. त्याआधारे आत्मा व परमात्मा यांची एकता प्रस्थापित करण्यावर भर देण्यात येत असे.

'गुरुर्ब्रह्मा गुरुर्विष्णुः गुरुर्देवो महेश्वरः । गुरुः साक्षात् परब्रह्म तस्मै श्रीगुरवे नमः' अशा शब्दांत गुरूची महती गाइली जाई. गुरूंना समाजात सर्वांत अधिक मानाचे स्थान मिळे. लोक त्यांना अतिशय आदरपूर्वक वागवित. या प्रतिष्ठेचे व आदरभावनेचे प्रमुख कारण म्हणजे शिक्षकांची विद्वत्ता व त्यांचे चारित्र्य !

'मातृदेवो भव, पितृदेवो भव आणि आचार्य देवो भव' या उक्तीप्रमाणे जन्मदात्या माता-पित्यांबरोबर आचार्य किंवा गुरूला स्थान देणाऱ्या आपल्या भारतीय संस्कृतीत गुरूची महती किती मोठी आहे हेच यावरून सिद्ध होते.

पूर्वीच्या काळी 'गुरुकुल' परंपरेत गुरूला मानाचे स्थान होते. गुरू हा ज्ञानी असला पाहिजे, तो तत्त्वज्ञ आणि केवळ तत्वज्ञच नव्हे, तर तत्त्वज्ञानाप्रमाणे आचरण करणारा असला पाहिजे. ज्ञानप्राप्तीच्या पहिल्या पिढीमध्ये गुरू व शिष्य यांचे नाते दृढ होते. गुरू तपश्चर्या व साधना करून शिष्यांना घडविण्याचे कार्य करीत होते. गुरु ज्ञान प्राप्त करतात, अनुभव घेतात व मिळविलेले ज्ञान आपल्या शिष्यांमध्ये संक्रमित करण्याचे कार्य करतात. विद्यादानाचे कार्य हे पवित्र कार्य मानले जाते.

'न हि ज्ञानेन सदृश्यं पवित्रं इह विद्यते' असे वचन सांगणारी आपली भारतीय संस्कृती आहे. यातील 'विद्या' हा शब्द 'विद' म्हणजे जाणणे, ज्ञान करून घेणे या शब्दापासून आला आहे. हे ज्ञान कोणी, कोणाला करून द्यायचे, केव्हा व कसे द्यायचे, कोठे द्यायचे हे शिक्षक म्हणून त्याकाळचे गुरू ठरवित. हे गुरू आपल्या आश्रमात शिष्यांना ठेवून घेत. त्यांना अनुभवातून शिक्षण देत. वेद, उपनिषदे शिकवित, धनुर्विद्या शिकवित तर कधी जीवनोपयोगी शिक्षण देत असत.

गुरु - शिष्य परंपरेच्या काळात किंवा 'गुरुकुल' पद्धतीमध्ये अशा विद्येचा अभ्यास केला जात असे की, जी विद्या आपणास ऐहिकतेपासून मुक्त करेल. 'सा विद्या या विमुक्तये' असे विद्येचे वर्णन उपनिषदात केलेले आढळते. थोडक्यात विद्येचे सामर्थ्य ज्ञानापासून थेट आत्मज्ञानापर्यंत मानले जाई. भारतीय परंपरेनुसार शिक्षण म्हणजे केवळ उपजीविकेचे किंवा उदरनिर्वाहाचे साधन नव्हते, तर शिक्षण हे आध्यात्मिक जीवनाचा आधार होते.

२ री पिढी : छापील साहित्याचा उपयोग - पुस्तके व वृत्तपत्रे

ज्ञानाच्या दुसऱ्या पिढीत छापील साहित्याचा उपयोग करण्यात आला. यात कागदावरील साहित्याला महत्त्व प्राप्त झाले. वृत्तपत्रे व पुस्तके यांचा समावेश ज्ञानाच्या दुसऱ्या पिढीत होतो. दुसऱ्या पिढीतील साहित्य, पुस्तके व वृत्तपत्रे यांचा वापर बहुतांश ज्ञान प्राप्त करणे, मनोरंजन करण्यासाठी तसेच उद्‌बोधन कार्यासाठी प्रामुख्याने होऊ लागला.

साहित्य हे प्रमाणित ज्ञान इतरांपर्यंत पोहोचविण्यासाठी प्रभावी साधन आहे. भारतीय साहित्याला प्राचीन संस्कृतीचा वारसा आहे. मुद्रणकलेच्या शोधानंतर साहित्यनिर्मितीचे प्रमाण खूप वाढले. साहित्याचा प्रसारही भरपूर होऊ लागला. मानवी मनावर संस्कार करण्याचे सामर्थ्य साहित्यात आहे. प्राचीन काळापासून रामायण-महाभारतासारखे ग्रंथ, ज्ञानेश्वरी, तुकारामाचे अभंग, रामचरितमानससारखी काव्ये जनमानसावर प्रभुत्व गाजवित आहेत. साहित्यामुळे सामाजिक व राजकीय क्रांती घडून आली. उदा., चिपळूणकर-टिळक-आगरकरांचे निबंध, सावरकरांचे काव्य, खाडिलकरांची नाटके इत्यादी. साहित्याचा मनावर होणारा परिणाम हा सूक्ष्म परंतु चिरस्थायी स्वरूपाचा असतो.

पुस्तके हे ज्ञानप्राप्तीचे महत्त्वाचे साधन आहे. ज्ञानप्राप्तीसाठी आधाराची आवश्यकता असते व हा आधार पुस्तकाच्या माध्यमाने ज्ञान मिळवून देण्याचे कार्य करतात. पुस्तकातील आशय हा ज्ञानमार्गाबरोबरच अनेक नवीन गोष्टींच्या माहितीसाठी उपयोगी ठरतो. वृत्तपत्रे ही ज्ञानसंपादनातील एक प्रचंड शक्ती आहे. जग, देशातील विविध क्षेत्रांतील दैनंदिन घटनांची माहिती देण्याचे सर्वांत प्रभावशाली साधन आहे. वृत्तपत्रांमध्ये बातम्या, लेख, लोकांचे विचार, समस्या, घटनाविश्लेषण अशा अनेक बाबी असतात. म्हणून वृत्तपत्रांची शैक्षणिक महत्ता मोठी आहे. ज्ञान प्राप्त करण्यासाठी व लोकशिक्षण वृत्तपत्रांद्वारे मोठ्या प्रमाणात घडते. नवे शोध, संशोधन यांची माहिती वृत्तपत्रांच्या माध्यमाने होते. जीवनाच्या अनेक क्षेत्रांतील शेती, वैद्यक, व्यापार, उद्योगधंदे यांची माहिती प्राप्त होते व त्यामुळे लोकांमध्ये जाणीवजागृती होते.

नव्या पुस्तकांची माहिती, ओळख, विज्ञान-तंत्रज्ञान, खेळ, मनोरंजन अशा विविध पुरवण्या असतात. या सर्व बाबींद्वारे अभ्यासोपयोगी माहिती मिळते व विकासात बदल घडून येतो. सामाजिक परिवर्तनासाठी लागणारी पार्श्वभूमी तयार करण्याचे, वैचारिक क्रांती घडवून आणण्याचे प्रभावी सामर्थ्य वृत्तपत्रात आहे. या माध्यमातून समाजावर नकळत संस्कार होत असतात.

स्वातंत्र्यपूर्व काळात लोकांच्या अंत:करणात पारतंत्र्याविषयी चीड निर्माण करून स्वातंत्र्याची ज्योत प्रज्वलित करण्याच्या कार्यात वृत्तपत्रांचा वाटा फार मोठा आहे. आजही वृत्तपत्रे प्रचलित घडामोडींचा परिचय करून देऊन व निरनिराळ्या धार्मिक, राजकीय व सामाजिक समस्यांवर वेळोवेळी प्रकाश टाकून हे लोकशिक्षणाचे कार्य करीतच आहेत. लोकमत प्रकट करणे, जनतेच्या इच्छा-आकांक्षा अभिव्यक्त करणे, लोकांवर होणाऱ्या अन्यायाला वाचा फोडणे, सरकारी धोरणांचे मूल्यमापन करून त्यातील अनिष्ट गोष्टींवर टीका करणे व इष्ट गोष्टींचा पुरस्कार करणे इत्यादी कर्तव्ये वृत्तपत्रांच्या माध्यमाने पार पाडताना दिसून येते. वृत्तपत्रांच्या माध्यमाने सामाजिक प्रगती घडून येते.

३ री पिढी : आधुनिक यंत्रयुग- रेकॉर्ड्स, आकाशवाणी, चित्रपट, दूरदर्शन

ज्ञानाच्या तिसऱ्या पिढीत आकाशवाणी, चित्रपट व दूरदर्शनचा समावेश होतो. या पिढीत दृक्-श्राव्य अशा दोन्ही साधनांचा वापर ज्ञानप्राप्तीसाठी होतो.

'When we see we forget, when we do something.'

आकाशवाणीच्या माध्यमाने देशातील ताज्या घडामोडींच्या बातम्या मिळतात. रेडिओ हे श्राव्य साधन असून याद्वारे गृहिणींना, शेतकऱ्यांना, कामगारांना, तसेच बालकांना योग्य अशी अद्ययावत माहिती निरनिराळ्या कार्यक्रमांच्या माध्यमातून दिली जाते. लोकशिक्षणासाठी तसेच शालेय विद्यार्थ्यांना तज्ज्ञ व्यक्तींच्या अध्यापनाचा अनुभव देण्यासाठी आकाशवाणीवरून शालेय नभोवाणी कार्यक्रमांतर्गत ज्ञान देण्याचे कार्य केले जाते. रेडिओवरून जीवनाच्या विविध क्षेत्रांतील विषयांबद्दल भाषणे, कार्यक्रम, रूपक, ध्वनीप्रसारित होतात.

इतिहास, साहित्य, कला, समाजप्रबोधन या विषयांबरोबर आर्थिक सामाजिक स्वरूपाची भाषणेसुद्धा प्रसारित होतात. त्यामुळे ज्ञानात भर पडून विचारांची व मतांची घडण होते. रेडिओवर 'शालेय आकाशवाणी' सदरातून विविध शैक्षणिक कार्यक्रम सादर केले जातात. गोष्टी, व्याख्याने पाठ्यपुस्तकातील कवितांना चाली लावून कार्यक्रम सादर केले जातात. विद्यार्थ्यांच्या अभिरुचीला वळण देणारे हे कार्यक्रम असतात.

दूरदर्शन संचाद्वारे दृक् श्राव्य असे दोन्ही लाभ एकाच वेळेस मिळतात. दूरदर्शनमुळे ज्ञानाचे, विद्येचे, अध्ययनाचे एक अतिविशाल दालन खुले झाले आहे. मनोरंजनाबरोबरच ज्ञान प्राप्त करण्याचे प्रभावी माध्यम म्हणून याचा सर्वत्र वापर केला जात आहे. ज्ञानसंक्रमणाचे हे प्रभावी, सर्वोत्कृष्ट असे अत्याधुनिक साधन आहे. विज्ञान विषयातील प्रयोग व प्रात्यक्षिके; वैद्यकशास्त्रातील शल्यकर्म; कृषी विषयातील उत्पादनाच्या विविध प्रक्रिया तर वाङ्मयविषयात कविता, नाटक इत्यादींचे उत्कृष्ट भावपूर्ण वाचन वा गायन तसेच अशा प्रकारचे इतरही विषयांमधील कार्यक्रम विद्यार्थ्यांपर्यंत दूरदर्शनच्या माध्यमाने पोहोचविले जातात.

ग्रामीण विकास, कृषी विकास, शैक्षणिक विकास अशा कार्यक्रमांबरोबरच लहान कुटुंबाचे महत्त्व, मादक द्रव्यांपासून बचाव, पर्यावरण संरक्षणाची आवश्यकता, इंधन बचत, विजेची बचत इत्यादी गोष्टी सतत दाखवून समाजजागृती घडविण्याचे कार्य दूरदर्शन करते.

चित्रपट हे दृक-श्राव्य साधन असल्यामुळे अत्यंत लोकप्रिय आहे. चित्रपट व्यक्तीच्या वैयक्तिक व सामाजिक जीवनावर काही प्रमाणात परिणाम करत असतात. 'फिल्मस् डिव्हीजन ऑफ इंडिया' तर्फे थोर व्यक्ती, कलावंत, प्रेक्षणीय स्थळे यासंबंधीचे माहितीपट निर्माण केले जातात, जे बोधप्रद असतात व सामान्य ज्ञानात निश्चित भर टाकतात.

४ थी पिढी : मुक्तशाळा, दूरस्थ शिक्षण

'औपचारिक शिक्षण' एवढा एकच शिक्षणाचा पर्याय आता उरलेला नाही. ज्ञानार्जनाचे अनेक मार्ग आता उपलब्ध झालेले आहेत. ज्ञानसाधनेचे महत्त्व, अगदी सर्वांना नसले तरी अनेकांना पटलेले आहे. ज्ञान हे अनेक मार्गाने मिळविता येते व ते सर्व मार्ग औपचारिक शिक्षणाइतकेच प्रभावी आहेत.

इ.स. 1969 मध्ये इंग्लंड येथे जगातील पहिले मुक्त विद्यापीठ सुरू झाले. भारतात आंध्र प्रदेशात 1982 साली तर 1985 साली इंदिरा गांधी राष्ट्रीय मुक्त विद्यापीठ, दिल्ली येथे सुरू झाले. महाराष्ट्रात 1985 साली यशवंतराव चव्हाण मुक्त विद्यापीठ, नाशिक येथे सुरू झाले. मुक्त विद्यापीठातून समाजाची गरज लक्षात घेऊन विविध अभ्यास तयार केले जातात. या विद्यापीठांतून विद्यार्थ्यांना शिकविण्यासाठी नवनवीन तंत्रांचा वापर केला जातो. यात पत्राद्वारा, कार्यशाळा, टेलिकॉन्फरन्स, कृतिसत्र व मार्गदर्शन सत्र यांचा समावेश असतो.

ऑटो पिटर्सच्या मते, जास्तीत जास्त विद्यार्थ्यांना ते राहतात तेथेच शिक्षण देता येईल या हेतूकरिता उत्तम प्रतोच्या अध्यापन साधनांची पुनर्निर्मिती करून श्रमविभागणी, संघटन तत्त्वे तसेच तांत्रिक साधनांचा मोठ्या प्रमाणावर उपयोग करून विकसित केलेले ज्ञान, कौशल्ये आणि अभिवृत्ती शिकविण्याची पद्धती होय.

दूरस्थ शिक्षणाची वैशिष्ट्ये :

- स्वयं-अध्ययन हे दूरस्थ शिक्षणाचे सर्वांत महत्त्वपूर्ण वैशिष्ट्य आहे.
- दूरस्थ शिक्षणात विद्यार्थी व शिक्षक यांत अंतर असते.

- संपर्क सत्राच्या माध्यमातून विद्यार्थी व शिक्षक एकत्र येऊन शिक्षणाविषयीची देवाण-घेवाण करतात.
- दूरस्थ शिक्षणात विद्यार्थी आपल्या सोईनुसार अध्ययनात प्रगती करू शकतो.

दूरस्थ शिक्षणाची कार्ये :

- दूरस्थ शिक्षणाद्वारे उत्तम शिक्षकांची उणीव भरून काढता येते व त्यायोगे शिकणाऱ्यांची शिकण्याची ओढ भागविता येते.
- दूरस्थ शिक्षणाच्या माध्यमातून व्यक्तीला स्वयंशिक्षणाकरिता प्रवृत्त करता येते.
- दूरस्थ शिक्षणात दूरदर्शन संच, व्हीडिओ फिल्म यांसारख्या साधनांचा जास्तीत जास्त वापर करून समाजाला मोठ्या प्रमाणावर साक्षर करता येते.
- दूरस्थ शिक्षणाद्वारे अध्यापन क्षेत्रात नवनवीन अभिनव प्रयोग करून शिकणाऱ्या समाजाची वाढती मागणी पूर्ण करता येऊ शकते.

मुक्त विद्यापीठामुळे ज्ञानलालसा पूर्ण होऊन व्यवसायातील विविध कौशल्ये प्राप्त करण्यासाठीही या शिक्षणाचा उपयोग होतो. या व्यावसायिक अभ्यासक्रमाला प्रात्यक्षिकांची जोड असल्याने कौशल्यप्राप्तीकरिता याचा अधिक उपयोग होतो.

औपचारिक शिक्षणाच्या प्रवाहामध्ये येणे ज्यांना शक्य होत नाही वा औपचारिक शिक्षणातून काही कारणांमुळे दूर गेलेल्यांचा शिक्षणाचा विचार करून दूरशिक्षण ही संकल्पना ज्ञान प्राप्त करण्याच्या हेतूने शिक्षणक्षेत्रात आलेली आहे.

पूर्वनिर्मित अभ्यासक्रम साहित्याचा समावेश दूरस्थ शिक्षणात होतो. औपचारिक व्यवस्थेप्रमाणे मार्गदर्शन मिळणार नाही, मात्र विद्यार्थ्यांना निश्चितपणे वेगळ्या स्वरूपाचे आवश्यक त्या मार्गदर्शनाची सोय दूरस्थ शिक्षणामध्ये केलेली असते. दूरस्थ शिक्षणप्रणालीमध्ये कमी खर्चात व ज्ञान मिळविणाऱ्याच्या सवडी व आवडीनुसार सामावून घेणे शक्य आहे. शिक्षणापासून दूर गेलेल्यांना म्हणजेच खंड पडलेले किंवा नापासांना शिक्षणाच्या प्रवाहात आणण्यासाठी दूरस्थ शिक्षण उपयुक्त आहे. तसेच नोकरी किंवा व्यवसाय करणाऱ्यांना त्यांच्या कामाच्या ठिकाणी बदलत्या परिस्थितीत परिणामकारकरीत्या व कुशलतेने कार्य करण्यासाठी आवश्यक कौशल्ये प्राप्त करण्यासाठी दूरस्थ शिक्षणप्रणाली उपयुक्त ठरते.

5 वी पिढी : इलेक्ट्रॉनिक्स माध्यमे, इंटरनेट

ज्ञानप्राप्तीच्या 5 व्या पिढीमध्ये इलेक्ट्रॉनिक्स माध्यमांचा समावेश होतो. या इलेक्ट्रॉनिक्स माध्यमांमध्ये संगणक व इंटरनेट या सुविधांचा समावेश होतो. 21 व्या शतकातील उदयोन्मुख भारतीय समाजाने अनेक नवीन गोष्टी प्रयत्नांनी साध्य केल्या आहेत. भारतीय समाजात संगणक महत्त्वाची भूमिका बजावत आहे.

आज संगणकाशिवाय आपले कोणतेही कार्य पूर्ण होऊ शकत नाही. उदा., शिक्षण, टपालसेवा, रेल्वे, विमा अशा अनेक ठिकाणी संगणकाचा म्हणजेच इलेक्ट्रॉनिक माध्यमाचा उपयोग करण्यात येतो. भारतीय समाजाने संगणक शिक्षणाची कास धरली आहे. तंत्रविज्ञानामुळे सर्व जग जवळ येत चालले आहे.

आज जीवनाच्या प्रत्येक क्षेत्रात संगणकाचा वापर होताना दिसून येतो. अवकाश, खगोल, संरक्षण, उद्योग-व्यवसाय, वाणिज्य, बँकिंग, वैद्यकशास्त्र, वैज्ञानिक संशोधन या सर्वच क्षेत्रात संगणकाचा वापर वाढलेला आहे. उपयुक्त ज्ञान संगणकाकडून विद्यार्थी प्राप्त करतात व आनंदाने अध्ययनास प्रवृत्त होतात. संगणकाच्या माध्यमाने प्रभावी अध्यापन प्रक्रिया घडून येते. संशोधन कार्यामध्ये विविध संदर्भ व कार्य करण्यासाठी संगणक हे प्रभावी साधन आहे.

आज इंटरनेटच्या माध्यमाने हवी ती माहिती कमीत कमी वेळात मिळविता येते. गुगल या सर्चइंजिनच्या माध्यमाने अध्ययनकर्त्यास माहिती मिळविता येते. इंटरनेटवरील विविध वेबसाईट, विकीपीडियाच्या माध्यमाने संशोधन कार्यास गती प्राप्त होते. संशोधन कार्यासाठी संदर्भ व आढावा मिळविण्यासाठी इंटरनेट हे एखाद्या जादूच्या कांडीप्रमाणे कार्य करते.

ऑनलाइन एज्युकेशनमधील वेबबेस्ड व्हर्च्यूअल क्लासरूम सिस्टिममध्ये मॉड्यूल्स, चॅट, चर्चागट, अभ्यासक्रम, स्वाध्याय, छापील पत्रके अशा विविध स्वरूपांतील सुविधा व साहित्याचा समावेश असतो. ई-लर्निंग म्हणजे मल्टिमिडिया आणि इंटरनेटचा वापर करून दिली जाणारी अध्ययनाची सुविधा. ज्ञानसंक्रमणाचे प्रभावी माध्यम म्हणून इंटरनेटचा वापर होताना दिसून येतो. ज्ञान देण्याच्या पद्धतीत ऑनलाइन शिक्षणामुळे बदल घडून येत आहेत.

ज्ञानाच्या कक्षा या विस्तारित होत आहेत. मानवाच्या मेंदूप्रमाणे संगणकप्रणाली विकसित होऊन इंटरनेटचे जाळे सर्व जगभर पसरलेले आहे. ज्ञानप्राप्तीचे साधन हे विकसित होत आहेत. 21व्या शतकात ज्ञानाच्या पिढ्यांमध्ये वाढ होऊन प्रगतीही घडून येत आहे.

या जगात कायमस्वरूपी असे काहीही नाही. सर्व परिवर्तनीय आहे. ज्ञानसुद्धा परिवर्तनीय आहे. बदलत्या परिस्थितीनुसार विज्ञान व तंत्रज्ञान यांच्या प्रगतीमुळे व्यक्ती व समाजाचे प्रश्न व गरजा बदलल्या. त्याचा परिणाम व्यक्तिजीवन व समाजजीवन यावर झाला. त्या गरजा, समस्या पूर्ण करण्यासाठी नवीन ज्ञानशाखा विकसित होत आहेत. एकविसाव्या शतकात ज्ञानाच्या नवीन शाखा विकसित होत आहेत, झालेल्या आहेत. या सर्वांची माहिती विद्यार्थ्यांना असणे आवश्यक आहे. केवळ माहिती मिळविणे एवढ्याने काम भागणार नाही तर त्यातही गुणात्मक ज्ञान किती प्रमाणात आहे यावर सतत स्पर्धा आहे.

एकविसाव्या शतकातील विद्यार्थी केवळ ज्ञानी असून किंवा किमान अध्ययन क्षमता विकसित झालेल्या असून चालणार नाही तर त्यांना स्पर्धेत टिकण्यासाठी जास्तीत जास्त गुणवान होणे; म्हणजे केवळ संख्येच्या दृष्टीने नव्हे, तर ज्ञानाच्या दृष्टीनेही आवश्यक आहे. नवीन काळाप्रमाणे नवनवीन गोष्टींचा शोध सुरूच आहे व बदल हा पर्यायाने होणारच आहे. प्राप्त केलेले ज्ञान आठवणीत साठवून ठेवण्यापेक्षा त्या ज्ञानाचा योग्य त्या ठिकाणी व योग्य त्या प्रकारे वापर, ज्ञान उपलब्धता ही गरज ठरलेली आहे.

1.9 कौशल्य

कर्मात ज्ञान आल्याशिवाय त्याला पूर्णत्व येत नाही. ज्ञान दोन प्रकारचे आहे; एक **आध्यात्मिक ज्ञान** व दुसरे **विज्ञान**. कर्म चांगले होण्यास या दोहोंची आवश्यकता असते. आध्यात्मिक ज्ञान म्हणजे अद्वैत. सर्व मानवजात माझी आहे, हे सर्व माझे भाऊ. यांची सेवा करण्याकरिता मला विज्ञान पाहिजे. अशी जी दृष्टी ती ज्ञानविज्ञानात्मक दृष्टी. ही दृष्टी नाही तोपर्यंत विज्ञान सुरक्षित नाही. विज्ञानाच्या पाठीमागे हे अद्वैताचे एकत्वाचे तत्त्वज्ञान जर नसेल तर नुसते विज्ञान सर्व जगाची होळी करील. विज्ञानाने संसार सुंदर होण्याऐवजी भयाण होईल. म्हणूनच भारतीय संस्कृती अद्वैताचे शास्त्र पुढे करून प्रगती करू पाहते. समाजात सर्वांना सुख मिळावे, सर्वांना ज्ञान मिळावे, सर्वांना पोटभर खायला - अंगभर ल्यायला मिळावे, सर्वांच्या विकासाला वाव असावा; कोणी कोणास हिणवू नये, प्रबलाने दुर्बलाला पिळू नये, दुसऱ्यास गुलाम करू नये अशा प्रकारचा सिद्धान्त आधी स्थापन झाला पाहिजे.

आवडीतून कार्यकुशलता प्राप्त करून घेणे म्हणजे कौशल्य आत्मसात करणे होय. जीवनातील हालचालींप्रमाणे स्वयंप्रेरणा असावी लागते. ती सुसंस्कारातून निर्माण होते. जी व्यक्ती स्वप्रयत्नातून स्वत:चे जीवन घडविते तिचे कार्य सर्वत्र पसरते. प्रत्येकाला कष्ट करावे लागतात. कष्टाशिवाय फळ मिळत नाही. लेखक, चित्रकार, कवी, शिल्पकार असे अनेक कलावंत तपश्चर्या करतात. त्यांनी संपादन केलेले कौशल्य अनेक वर्षांच्या साधनेची फलप्राप्ती असते. कौशल्यसंपन्न व्यक्तींना अनेक अडथळ्यांना सामोरे जावे लागते. कोणत्याही प्रकारचे काम करावयाचे असेल तर ते कौशल्यावर अवलंबून असते. साधे पिकातील तण काढावयाचे असले तर त्यातसुद्धा एक कौशल्य लागते. म्हणजेच, जीवनाच्या प्रत्येक घटकात कौशल्य दडलेले आहे.

आपले जीवन यशस्वी करण्यासाठी कौशल्याची गरज असते. जीवन जगण्याची कला ही कौशल्यावर अवलंबून आहे. आपण आपले काम मन लावून, शांत चित्ताने कौशल्यपूर्ण केल्यास ते यशस्वी होते. कौशल्याची व्याप्ती ही चराचरात भरलेली आपणास दिसते. मोराच्या पिसाऱ्यात ईश्वराने भरलेले रंग हे एक कौशल्यच आहे. म्हणूनच, कौशल्याची व्याप्ती ही एका बिंदूपासून सुरू होऊन अनंतापर्यंत पोहोचते.

"The familiar knowledge of any science, art or handicraft, as shown by dexterity in execution or performance, or in its application to practical purposes technical ability. A specific art or trade, also a gift, accomplishment."

म्हणजेच कोणत्याही शास्त्राचे, कलेचे किंवा हस्तकलेचे सादरीकरण व व्यावहारिक जीवनात उपयोजन करण्याची क्षमता म्हणजे कौशल्य. तसेच एखाद्या कलेची, व्यापाराची किंवा देणगीची कार्यसिद्धी म्हणजे कौशल्य.

भाषेच्या माध्यमातून आपण आपल्या व्यक्तिमत्त्वाचा विकास साधत असतो. यासाठी आपणाला भाषिक कौशल्ये अंगी बाणणे गरजेचे असते. भाषिक कौशल्यात श्रवण, वाचन, संभाषण, लेखन व भाषण ही प्राथमिक कौशल्ये आहेत. ज्ञान हे माणसाला घडविते, पंख देते आणि ज्ञानभरारी घेण्यास प्रवृत्त करते. म्हणून, ज्ञान अवगत करण्यासाठी काही कौशल्यांची गरज असते. शिक्षणात पूर्वापार तीन कौशल्ये सांगण्यात आली आहेत. वाचन, लेखन व गणन. शिक्षण टप्प्याटप्प्याने घेत असताना आपल्या ज्ञानात भर पडत असते. वाचन-कौशल्याला अनेक अंकुर फुटतात आणि ते आपल्याला पल्लवित करत असतात. याच पद्धतीने श्रवण, वाचन संभाषण, लेखन, भाषण या कौशल्यात अधिक गती घेतल्यास त्यांचा विकास होत असतो.

श्रवण, संभाषण, लेखन, वाचन व भाषण ही कौशल्ये नुसती शिकण्यासाठीच उपयोगी पडतात असे नाही, तर हीच जीवन व्यवहाराचीसुद्धा कौशल्ये ठरतात. ज्ञान आणि जीवन यांची एकत्रित गुंफण करण्यासाठी त्यांचा आपणाला नक्कीच उपयोग होत असतो. आपण जेव्हा श्रवण करत असतो तेव्हा त्या गोष्टीत एकरूप होणे महत्त्वाचे असते. बोलताना मनातले विचार स्पष्ट व प्रामाणिकपणे इतरांना सांगणे महत्त्वाचे ठरते. लेखन करताना त्यातील आशय वाचकांपर्यंत पोहोचला पाहिजे, याचे भान ठेवायला हवे. याच पद्धतीने भाषण व संभाषणाची तंत्रे आहेत ती आत्मसात करावी लागतात.

1.10 ज्ञान आणि कौशल्ये यातील आंतरसंबंध

ज्ञान हे जीवन जगण्याचे साधन आहे. आपणाला कोणत्याही प्रकारचे ज्ञान अवगत करावयाचे असेल तर त्यासाठी काही कौशल्ये ही वापरावीच लागतात. आपण एखाद्या विषयाचा अभ्यास करत असू किंवा संशोधनात्मक दृष्टीने त्याकडे लक्ष देत असू तेव्हा आपणाला लक्ष केंद्रित करावेच लागते.

संवादाच्या प्रक्रियेमध्ये एक व्यक्ती वक्ता व दुसरा श्रोता म्हणून असतो. आपणाला माहिती लिखित स्वरूपात मिळत नसेल तर ध्वनींच्या साहाय्याने तिचे आकलन करून घ्यावे लागते. आज रेडिओ, टी.व्ही., दूरभाष, भ्रमणध्वनी, भाषण, इत्यादींसारख्या माध्यमातून आपण श्रवण करत असतो. श्रवण कौशल्यामुळे आपणाला ज्ञान मिळते. तसेच विषयाची आवड, स्व-समर्थन, आनंद, श्रमपरिहार, ज्ञानवृद्धी, विचारांची देवाण-घेवाण, बोलणाऱ्याची कुवत समजणे या गोष्टी अवगत होतात.

आपणाला वाचनाने सर्वांत जास्त ज्ञान मिळत असते. भाषा, इतिहास व समाजशास्त्रे या विषयाच्या अभ्यासात वाचन महत्त्वाचे ठरते. पुस्तके, वर्तमानपत्र, मासिके यांच्या वाचनानेही ज्ञानात भरच पडत असते. आपण जेव्हा पुस्तक वाचतो तेव्हा त्याचे वाचन कसे करतो, याचा विचार करणे महत्त्वाचे आहे. वाचन कौशल्याची मांडणी, वाचन-कौशल्ये व त्याचे स्वरूप, वाचन-प्रकार, वाचनाच्या पद्धती, वाचनवेग, चित्रवाचन या पद्धतीने करता येते. वाचन कौशल्य ही क्रिया

सहजासहजी अवगत न होणारी क्रिया आहे. एखाद्या शब्दाचा अर्थ लावायचा असेल तर पूर्वज्ञान, कल्पना, हेतू या घटकाने त्याचे आकलन होते. तसेच तुमची बौद्धिक पात्रता, मानसिक घडण, शारीरिक क्षमता, आजूबाजूचे वातावरण यांचा वाचनक्षमतेवर कमी-अधिक प्रमाणात प्रभाव पडत असतो.

लेखन कौशल्यात सुलेखन ही लेखन कौशल्याची महत्त्वाची बाब आहे. सुलेखन करताना सुचणाऱ्या मुद्द्यांची नीटपणे वर्गवारी करावी लागते. आशयानुसार लेखन कमी-जास्त करावे लागते. आपण ऐकून, वाचून, पाहून, बोलून ज्ञान मिळवितो. पण जोपर्यंत ते लिहून ठेवत नाही किंवा समजलेले आपण आपल्या भाषेत मांडत नाही, तोपर्यंत ज्ञान आत्मसात होत नाही. आपणाला ज्ञान आत्मसात व्हावे, ते इतरांना सांगता यावे म्हणून ते ज्ञान लिहून ठेवल्यास लेखनकौशल्य वाढते. आपण मिळविलेले ज्ञान व्यक्त करण्यासाठी लेखनाचा उपयोग होतो. तसेच अध्ययन प्रक्रियेचा एक भाग म्हणून लेखनाचे महत्त्व आहे.

लेखनाचे महत्त्व हे माहिती संकलन, स्वयंअध्ययन, दैनंदिन व्यवहार व स्वयं-मूल्यांकनात आहे. काही गोष्टी दीर्घकाळ लक्षात राहाव्यात म्हणून आपण लिहून ठेवतो. विषय समजण्यासाठी आपण लेखन करतो. लेखनामुळे व्यक्तीच्या विचारांना स्पष्टता व विश्वासार्हता लाभते. एखादी गोष्ट तोंडी, फोनवर सांगण्यापेक्षा प्रत्यक्ष लिहून कळविल्यास त्यात नेमकेपणा, निश्चितता, सत्यता वाटते. गेल्या कित्येक शतकापासून माहितीचा प्रसार होण्यासाठी लेखनच कारणीभूत झालेले आहे. लेखनतंत्राचा अवलंब केल्यास आपण ध्येय साध्य करू शकतो.

परस्परांशी बोलणे, शब्दांची देव-घेव संभाषणातून होते. जीवनात फारच थोड्या बाबी आपण एकट्याने करतो. अनेक बाबींत आपण एकमेकांवर अवलंबून असतो. एकमेकांशी संपर्क साधून आपण आवश्यक ती कामे करतो. आपण शब्दांनी, चिन्हांनी किंवा हावभावांनी एकमेकांशी संवाद साधत असतो. भाषा हे विचारविनिमयाचे एक श्रेष्ठ साधन आहे. भाषेमुळे देवाण-घेवाण सोपी असते. म्हणून भाषा ही एक सामाजिक संस्था आहे. भाषा नसती तर आपले व्यवहार सुरळीत पार पडले नसते. संभाषण शक्य होण्यासाठी वक्ता व श्रोता यांना एक सामाईक भाषा अवगत असणे ही महत्त्वाची बाब आहे. कमीत कमी दोन तरी व्यक्तींना एकत्र आणणे हाच मुळी भाषेचा मूलभूत हेतू आहे. भाषा ही केवळ क्षणिक गरजा भागविण्याचे कार्य करते असे नाही, तर भाषा अधिक अर्थवाहक, आशयपूर्ण आणि कार्यक्षम बनविता येते.

विविध उदाहरणांच्या माध्यमाने ज्ञान व कौशल्ये यातील आंतरसंबंध योग्य पद्धतीने व्यक्त करता येते. जसे - शालेय विद्यार्थ्यांनी प्राप्त केलेले ज्ञान हे विविध कार्यांच्या माध्यमाने प्रत्यक्ष जीवनात उपयोगात आणणे.

उदाहरणार्थ :

1. शालेय शिक्षणातील जीवनकौशल्ये याबाबत पथनाट्य, वक्तृत्व स्पर्धा, निबंध स्पर्धा, नाट्य प्रयोग, इत्यादी.
2. शालेय अभ्यासक्रमातील मूल्ये व गाभातत्त्वे ही अप्रत्यक्षपणे विद्यार्थ्यांमध्ये रुजविण्यासाठी प्रसंगनिर्मिती करून त्याबाबत चर्चा, पथनाट्ये, सामाजिक जाणीव निर्माण करणारे कार्यक्रम यांचा समावेश.
3. व्यवहारिक जीवनात ज्ञानाचा वापर करण्यासाठी गणिती क्रिया या प्रत्यक्ष बाजाराला भेटी व त्यांचे आर्थिक व्यवहार, खरेदी व विक्री संबंधीचे ज्ञान व त्याचा उपयोग करता येतो.
4. भाषाज्ञानाचा उपयोग विविध स्पर्धांमध्ये तसेच प्रौढ शिक्षणाच्या कार्यासाठी प्रामुख्याने करता येतो.
5. नेतृत्वकौशल्याची निर्मिती व त्याची जपणूक या उद्देशाने विद्यार्थ्यांवर जबाबदारी टाकणे व मार्गदर्शन करणे, विविध कार्यक्रमांचे नियोजन करावयास विद्यार्थ्यांना देणे अथवा त्यांची मदत घेणे. सभाधीटपणा वाढविणे.
6. संग्रहकौशल्ये विकसित करण्याच्या हेतूने विद्यार्थ्यांना छोट्या प्रमाणात नाणीसंग्रह, किल्ल्यांची माहिती गोळा करणे, लेखकांची माहिती गोळा करणे व इतर विद्यार्थ्यांसोबत गोळा केलेल्या माहितीचे आदान-प्रदान करणे.

1.11 शिक्षण

शिक्षणास इंग्लिशमध्ये Education असा समानार्थी शब्द आहे. Education या शब्दाची लॅटिन उपपत्ती दोन विभिन्न शब्दांपासून आहे असे मानले जाते.

Educere : To lead out बाहेर काढणे. व्यक्तींतील क्षमतांचा विकास करण्यास मदत करणे.

Educere to bring up, to train, to mould वाढविणे, प्रशिक्षण देणे, घडविणे. शिक्षणाची व्यापक संकल्पना खालील व्याख्यांच्या आधारे स्पष्ट करता येते.

- ''प्रत्येक माणसाच्या मनात अद्ययावत व वैश्विक विश्वासार्हता असलेल्या कल्पना बाहेर काढणे म्हणजे शिक्षण होय.'' **– सॉक्रेटिस**

  "Education means bringing out the ideas of Universal validity which are latest in the mind of every man." **- Socrates**

- ''प्रत्येक व्यक्तीतील दैवी मूलतत्त्वांना उघड करणे, बाहेर काढणे, जाणीवावस्थेत आणणे, दैवी मूलतत्त्वांबाबत मुक्त जाणीवयुक्त सेवकभाव निर्माण करणे, या तत्त्वाचे त्याच्या जीवनात मुक्त प्रतिनिधित्व होणे म्हणजे शिक्षण होय.'' **– फ्रोबेल**

  "Education then the divine essence of man should be unfolded, brought out, lifted into consciousness and man himself raised into free conscious obedience to the divine principle that lives in him and to a free representation of this principle in his life." **- Froeble**

- ''जात, लिंग, वर्ण आणि आर्थिक दर्जा लक्षात न घेता मानवी व्यक्तींच्या क्षमता मुक्त करणे व त्यांचा विकास करणे म्हणजे शिक्षण होय.'' **– जॉन ड्युई**

  To set free and to develop the capacities of human individuals without respect to race, sex, class or economic status. **– John Dewey**

- ''शिक्षण म्हणजे अशा सर्व प्रक्रियांचे एकत्रीकरण, ज्यायोगे व्यक्ती तिच्या क्षमता, अभिवृत्ती व ती राहत असलेल्या सामाजिक वर्तणुकीच्या घाटांचा विकास करते; शिक्षण म्हणजे अशी सामाजिक प्रक्रिया आहे जिच्या द्वारे व्यक्तींचा निवडक व नियंत्रित पर्यावरणाशी (विशेषत: शाळा) संबंध आणला जातो. असे करण्याचा उद्देश व्यक्तीत सामाजिक कार्यक्षमता आणून तिचा अधिकाधिक वैयक्तिक विकास घडविणे हा असतो.'' **–डिक्शनरी ऑफ एज्युकेशन : संपादक, गुड**

  "Education is the aggregate of all the processes by which a person develops ability, attitudes and forms of behavior of practical value in the society in which he lives; the social process by which people are subjected to the influence of a selected and controlled environment (especially that of the school) so that they may obtain social competence and optimum individual development." **- Dictionary of Education : Editor , Good**

1.12 शिक्षणाचा व्यापक अर्थ

- ज्ञान प्राप्त करणे.
- माणसाला मुक्त करणारे.
- माणसाच्या क्षमता, कौशल्ये, अभिवृत्ती, आवड इत्यादींच्या इष्ट दिशेने विकास करण्यासाठी आयोजित केलेले अनुभव.

- शिक्षण म्हणजे आध्यात्मिक जीवनात प्रवेश करण्यास व सत्याचा शोध घेण्यास व मूल्यांचा वापर करण्यास मदत करण्याचे साधन होय.
- शिक्षण म्हणजे विविध कौशल्ये आत्मसात करणे.
- शिक्षण म्हणजे माणसाच्या मानसिक शक्तींचा विकास करणे होय.

शिक्षणाचे सामाजिक कार्यपूर्तीचे मार्ग

पहिला मार्ग : समाजात राहण्याच्या दृष्टीने व्यक्तीच्या व्यक्तिमत्त्वाचा योग्य तऱ्हेने विकास करणे.

दुसरा मार्ग : पूर्वीच्या पिढीचे ज्ञान, कौशल्य, मूल्ये नव्या पिढीला देणे.

तिसरा मार्ग : व्यक्तीची समाजातील भूमिका आणि तद्नुषंगिक कार्ये पार पाडण्यासाठी व्यक्तीला तयार करणे.

चौथा मार्ग : समाजामध्ये योग्य परिवर्तन घडवून आणण्यासाठी व्यक्तीला तयार करणे.

फ्रेड्रिक फ्रोबेलच्या मते समाजातील एका सभासदाचा विकास झाला आणि इतर सभासद त्याच्या मागे राहिले किंवा याउलट घडले, तर तो समाज प्रगती करू शकणार नाही म्हणून शिक्षण ही सामाजिक दृष्टीने अर्थपूर्ण संस्था आहे.

1.13 प्रशिक्षण, अध्यापन आणि शिक्षण

प्रशिक्षण, अध्यापन आणि शिक्षण

विद्यार्थ्यांचा सर्वांगीण विकास होण्याचे सर्वोत्तम ठिकाण म्हणजे शाळा होय. शाळेच्या माध्यमातून विद्यार्थी अनेक गोष्टी शिकतात आत्मसात करतात. विद्यार्थ्यांचा विकास शाळेच्या माध्यमातून होत असतो. शाळा या संस्थेचे कार्य म्हणजे शिक्षण. शिक्षणात अध्यापनाचा समावेश होतो. अध्यापन कार्य प्रभावी होण्यासाठी प्रत्येक शिक्षकांनी प्रशिक्षण घेणे आवश्यक बाब आहे.

प्रशिक्षण : कोणत्याही क्षेत्रात नियुक्ती झाल्यावर ती व्यक्ती अनुभवी असेलच असे आवश्यक नाही. अनुभव प्राप्त केल्यावरच त्या-त्या कामात अथवा कार्यात कुशलता निर्माण होत असते. शिक्षण क्षेत्रात किंवा कोणत्याही मोठ्यात मोठ्या स्तरावर प्रशिक्षणाला महत्त्व प्राप्त झाले आहे. कारण केवळ अभ्यासक्रम पूर्ण करून किंवा पदवी प्राप्त करून कामात कुशलता निर्माण होत नसते. जसे एम.बी.बी.एस. चे शिक्षण पूर्ण केलेली व्यक्ती ही डॉक्टर या पदासाठी पात्र होते. परंतु पदवी पूर्ण होण्यासाठी काही कालावधीचा छात्रसेवाकाल पूर्ण होणे आवश्यक आहे, छात्रसेवाकाल कालावधी पूर्ण झाल्यावरच डॉक्टर ही पदवी पूर्ण रूपास येत असते. यानंतर अनुभव प्राप्त करण्यासाठी अनुभवी डॉक्टरांकडे काही काळ प्रशिक्षण म्हणून कार्य करावे लागते. अनुभवाच्या माध्यमाने कामात सहजता निर्माण होऊन आत्मविश्वास निर्माण होतो.

नव्याने रूजू होणाऱ्या प्रत्येकाजवळ अपेक्षेइतके ज्ञान व कौशल्य असतेच असे नाही, ते अपेक्षित पातळीपर्यंत नेण्यासाठी त्यांना प्रशिक्षण देण्याची गरज असते. त्याचप्रमाणे कामाच्या बदलत्या स्वरूपानुसार वाढती गुणवत्ता मिळविण्यासाठीही प्रशिक्षणाची गरज असते. शैक्षणिक संस्थेत नव्यानेच रूजू झालेल्या शिक्षकाला अध्यापनाखेरीज अनेक कार्ये करावी लागतात. या सर्व बाबींचा समावेश सेवापूर्व प्रशिक्षणात असतोच असे नाही. तसेच ज्ञाननिर्मितीच्या प्रचंड वाढत्या वेगामुळे शिक्षकाला सतत आपल्या ज्ञानाचे नूतनीकरण करावे लागते. आधुनिकतेच्या स्पर्धेत टिकून राहण्यासाठी नवनवीन तंत्रांचा अध्यापनात अवलंब करणे अनिवार्य ठरते. हे सर्व साधण्यासाठी जो उपक्रम योजला जातो त्यालाच प्रशिक्षण असे म्हणतात. एडविन फ्लिप्पो यांच्या मते विशिष्ट कार्य करण्यासाठी कर्मचाऱ्यांच्या ज्ञानात व कौशल्यात वाढ करणारी कृती म्हणजे प्रशिक्षण होय. यावरून असे लक्षात येते की, औपचारिक शिक्षणाद्वारे विशिष्ट विषयांचे ज्ञान व कौशल्य प्राप्त होते परंतु व्यवहारात ते पुरेसे नसते. ते वाढविण्यासाठी काही योजना आवश्यक असतात. प्रशिक्षणामुळे ज्ञान व कौशल्य कार्याभिमुख बनतात.

प्रशिक्षणाची उद्दिष्टे :

- कार्यकुशलतेची अपेक्षित पातळी गाठण्यास प्रशिक्षणार्थींना प्रवृत्त करणे.
- विशिष्ट व्यवसायातील प्रवेश सुलभ होईल अशा दृष्टीने व्यक्तीचे उद्‌बोधन करणे.
- विद्यमान कर्मचाऱ्यांच्या कार्यपद्धतीत सुधारणा करून त्यांची कार्यक्षमता वाढविणे.
- प्रत्येक कार्याचे ज्ञान व तंत्र दोन्ही गतिमान असतात व सतत बदलतात. कार्याचा बदलता आशय व बदलते स्वरूप आत्मसात करण्यास विद्यमान कर्मचाऱ्यांना मदत करणे.
- शासकीय, व्यवस्थापकीय धोरणांमुळे नव्या पद्धतींची किंवा नव्या कार्याची भर पडत, अशा बदलांशी समायोजन साधण्यास प्रशिक्षणातून कर्मचाऱ्यांची पूर्वतयारी करून घेणे.
- बढती व सेवाज्येष्ठतेमुळे वाढलेली जबाबदारी आत्मविश्वासाने पेलता यावी यासाठी कर्मचाऱ्यांचे मनोधैर्य वाढविणे.
- वैयक्तिक प्रगतीची संधी उपलब्ध करून देणे.

प्रशिक्षणाचे महत्त्व :

1. प्रशिक्षणामुळे स्वत:चे कार्य कुशलतेने करण्यासाठी आवश्यक असे ज्ञान प्राप्त करण्याची संधी मिळते.
2. स्वत:च्या कामासाठी आवश्यक अशा कौशल्यांचा विकास करण्यास संधी मिळते.
3. प्रशिक्षित कर्मचारी व व्यवस्थापक स्वत:च्या कार्यप्रणालीसंबंधी जागृत राहते व त्यांच्यात चिकित्सक वृत्तीचा विकास होतो.
4. प्रशिक्षित व्यवस्थापकामुळे संघटनेतील एकत्रित गुणवत्तेचा विकास होतो.
5. कर्मचाऱ्यांना विकासाची संधी प्राप्त होते.
6. संघटनेसाठी आवश्यक मानवी साधनसंपत्तीचा विकास होतो.

प्रशिक्षणाची तत्त्वे :

1. प्रशिक्षण कार्यक्रमात लवचीकता असावी.
2. प्रशिक्षण कार्यक्रमांची आखणी संघटनेच्या गरजा व ज्यांना प्रशिक्षण द्यावयाचे आहे त्यांच्या गरजा यांचा विचार करून करावी.
3. प्रशिक्षणाचे महत्त्व सर्वांना पटवून द्यावे व प्रेरणा द्यावी.
4. प्रशिक्षण घेणाऱ्यांना आवश्यक प्रोत्साहन द्यावे.
5. प्रशिक्षण कार्यक्रमात औपचारिक ज्ञानाबरोबर कार्यानुभवाचाही समावेश असावा.
6. प्रशिक्षण कार्यक्रमानंतर त्याचे मूल्यमापन करावे.

सेवापूर्व प्रशिक्षण

शिक्षण प्रक्रियेने विद्यार्थ्यांच्या सर्वांगीण विकासाचे ध्येय समोर ठेवल्यानंतर शिक्षकाच्या सेवापूर्व प्रशिक्षणाची गरज तीव्रतेने भासू लागली आणि प्रशिक्षणातून शिक्षकाला अध्यापनाचे शास्त्रशुद्ध ज्ञान मिळू लागले.

राष्ट्रीय शिक्षण परिषदेने सन 1998 मध्ये सेवापूर्व प्रशिक्षण म्हणजेच दर्जेदार अध्यापक शिक्षणविषयक मानदंड व निकष ठरविले आहेत. सेवापूर्व प्रशिक्षण 'अध्यापक शिक्षण पदविका' हा अभ्यासक्रम तात्त्विक, प्रात्यक्षिके आणि छात्रसेवाकाल या तीन प्रमुख स्तरांवर आधारित आहे. आदर्श आणि कार्यक्षम शिक्षक घडविण्यास आवश्यक अशा गोष्टींचा समावेश या सेवापूर्व प्रशिक्षणात केलेला आहे.

विविध स्तरांवर किमान सेवापूर्व प्रशिक्षण खालीलप्रमाणे आवश्यक आहे.

1. **प्राथमिक शिक्षण :** 12 वी नंतर सरकारतर्फे संचालित डी.टि.एड. परीक्षा उत्तीर्ण करणे.
2. **माध्यमिक शिक्षण :** पदव्युत्तर मान्य विद्यापीठाची बी.एड. परीक्षा उत्तीर्ण करणे.
3. **उच्च माध्यमिक शिक्षण :** मास्टर्स डिग्रीनंतर बी.एड. किंवा डिप्लोमा इन हायर एज्युकेशन उत्तीर्ण करणे.

सेवापूर्व शिक्षक प्रशिक्षणाची उद्दिष्टे :

1. योग्य मानसशास्त्रीय व समाजशास्त्रीय पाया असलेल्या ज्ञात घटकांचा विकास करणे.
2. विद्यार्थ्यांना अध्ययन अनुभवाचे आयोजन करण्यासाठी योग्य साधनसामग्रीची व्यवस्था करण्यास शिक्षकांना सक्षम करणे.
3. विशेष गरजा असलेल्या विद्यार्थ्यांची काळजी घेण्याची पद्धती व तंत्रे माहित करून घेणे.
4. उत्सुकता, कल्पनाशक्ती व सर्जनशीलता यांचा विकास करण्यासाठी आवश्यक कौशल्य निर्माण करण्याची क्षमता विकसित करणे.
5. सामाजिक आणि भावनिक समस्या समजावून घेऊन त्याचे विश्लेषण करण्याची क्षमता विकसित करणे.
6. संपर्काची कौशल्ये विकसित करणे.
7. खेळ, क्रीडा, शारीरिक कृती आणि इतर अभ्यासपूरक उपक्रम आयोजित करण्याची क्षमता निर्माण करणे.

वरील उद्दिष्टांची पूर्ती करण्यासाठी म्हणजेच शिक्षक म्हणून यश प्राप्त करण्यासाठी सेवापूर्व प्रशिक्षण उत्तमरीत्या पूर्ण करणे गरजेचे आहे.

सेवांतर्गत प्रशिक्षण

सेवांतर्गत प्रशिक्षण म्हणजे सेवापूर्व प्रशिक्षण पूर्ण करून नोकरीच्या काळातही वेगवेगळ्या माध्यमांतून प्रशिक्षण घेणे होय.

सेवांतर्गत प्रशिक्षणाची उद्दिष्टे :

1. सेवेत असलेल्या शिक्षकांची व्यावसायिक अर्हता वाढविणे.
2. स्वयं-अध्ययन, स्व-विचार व सर्जनशीलतेला प्रोत्साहन देणे.
3. नवनवीन आधुनिक विचारप्रवाह, तंत्रे, साधनसामग्री स्वीकारण्यास मदत करणे.
4. शिकवित असलेल्या अभ्यासविषयामध्ये झालेल्या प्रगतीची जाणीव करून देणे.
5. अध्यापन क्षेत्रात होत असलेल्या संशोधनाची व तंत्रज्ञानाची ओळख करून देणे.
6. नवनवीन माध्यमांचा अध्यापनात परिणामकारकपणे वापर कसा व कोठे करावा याची जाणीव करून देणे.
7. सहकार्य, अभिवृत्ती दृष्टिकोन विकसित करून देशाच्या प्रगतीला हातभार लावण्यास मदत करणे.
8. अभ्यासक्रमातील आशय, पद्धती व मूल्यमापन तंत्रे यांच्या बदलानुरूप आवश्यक ती माहिती व कौशल्ये पुरविणे.
9. सेवापूर्व शिक्षक-प्रशिक्षणातील त्रुटी दूर करण्याचा प्रयत्न करणे.

सेवांतर्गत प्रशिक्षणाची आवश्यकता :

1. ज्ञानाच्या प्रस्फोटामुळे रोज नवनवीन ज्ञानात वाढ होत आहे. हे ज्ञान प्राप्त करण्यासाठी सेवांतर्गत प्रशिक्षणाची आवश्यकता आहे.

2. समाज हा प्रगतिशील आहे. बदल हा समाजात होत असतो. सामाजिक परिवर्तनास प्रचंड वेग प्राप्त झाला आहे. या परिवर्तनानुसार शिक्षण देण्यासाठी शिक्षकाने सतत शिकले पाहिजे. नवीन परिवर्तनामुळे नवीन मूल्ये, नवीन परंपरा, नवीन समस्या निर्माण होत आहे.

3. तंत्रज्ञानाच्या प्रचंड विकासामुळे शिक्षकास परंपरागत अध्यापन पद्धती सोडून नवीन अध्यापन पद्धतींचा स्वीकार करणे भाग आहे.

4. दूरदर्शन, रेडिओ इत्यादी आधुनिक तांत्रिक विकासाशी संबंध आल्यामुळे आधुनिक विद्यार्थी वर्ग हा अधिक प्रगल्भ, चौकस व माहिती असलेला झाला आहे.

5. सेवांतर्गत प्रशिक्षण वेगवेगळ्या पद्धतींनी व प्रकारांनी वेगवेगळ्या कालावधींसाठी वेगवेगळ्या ठिकाणी दिले जाते. हे प्रशिक्षण गटांप्रमाणे, उद्दिष्टांप्रमाणे व कार्यक्रमाप्रमाणे बदलत असते. यात क्षमता समृद्धी, घटक चाचणी, उपचारात्मक शिक्षण, कृतिसंशोधन, शाळाबाह्य मुलांसाठी शिक्षण, आशययुक्त अध्यापन, अपंग मुलांचे शिक्षण, स्वच्छ शाळा-सुंदर शाळा, स्काउट गाईड, नवोपक्रम, शारीरिक शिक्षण, शिष्यवृत्ती, मूल्यशिक्षण, सर्वसमावेशक शिक्षण, पुनर्रचित अभ्यासक्रम, अभियान, आपत्ती व्यवस्थापन, जणगणना, इत्यादींचा समावेश असतो.

सेवांतर्गत प्रशिक्षण ही आजच्या काळाची गरज असल्यामुळे या प्रशिक्षणाला जास्तीत जास्त महत्त्व देऊन योग्य पद्धतीने आयोजन केले गेल्यास त्याचा योग्य उपयोग होऊ शकेल. तंत्रविज्ञानाच्या वापराने थोड्या वेळात हे करणे शक्य आहे. प्रत्येक शिक्षकानेही आपला व्यावसायिक विकास साधण्याच्या दृष्टीने सर्व कार्यक्रमांना योग्य प्रतिसाद देऊन मिळणाऱ्या ज्ञानाचा आपल्या अध्यापनाची गुणवत्ता वाढविण्यासाठी उपयोग करून घेणे महत्त्वाचे आहे.

विशिष्ट निकषांच्या आधारे योग्य व्यक्तीची निवड करून तिची नेमणूक केली, तिच्या विकासासाठी वारंवार प्रशिक्षण योजले म्हणजे संस्थाप्रमुखांची जबाबदारी म्हणजे संस्थेतील कर्मचाऱ्यांचे/शिक्षकांचे विशिष्ट कालावधीनंतर मूल्यांकन करणे होय.

अध्यापन

अध्यापन ही एक गुंतागुंतीची संकल्पना असून तिच्या अर्थाबाबत विद्वानांत एकमत नाही. म्हणून अनेक दृष्टिकोनांतून तिचा अभ्यास करणे व विविध मते समजावून घेणे आवश्यक आहे. विद्यार्थ्यांच्या वर्तनात सुयोग्य बदल करणे म्हणजे शिक्षण होय व शिक्षण घेण्यासाठी अध्यापन हा एक आवश्यक घटक आहे असे म्हटले जाते. परंतु वर्तनात बदल घडवून आणणाऱ्या अध्यापनासारख्या अन्य क्रिया आहेत. तेव्हा सर्वांत प्रथम अध्यापन व अध्ययनसदृश क्रिया समजून घेणे आवश्यक आहे.

➢ ''अध्यापन म्हणजे अधिक परिपक्व व कमी परिपक्व व्यक्तीतील जवळचा संबंध होय. कमी परिपक्व व्यक्तीचे शिक्षण करण्यासाठी या संबंधांची रचना केली जाते.'' **- मॉरिसन हेन्री**

➢ ''अध्यापन की चार टप्पे किंवा पायऱ्या असलेली कृती होय, यात अभ्यासक्रम-नियोजन टप्पा, अधिसूचन वा अनुदेशन टप्पा, मापन टप्पा, मूल्यमापन टप्पा यांचा समावेश होतो.'' **- हाऊ व डंकन**

अध्यापनाची लक्षणे :

- अध्यापन ही त्रिमार्गी प्रक्रिया आहे. यामध्ये अध्यापक शिकविणारा व विद्यार्थी शिकणारा व अध्यापनाचा विषय या तीन बाबींची गरज असते.
- अध्यापन ही एक संप्रेषण प्रक्रिया आहे. यामध्ये एकजण माहिती, भाव, विचार, कृती दुसऱ्याकडे पोहोविण्याचा प्रयत्न करीत असतो.
- अध्यापनात शिक्षक व विद्यार्थी, विद्यार्थी व विद्यार्थी यांच्यात आंतरक्रिया होत असते.

- अध्यापन ही विशिष्ट उद्देशांनी केलेली प्रक्रिया होय.
- भाषा हे अध्यापनाचे प्रभावी माध्यम असते.
- अध्यापन ही एक सामाजिक प्रक्रिया आहे.
- अध्यापन प्रक्रिया ही एक शास्त्रीय व कलात्मक प्रक्रिया आहे.
- अध्यापनाचा उद्देश विद्यार्थ्यांची सर्वांगीण उन्नती हा असतो. सर्वांगीण उन्नतीत व्यक्तिमत्त्वाच्या ज्ञानात्मक, भावात्मक व क्रियात्मक या तीन अंगांचा समावेश होतो.
- अध्यापनामुळे अध्ययनात सुकरता येते.
- अध्यापन म्हणजे अध्ययन घडवून आणण्यासाठी केलेले संघटन आहे.
- अध्यापन हे शास्त्र व कला आहे. प्रदीर्घ संशोधनाने अध्यापनाचे काही नियम किंवा सूत्रे प्राप्त झाली आहेत. तसेच अध्यापनाची तात्त्विक बैठक व उपपत्ती उपलब्ध आहेत. त्यांचा वापर म्हणजे शास्त्र होय व व्यक्तिगत पातळीवर त्यांचा उपयोग करण्याचे कौशल्य म्हणजे कला होय.
- अध्यापन म्हणजे उद्दिष्टपूर्ण अनुभव देणे होय. यामध्ये प्रत्यक्ष व अप्रत्यक्ष अनुभवांचा समावेश होतो.
- अध्यापनात अनेक सूक्ष्म कौशल्यांचा समावेश होतो.

अध्यापन प्रक्रिया :

अध्यापन प्रक्रियेच्या प्रामुख्याने तीन अवस्था आहेत.

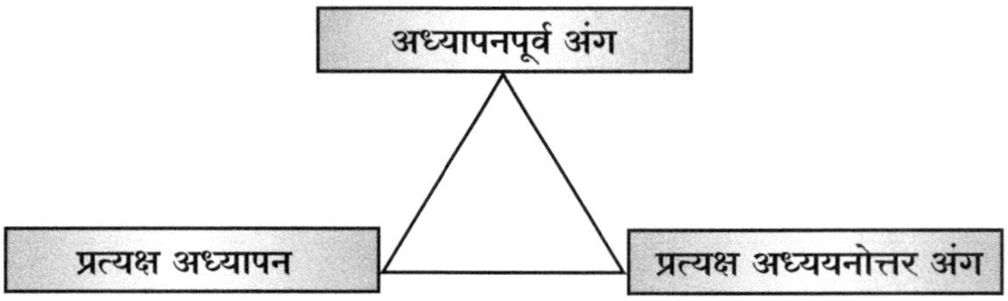

(1) **अध्यापनपूर्व अंग :** वर्गात करण्यात येणाऱ्या आंतरक्रियांच्या अगोदरचे अंग. यामध्ये शिक्षक व विद्यार्थी यांची लक्षणे, वृत्ती, व्यक्तिमत्त्व, शिक्षणाची व अध्यापनाची उद्दिष्टे, अभ्यासक्रमाची आखणी, भौतिक सोईंची उपलब्धता, साधनांची निवड इत्यादी बाबींचा समावेश होतो. यास पूर्वतयारी किंवा आदान असेही म्हणतात.

(2) **प्रत्यक्ष अध्यापन :** या अंगात वा अवस्थेत वर्गातील प्रत्यक्ष आंतरक्रियांचा समावेश होतो. या अवस्थेतच सर्वसाधारणपणे शिकविणे किंवा अध्यापन संबोधले जाते. यास प्रक्रिया अंग असेही संबोधले जाते.

(3) **प्रत्यक्ष अध्ययनोत्तर अंग :** प्रक्रियोत्तर अंगात फलित निष्पत्ती वा उत्पादनाचा विचार केला जातो.

अध्यापनाचे फलित म्हणजे अध्यापनाच्या उद्दिष्टानुसार विद्यार्थ्यांत बदल झाले आहेत किंवा नाही याची खात्री करून घेणे. वर्तनातील बदल दोन प्रकारचे असतात. तात्कालिक व दीर्घकालीन. तात्कालिक बदलात प्राप्त ज्ञानाचा व माहितीचा समावेश होतो. तर दीर्घकालीन बदलात विद्यार्थ्यांचे प्रत्यक्ष वर्तन, अभिवृत्ती, अभिरुची, सवयी इत्यादीत झालेल्या बदलांचा समावेश होतो. दीर्घकालीन बदलाचे मूल्यमापन ताबडतोब करता येत नाही.

शिक्षण : शिक्षण म्हणजे व्यक्तिमत्त्वाचा सर्वांगीण विकास. सर्वांगीण विकासात ज्ञान, आकलन, कौशल्ये, उपयोजन क्षमता, अभिरुची व अभिवृत्ती, रसग्रहण यांचा अंतर्भाव होतो. शिक्षण हे परंपरांचा स्वीकार, समाजनियंत्रण आणि समाजपरिवर्तन, सर्जनशील विधायक कार्य आणि नवसामाजिक पद्धतींचा अभ्यास करण्यासाठी अत्यंत महत्त्वाचे आहे,

म्हणून शिक्षण ही संकल्पना फक्त शाळेत जाणे, ज्ञान प्राप्त करणे, विद्यापीठ किंवा शाळेच्या परीक्षा देणे आणि प्रमाणपत्र किंवा पदवी प्राप्त करणे इथपर्यंतच मर्यादित नाही. शिक्षण ही संकुचित संकल्पना नसून ज्ञान प्राप्ती, व्यक्तिमत्त्व विकास, सामाजिक नैपुण्य, राष्ट्रीय संस्कृतीचे आणि एकात्मतेचे जतन, नैसर्गिक आणि स्वयंस्फूर्त प्रक्रिया आणि बौद्धिक व मानसिक क्षमतांचा विकास करण्यासाठी होत असल्याने शिक्षण ही संकल्पना व्यापक आहे.

- ''परिपक्व व्यक्तीने अपरिपक्व व्यक्तीच्या वैयक्तिक तसेच सामाजिक गरजा लक्षात घेऊन सूचना व शिस्तीद्वारे व्यक्तीतील शारीरिक, मानसिक, बौद्धिक, सौंदर्यात्मक, सामाजिक तसेच आध्यात्मिक शक्तीचा सुसंवादात्मक विकास साधून मोक्षप्राप्ती करण्यासाठी नियोजित केलेली पद्धतशीर योजना म्हणजे शिक्षण होय.''

  – डॉ. रेडन
- ''शिक्षण म्हणजे माणसातील जन्मजात असलेल्या शक्तींचा संतुलित विकास होय.'' **– पेस्टॅलॉजी**

ज्ञानप्राप्ती आणि शिक्षण

शिक्षण हे मनुष्याच्या जन्मसिद्ध शक्तींचा सप्रमाणात विकास करण्याचे कार्य करते. शिक्षण हे वेगवेगळ्या गुणांना आत्मसात करण्यास प्रवृत्त करत असते. शिक्षणामुळे ज्ञानप्राप्ती होऊन व्यक्तीचा विकास साध्य होतो. 'ज्ञानाचा उपयोग करून घेण्याचे कौशल्य म्हणजे शिक्षण' असे व्हाईटहेडने म्हटले आहे. ज्ञानाचे महात्म्य जरूर आहे; परंतु व्यवहारात ज्ञानापेक्षाही शहाणपणाला अधिक महत्त्व दिले जाते. कारण ज्ञानाचे उपयोजन करण्याचे कौशल्य विद्यार्थ्यांच्या अंगी आलेले नसते. ज्ञानाची उपयुक्तता हे ज्ञानाचे खरे मूल्य होय. शिक्षण हे जीवनोपयोगी असले पाहिजे.

शिक्षण हे फक्त साक्षरतेशी संबंधित नसून ती एक नैसर्गिक व एक स्वयंस्फूर्त प्रक्रिया आहे. जन्माला येणाऱ्या प्रत्येक मुलाच्या अंगी उपजत गुण असतात हे उपजत गुण विकसित करण्याचे कार्य शिक्षणामुळे होत असते. शिक्षण ही ज्ञानात्मक पातळीवर चालणारी प्रक्रिया समजली जाते. शिक्षणाचा संबंध हा ज्ञान प्राप्तीशी आहे. शिक्षणामुळे व्यक्तीच्या कल्पनाशक्तीला, निर्णायक शक्तीला तर्कशक्तीला आणि विचारशक्तीला चालना मिळते. आपल्या पूर्वजांनी ज्ञानसाधना करून ज्ञानसंपादन केले आहे त्यामुळे आधुनिक काळात शिक्षकांनी विद्यार्थ्यांमध्ये ज्ञानजिज्ञासा जागृत करून ज्ञान साधनेला व ज्ञानाच्या उपयोजनेला प्रवृत्त केले पाहिजे त्यामुळे विद्यार्थ्यांच्या ज्ञानात्मक समृद्धतेत वाढ व विकास होण्यास मदत होईल. त्यामुळे शिक्षणाचे ध्येय ज्ञानप्राप्ती, ज्ञानसंवर्धन आणि ज्ञानसमृद्धी हे आहे.

सामाजिक विकास : लोकशाही तत्त्वज्ञान, संस्कृती, सामाजिक, आर्थिक प्रवाह, औपचारिक आणि अनौपचारिक शिक्षण इत्यादींच्या माध्यमातून सामाजिक शक्तीचा विकास घडवून आणण्यासाठी शिक्षण आवश्यक आहे.

भावनिक विकास : मुलांचे संगोपन, संस्कार आणि जिव्हाळा या बाबी भावनिक विकासाशी संबंधित आहे. प्रत्येक विद्यार्थ्याला कुटुंबामध्ये भावनिक आधार प्राप्त होत असतो. भावनात्मकतेचा संबंध अकृत्रिम प्रेम, स्नेह आणि आत्मीयतेशी आहे. त्यामुळे विद्यार्थ्यांचा भावनिक विकास कुटुंबामध्येच काही प्रमाणात होतो. शालेय जीवनात त्यांच्यात सहानुभूती, प्रेम, आपुलकी, वात्सल्य इत्यादी गुणांचा विकास व्हावा म्हणून शिक्षण आवश्यक आहे.

समतोल व्यक्तिमत्त्व विकास : शिक्षणाद्वारे विद्यार्थ्यांच्या जन्मजात शक्तीचा समतोल विकास हा महत्त्वाचा मानला जातो. समतोल व्यक्तिमत्त्वामध्ये शारीरिक विकास, मानसिक विकास, सामाजिक विकास आणि नैतिक विकास महत्त्वाचा आहे. शिक्षणाची समाज विकासातील भूमिका सुसंस्कृत व जबाबदार नागरिक निर्माण करणे ही असून, त्याद्वारे राष्ट्रीय एकात्मता व भावनात्मक ऐक्य जोपासता येते म्हणूनच शिक्षणाद्वारे विद्यार्थ्यांचा व्यक्तिमत्त्व विकास होऊन ज्ञानाची पातळी उंचावते.

सहज प्रवृत्तीचे उदात्तीकरण : शिक्षणातून ज्ञानसंचय, ज्ञाननिर्मिती व विकास, ज्ञान जिज्ञासा इत्यादी प्रवृत्तींचा विकास होतो. शिक्षणाची सर्वसामान्य कार्य विचारात घेताना जन्मजात शक्तीचा विकास, संतुलित व्यक्तिमत्त्वाचा विकास

यासोबतच सहजप्रवृत्तीचे उदात्तीकरण यास महत्त्व दिले जाते. शिक्षणाद्वारे विद्यार्थी हे आत्मनिर्भर, नि:स्वार्थी, आत्मसमाधानी, चारित्र्यवान, राष्ट्रप्रेमास प्राधान्य देणारे आणि आत्मसाक्षात्कारी व्हावे अशी अपेक्षा आहे.

संस्कृती व सभ्यतेचे संरक्षण : प्रत्येक व्यक्तीला आपल्या संस्कृतीचा आदर व अभिमान असतो. त्याद्वारे आपल्या संस्कृतीचे जतन करण्याच्या दृष्टीने हे घटक प्रयत्नशील असतात. शाळा ही विविध आंतरक्रिया घडवून आणणारी सामाजिक संस्था आहे. या संस्थेमध्ये विविध संस्कृती आणि सामाजिक संस्थाविषयक माहिती, मूल्य विद्यार्थ्यांवर रुजविली जातात. त्यातूनच सामाजिक शिस्त निर्माण होण्यास मदत होते. राष्ट्रउभारणीमध्ये विविध संस्कृती आणि सांस्कृतिक मूल्ये महत्त्वाची आहेत त्या संस्कृतीवर व सभ्यतांचे संरक्षण करण्याचे कार्य शिक्षणाद्वारे होत असते.

बौद्धिक व मानसिक विकास : आईवडिलांप्रमाणेच प्रेम शिक्षकांनी आपल्या विद्यार्थ्यांवर केले तर विद्यार्थ्यांचा बौद्धिक विकास आणि मानसिक विकास सहजपणे घडून येतो. शिक्षणाची भूमिका ही विद्यार्थ्यांचे बौद्धिक विकास आणि मानसिक क्षमतेचे विकसन अशी आहे.

अस्तित्व टिकविणे : व्यक्तीचे जीवन हे घड्याळाच्या काट्याप्रमाणे फिरत असून त्यामध्ये मोठ्या प्रमाणात कृत्रिमता निर्माण झाली आहे. बदललेली कुटुंबपद्धती यामुळे पारंपरिक संस्कार, सत्प्रवृत्ती, निकोप व निर्भय जीवन, आर्थिक सुदृढता इत्यादी निकषावर आधुनिक काळातील जीवनशैली चिकित्सक पद्धतीने तपासल्यास त्यात झालेला बदल हा विचार करावयास लावेल असा आहे. म्हणून शिक्षणाची भूमिका ही वेगवेगळ्या स्तरावर निकोप वातावरण अस्तित्व टिकविणारा सुजाण नागरिक निर्माण करणे हे आहे.

सामाजिक भावनांचे पोषण : सामाजिक जीवन जगणाऱ्या व्यक्तीचा पद्धतशीर व सुसंगत विचार करताना चालीरीती, परंपरा, जीवन पद्धती आणि सामाजिक संस्थांचा अभ्यास हा सामाजिक भावनांचे पोषण करण्यासाठी उपयुक्त ठरतो. सामाजिक वातावरणाचा विद्यार्थ्यांच्या विकासावर सकारात्मक परिणाम होत असतो. सामाजिक भावनांचे पोषण करणे हे शिक्षणाचे कार्य आहे.

उपजत शक्तींचा विकास : जन्मत:च प्राप्त झालेल्या गुणांचा सुयोग्य वातावरणात सुयोग्य पद्धतीने विकास घडून आणणे म्हणजे उपजत शक्तींचा विकास होय. उपजत शक्तींच्या विकासातूनच राष्ट्रीय साधनसंपत्तीचा विकास करणारा, सांस्कृतिक वारशाची जपवणूक करणारा सुजाण नागरिक निर्माण करण्यासाठी प्रयत्न केला जातो. भारतीय शिक्षणाच्या महत्त्वामध्ये विद्यार्थ्यांच्या उपजत शक्तींचा विकास यावर भर दिलेला आहे.

शिक्षण ही संकल्पना वेगवेगळ्या उद्दिष्टांशी निगडित आहे. त्यामध्ये ज्ञानात्मक उद्दिष्ट अत्यंत महत्त्वाचे आहे. शिक्षणामुळे ज्ञान प्राप्त होते म्हणूनच सॉक्रेटिस यांनी 'Knowledge is Virtue & Virtue is Knowledge' असे म्हटले आहे. डॉ. बाबासाहेब आंबेडकर यांनी 'ज्ञान हा तिसरा डोळा' आहे असे मत व्यक्त केले. शिक्षणामुळे ज्ञान प्राप्त होते म्हणून शिक्षणाची ज्ञानात्मक उद्दिष्ट यात विद्यार्थ्यांच्या मानसिक क्षमतांचा विकास, नवनवीन ज्ञान प्राप्त करणे, ज्ञानात्मक पाया विकसित करणे व ज्ञान प्राप्ती करणे याचा समावेश आहे.

1.14 समाज

- ''नात्याने वा वर्तणुकीच्या पद्धतींनी एकत्रित बांधलेल्या व्यक्तींचा संग्रह म्हणजे समाज होय.''–**मॉरिस गिन्सबर्ग**

  "Society is a collection of individuals united by relations or modes of behavior which ward them off from others who do not enter into those relations or who differ from them in behavior."

  - Morris Ginsberg

- ''समाज हा माणसांचा समूह असतो. हा समूह बराच काळ एकत्रित राहिल्यामुळे संघटित झालेला असतो. हा समूह इतर मानवी एककांपेक्षा स्वत:स वेगळा समजत असतो व इतरांनीही वेगळे समजावे अशा अपेक्षेत नसतो.'' **- जॉन एफ. कुबेर**

  "A society may be defined as a group of people who have lived together enough long to become organized and to consider themselves and be considered as a unit more or less distinct from other human units." **- John F. Kuber**

1.15 समाजाचा व्यापक अर्थ

- समाज निर्माण होण्यास कमीत कमी दोन व्यक्तींची गरज असते.
- विविध व्यक्तींनी बराच काळ एकत्रित राहणे अपेक्षित असते.
- विविध व्यक्तींत खास प्रकारचे आंतरसंबंध निर्माण होतात. त्यामुळे मी समाजाचा घटक आहे असे त्या समाजातील प्रत्येक व्यक्तीस वाटते.
- वर्तणुकीच्या पद्धती, मूल्ये, शिष्टाचार, संस्कृती इत्यादी बाबतीत, समूहातील प्रत्येकाच्या संकल्पनेत बऱ्याच प्रमाणात एकमत असते.
- समाजातील भिन्न व्यक्ती एकमेकांवर अवलंबून असतात.
- समाजात विविधता असली तरी आंतरिक बाबतीत एकता असते.
- समाजात मूळ आधार सहकार्य होय. सहकार्याशिवाय समाज टिकू शकत नाही.
- संघकार्याबरोबरच समाजात लहान-मोठे संघर्ष सतत चालत असतात.
- व्यक्तींच्या व्यक्तिमत्त्व विकासात, सामाजिक परिस्थितीचा फार मोठा वाटा असतो.
- समाजामुळे व्यक्तींच्या जीवनात अर्थ निर्माण होतो व त्यास जीवन सुसह्य होऊ शकते.
- समाज निर्माण केल्यानंतर व्यक्तींवर काही बंधने पडतात. परंतु ही बंधने वैयक्तिक व सामाजिकदृष्ट्या आवश्यक असतात.

1.16 सामाजिक पार्श्वभूमी आणि शिक्षण

प्राप्त परिस्थितीशी यशस्वी समायोजन साधण्याचा प्रयत्न प्रत्येक मनुष्य करीत असतो व या समायोजन कार्यात तो शिक्षणाचे साहाय्य घेतो. त्यामुळे शिक्षणाचे ध्येय समायोजन हे मानले जाते. कित्येक मानसशास्त्रज्ञ सामाजिक प्रक्रियेलाच शिकण्याची क्रिया मानतात.

- "One of the basic problems of educational sociology is to determine the role of the school and other educational institutions in the social adjustment of the individual to the total cultural milieu." **- ब्राऊन**

मानसशास्त्रीय सिद्धान्तानुसार आपल्या परिसराशी व्यक्तीने किती प्रमाणात सुसंवाद प्रस्थापित केला, किती प्रमाणात परिस्थितीशी जुळवून घेतले यावर सामाजिक पार्श्वभूमी अवलंबून असते.

1.17 शिक्षणाचे सामाजिक कार्यपूर्तीचे मार्ग

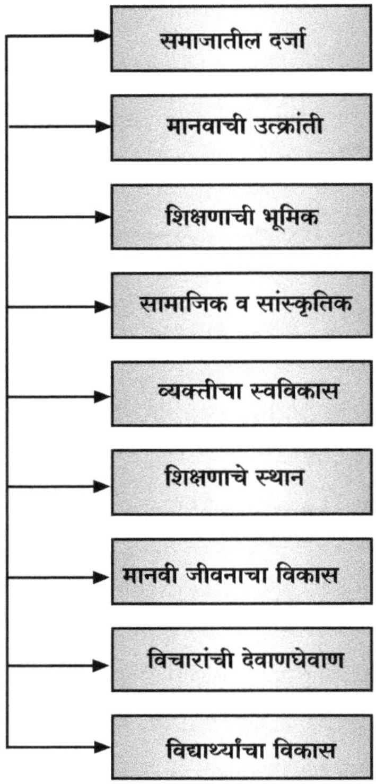

(1) समाजातील दर्जा : व्यक्ती आणि समाज यांचा संबंध अत्यंत घनिष्ठ असा आहे. व्यक्तीचा जसा समाजावर प्रभाव पडतो तसाच समाजाचा व्यक्तीवर प्रभाव पडत असतो. समाजात प्रत्येक व्यक्तीचा निरनिराळा दर्जा असतो व त्या दर्जानुसार त्याची कार्ये ठरतात. भारतीय समाजात हा दर्जा दोन पातळीवर ठरतो. एकप्रकारचा दर्जा व्यवसायानुसार व दुसरा दर्जा जन्मदत्त जातीनुसार प्राप्त होतो. व्यक्तीच्या दर्जानुसार समाजात व्यक्तीला कार्य करावे लागते. समाजाचे व्यक्तीवर नियंत्रण असते. रूढी, परंपरा, सामाजिक नीतिनियम इत्यादींचा व्यक्तीच्या जीवनशैलीवर व्यापक प्रभाव पडतो. समाजाच्या नियमांचे उल्लंघन करून मनाला वाटेल तसे मनुष्याला वागता येत नाही. समाजात राहून मनुष्याला सामाजिक आदर्शाचा अंगीकार करावा लागतो. समाजात काही लोक प्रस्थापित नियमांना विरोध करणारे असतात, तर काही परंपराप्रिय असतात. व्यक्ती व समाजाच्या अशा संघर्षामुळे व्यक्तिमत्त्व विकासात अनेक अडचणी निर्माण होतात. प्रत्येक जण आपापल्या सद्सद्विवेकाला अनुसरून या अडचणीचे निवारण करण्याचा प्रयत्न करतो.

(2) मानवाची उत्क्रांती : मानवी उत्क्रांतीच्या क्रमात वाचाशक्ती प्राप्त झाली ती फक्त मानवालाच; आणि तिच्या जोरावरच मनुष्याने निसर्गावर विजय मिळवला. भोवतालच्या सृष्टीशी झगडताना मिळालेले बरे-वाईट अनुभव भाषेत शब्दरूपाने त्याने ग्रथित केले. प्रत्येक पिढीने त्या अनुभवांची जपणूक केली आणि आपल्या अनुभवांची त्यात भर घातली. या ज्ञानभांडारात केवळ भौतिक सृष्टीचेच ज्ञान नव्हते तर मानवाच्या कौटुंबिक भावना, सामाजिक जीवनाविषयक कल्पना व ध्येये, आत्मविकासाच्या व मुक्तीच्या आकांक्षा ही सारी त्यात सामावली होती. अशा तऱ्हेने नवे-नवे अनुभव घेत, नवी नवी शारीरिक व मानसिक पराक्रमाची क्षितिजे शोधत मानव आपले जीवन समृद्ध करतो.

(3) **शिक्षणाची भूमिका :** शिक्षण एकप्रकारे व्यक्तीला घडविण्याचे कार्य करते. इतरांशी येणाऱ्या संपर्कातून व होणाऱ्या विनिमयातून इतरांचे विचार, भावना ग्रहण केली जातात. शब्द विचारक्रियेला उपयुक्त ठरतात. नवनवे विचार शिक्षणाद्वारा आत्मसात केले जातात. विचारशक्तीचे सामर्थ्य त्यामुळे वाढीस लागते. दुसऱ्या बाजूने भावीजीवनही शिक्षणाने पुष्ट होते. मानवाच्या विशेषत: नव्या पिढीच्या सहजप्रेरणांना वळण लावण्याचे, त्यांचे उन्नयन व उदात्तीकरण करण्याचे सामर्थ्य शिक्षणात आहे.

प्रत्येक व्यक्तीच्या व्यक्तिमत्त्वावर त्याच्या सामाजिक अभिवृत्तींचा व सामाजिक मूल्यांचा फार परिणाम होत असतो. अभिवृत्ती म्हणजे मनाचा कल, दृष्टिकोन, कृतीला प्रेरणा देणारी मनाची भावनाधिष्ठित बैठक. उदा., अस्पृश्यांकडे पाहण्याचा विशिष्ट दृष्टिकोन, धर्माकडे पाहण्याचा दृष्टिकोन, समता, मानवता, बंधुता अशा मूल्यांवर जर आपली निष्ठा असेल तर अस्पृश्यता, गोरगरीब, दलित या लोकांकडे पाहण्याचा आपला दृष्टिकोनही बंधुभावाचा व जिव्हाळ्याचा राहील. सामाजिक अभिवृत्ती व सामाजिक मूल्ये ही व्यक्तीला येणारा अनुभव व त्याच्यावर होणारे संस्कार आणि त्याला मिळणारे शिक्षण यांवर अवलंबून असतात. प्रत्येक संस्कृतीत वाढणाऱ्या व्यक्तीवर त्या-त्या संस्कृतीमधील विचारसरणी व रीतिरिवाजांचा परिणाम होत असल्यामुळे व्यक्तींच्या व्यक्तिमत्त्वाला वेगळे वळण देत असतात.

शिक्षण भावीविकासाला साहाय्य करणारे आहे. बुद्धीबरोबर भावनेचा विकास होणे व्यक्तिविकासाच्या दृष्टीने आवश्यक आहे. अंत:करण संवेदनक्षम असणे, इतरांच्या सत्प्रवृत्त भावनांशी समरस होता येणे, हीच सुसंस्कृतता शिक्षणामुळे सहजशक्य आहे. त्यातूनच व्यक्तिमत्त्व विकास घडून येतो.

(4) **सामाजिक व सांस्कृतिक विकास :** शाळेत केवळ अभ्यासच घेतला जातो असे नाही, तर अनेक प्रकारचे सामाजिक व सांस्कृतिक कार्यक्रमही संयोजित केले जातात. जसे - थोर पुरुषांच्या पुण्यतिथ्या, जयंत्या, स्वातंत्र्यदिन, भाषादिन, गणेशोत्सव, शारदोत्सव, संक्रांती व रक्षाबंधनासारखे सण, स्नेहसंमेलने, विविध प्रकारच्या क्रीडात्मक व कलात्मक स्पर्धा, व्याख्याने, ग्रामसफाई, पूरपीडितांस मदत, जवानांना रक्तदान असे समाजहितकारक कार्यक्रम, शालेय निवडणुका अशी कितीतरी उदाहरणे देता येतात. या कार्यक्रमांद्वारे सामाजिक व्यवहारांमध्ये सहभागी होण्याचे शिक्षण विद्यार्थ्यांना मिळते. विद्यार्थ्यांच्या अंगी असलेल्या योग्यतांची, गुणावगुणांची, कर्तृत्वाची व मर्यादांची, इतरांच्या आपल्याकडून असणाऱ्या अपेक्षांची जाणीव होत असते. समाजातील आपली भूमिका व आपला दर्जा यांची निवड करून त्या दृष्टीने विद्यार्थ्यांना प्रयत्नशील होता येते.

(5) **व्यक्तीचा स्वविकास :** समाजशास्त्रज्ञ हे व्यक्तिमत्त्वाचा विचार प्रामुख्याने सामाजिक संदर्भात करतात. 'सामाजिक विज्ञानांचा ज्ञानकोश' या ग्रंथात व्यक्तिमत्त्वाची व्याख्या, ''ज्या वर्तनवैशिष्ट्यांमुळे व्यक्तीच्या समाजातील अस्तित्वाला अर्थ निर्माण होतो व ज्यामुळे व्यक्तीचे इतर व्यक्तींपासूनचे वेगळेपण स्पष्ट होते त्या वर्तनवैशिष्ट्यांच्या समुच्चयाला व्यक्तिमत्त्व असे म्हणतात''.

Park & Burges, "Personality is the sum and organization of those traits which determine the role of the individual in the group".

यावरून असे स्पष्ट होते की, समाजशास्त्राची व्यक्तिमत्त्वाची कल्पना ही तिचे सामाजिक संबंध व सामाजिक व्यवहार यांवर आधारलेली आहे. ज्या परिस्थितीत, ज्या कौटुंबिक, शैक्षणिक, सामाजिक व सांस्कृतिक वातावरणात व्यक्ती जन्मते, वाढते व वावरते त्यांचे संस्कार तिच्यावर होत असतात, व त्यातूनच तिचे व्यक्तिमत्त्व घडत असते, आकार घेत असते.

व्यक्तीची बहुतेक गुणवैशिष्ट्ये ही सामाजिक संबंधांतून निर्माण होत असल्यामुळे त्यांना सामाजिक पार्श्वभूमी असते. व्यक्ती तितक्या प्रकृती या न्यायानुसार प्रत्येक व्यक्तीत फरक असणे अपरिहार्यच आहे.

शिक्षणाने स्व-विकासाबरोबर सामाजिक विकासही अभिप्रेत आहे. स्वत:च्या गरजा, विचार व भावना दुसऱ्याला कळवून त्याचे लक्ष स्वत:कडे वेधून घ्यावयाचे, त्याला आपल्या गरजा तृप्त करण्यासाठी प्रवृत्त करावयाचे, हा शिक्षणाचा प्रमुख उद्देश आहे. तर दुसऱ्या बाजूने इतरांचे मनोगत जाणून घेऊन त्यानुसार आपल्या विचार-वर्तनात बदल करावयाचा, हेही शिक्षणाचे कार्य आहे. अशा तऱ्हेने शिक्षण व्यक्तीचा समाजाशी संबंध प्रस्थापित करते. व्यक्तीला विचार करण्यास माध्यम म्हणून उपयोगी पडणे हे शिक्षणाचे दुसरे कार्य आहे. मानवांना होणारे ज्ञान, त्यांच्या इच्छा, आकांक्षा व संकल्प शिक्षण प्रकट करते. व्यावहारिक जीवनाच्या पातळीवर दैनंदिन जीवनाच्या गरजा पार पाडण्यासाठी औपचारिक किंवा अनौपचारिक शिक्षणाचा उपयोग प्रामुख्याने होतो.

(6) शिक्षणाचे स्थान : शिक्षण हे कौटुंबिक व सामाजिक व्यवहाराचे साधन आहे. वैयक्तिक व सामाजिक व्यवहार पार पाडण्यासाठी शिक्षण हे एक प्रभावी साधन आहे. शिक्षणाची उद्दिष्टे साध्य झाल्यावर व्यक्तीचा सामुदायिक व सांस्कृतिक जीवनाच्या अंगाने विकास होतो. समाजात वावरताना लागणारे विचारांच्या आदान-प्रदानाचे एक साधन म्हणजे शिक्षण होय.

(7) मानवी जीवनाचा विकास : मानवाने आपल्या भाव-भावना, मत, माहिती, कल्पना इत्यादींची देवाण-घेवाण करण्यासाठी विवेकतेच्या आधारे अनेक माध्यमांचा विकास केलेला आहे. ज्या वेळी मानव रानटी अवस्थेत होता त्या वेळी तो आजच्या पशू-प्राण्यांप्रमाणे आपले जीवन जगत होता. त्यामुळे तेव्हा त्याला कोणत्याही प्रकारच्या माध्यमांची आवश्यकता वाटत नव्हती. मानवी जीवनाच्या विकासातच सामाजिकीकरणाचा विकास झाल्याचे दिसून येते. दोन किंवा दोनपेक्षा अधिक व्यक्तींमध्ये माहिती, मत, विचार, कल्पना, ज्ञान, भाव-भावना यांची देवाण-घेवाण करणे हा आहे. आजचा समाज हा ज्ञानाधारित समाजाच्या दिशेने वाटचाल करीत आहे. या ज्ञानाची दोन व्यक्तींमध्ये, प्रदेशांमध्ये, देश-विदेशांमध्ये देवाण-घेवाण करण्याचे एक साधन म्हणजे शिक्षण होय.

(8) विचारांची देवाण-घेवाण : शिक्षणामुळे संप्रेषण वाढले व संप्रेषण हा मानवी संस्कृतीचा अविभाज्य घटक आहे. दैनंदिन जीवन जगताना मानवाला समाजाशिवाय जगणे शक्यच नसते. त्याच्या गरजा भागविण्यासाठी तो सहकाऱ्यांशी नेहमी काहीतरी बोलत असतो, ऐकत असतो, पाहत असतो, दैनंदिन जीवनातील अनुभव कथन करत असतो. राग, शोक, दु:ख, वेदना, तळमळ, या भावभावना आपण संप्रेषणाच्या माध्यमाने व्यक्त करतो.

(9) विद्यार्थ्यांचा विकास : विद्यार्थ्यांच्या शैक्षणिक विकासाला, सामाजिक, नैतिक व सांस्कृतिक विकासाला पोषक असे वातावरण निर्माण करण्याची जबाबदारी शाळेची असते. शैक्षणिक पर्यावरणात अभ्यासक्रम, अध्यापन पद्धती, ग्रंथालय, प्रयोगशाळा, अभ्यासपूरक वातावरण, विद्यार्थ्यांना शिक्षकांकडून मिळणारी प्रेरणा, शिक्षकांचे मार्गदर्शन इत्यादी घटकांचा समावेश होतो. शालेय समाजजीवनाशी विद्यार्थ्यांना एकरूप करविणे, आपल्या सामाजिक जबाबदारीची त्यांना जाणीव करून देणे, समाजनिष्ठा त्यांच्या मनात बाणवून सामाजिक मूल्यांचे त्यांच्यावर संस्कार करणे हे अशा सामाजिक कार्यक्रमांचे प्रमुख उद्दिष्ट असले पाहिजे.

1.18 शिक्षणाच्या माध्यमाने सामाजिक बदल

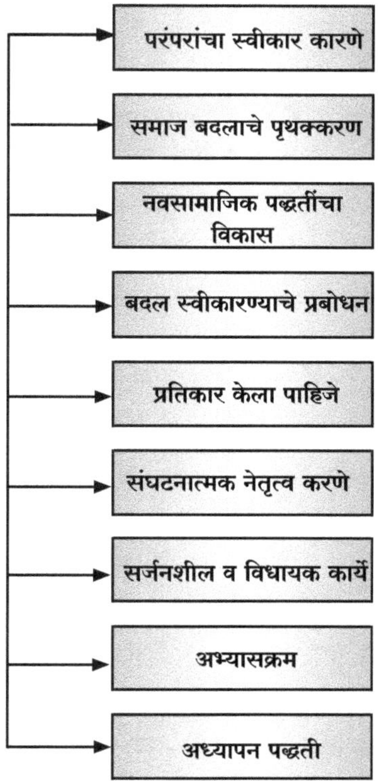

समाजात सतत बदल होत असतात. त्या बदलांमागे शिक्षण सतत दिसून येते. सामाजिक प्रक्रियेच्या कोणत्याही पैलूत बदल झाला तर त्याचा परिणाम समाजबदलात होतो. समाजात व्यक्ती व इतर घटक एकमेकांच्या संपर्कात येतात. त्यामुळे व्यक्तीच्या जीवनात सामाजिक बदलांचा चांगला अथवा वाईट परिणाम होतो. सामाजिक बदल योग्य मार्गाने स्वीकारले जावेत. त्यामधून व्यक्तिगत व सामाजिक जीवनमूल्ये साध्य व्हावीत म्हणून शिक्षणाची भूमिका महत्त्वाची ठरते.

(1) परंपरांचा स्वीकार करणे : प्रत्येक समाजाला, राष्ट्राला संस्कृती असते. ती प्राचीन काळापासून चालत आलेली असते. विविध प्रकारच्या रूढी, परंपरा, सामाजिक, नैतिक व आध्यात्मिक मूल्येही संस्कृतीतूनच निर्माण झालेली असतात. या रूढींचे, परंपरांचे व मूल्यांचे पालन सर्वसाधारणपणे समाजातील सर्व व्यक्ती करीत असतात; त्यामुळेच समाजात, समाजातील निरनिराळ्या घटकांमध्ये एकात्मता टिकून राहते, समाजाचे सातत्य कायम राहते. म्हणून शिक्षणाद्वारे परंपरागत मूल्यांचे संस्कार करणे आवश्यक ठरते. घर, समाजातील वातावरण, सामाजिक संस्था यांमधून हे संक्रमण होत असतेच; परंतु ते प्रामुख्याने नकळत व अनुकरणद्वारा. परंतु नकळत होणारे हे अनुकरण पुरेसे नसते. म्हणून प्रयत्नपूर्वक प्रक्रियांद्वाराही मुलांवर संस्कार करावे लागतात. हे कार्य शिक्षणाचे किंवा शिक्षणसंस्थांचे होय. काळानुसार झालेला बदल व त्या बदलाचा स्वीकार हे व्यापक धोरण स्वीकारणे आवश्यक आहे. आपल्या संस्कृतींचा आत्मा गमावून बसणार नाही याची खबरदारी घेऊन हा सांस्कृतिक वारसा नवपिढीपर्यंत पोहोचविण्याची जबाबदारी शिक्षणालाच पार पाडायची आहे.

(2) समाजबदलाचे पृथक्करण करणे : सामाजिक बदल कोणत्या स्वरूपाचा आहे, त्याचा परिणाम समाजघटकावर कसा होणार आहे, त्याचे स्वरूप कसे राहणार आहे, याचा विचार शिक्षणाने करणे आवश्यक आहे. त्यासाठी सामाजिक प्रगतीचा अभ्यास करून पृथक्करण करणे आवश्यक आहे. सत्य - असत्य समजावून दिले पाहिजे.

(3) नवसामाजिक पद्धतींचा विकास : जीवन हे गतिमान आहे. त्यात सतत बदल घडून येत आहेत. वैज्ञानिक व औद्योगिक क्रांतीचा आपल्या जीवनावर फार मोठा परिणाम झाला आहे. त्यामुळे आपल्या जीवनपद्धतींमध्ये परिवर्तन करणे आवश्यक होऊन बसले आहे. जीवनाच्या सर्वच क्षेत्रांमध्ये कालमानाला अनुरूप बदलत्या जीवनपद्धतीला आवश्यक अशा नव्या परंपरा निर्माण करणे, नवे पायंडे पाडणे, नव्या मूल्यांची निर्मिती करणे हे आपले आद्य कर्तव्य आहे व असे केले तरच समाजाची व राष्ट्राची प्रगती होऊ शकेल. स्वातंत्र्योत्तर काळात लोकशाही, समाजवाद, निधर्मी राज्यव्यवस्था व जीवनविषयक तत्त्वज्ञान व त्यांना परिपोषक अशी स्वातंत्र्य, समता, बंधुता, न्याय इत्यादी जीवनमूल्ये यांना आम्ही घटनेनुसार वचनबद्ध झालो आहोत. म्हणजेच नव्या निष्ठा भावी नागरिकांच्या मनात निर्माण करणे, नव्या समाजरचनेला अनुकूल अशा सवयी व अभिवृत्तींचे संस्कार त्यांच्या मनावर करणे, नवे वर्तनप्रकार त्यांच्या जीवनात रुजविणे हे महत्त्वाचे कार्य शिक्षणाद्वारेच शक्य होणार आहे.

(4) बदल स्वीकारण्याने प्रबोधन : बदल उपयोगी व समाज परिवर्तनास चालना देणारा असेल तर तो स्वीकारावा म्हणून प्रबोधन केले पाहिजे. सामाजिक बदलांचे स्वरूप लक्षात घेऊन जरूर तर अभ्यासवर्ग भरवून प्रचार केला पाहिजे. अभ्यासक्रम आखून शिक्षण दिले पाहिजे. त्यासाठी शासन व शिक्षणसंस्थांनी सक्रिय भाग घेतला पाहिजे.

(5) प्रतिकार केला पाहिजे : जर सामाजिक बदल व्यक्तीला, समाजाला घातक असेल तर प्रतिकार करण्यासाठी सर्वांनी एकत्र येऊन योजना आखून प्रतिकाराचे शिक्षण दिले पाहिजे.

(6) संघटनात्मक नेतृत्व करणे : शिक्षणाच्या माध्यमातून संघटना स्थापून नेतृत्व उभे करण्याची गरज आहे. तरुणांना समाजसेवेचे धडे देऊन लोकसेवक तयार करण्याची गरज आहे. सामाजिक बदलाला योग्य वळण देऊन विधायक कामासाठी त्याचा उपयोग करण्यासाठी शिक्षण हे फार मोठे माध्यम आहे.

(7) सर्जनशील व विधायक कार्ये : समाजबदलाला अनुकूल असे बदल जर व्यक्तीमध्ये घडवून आणायचे असतील तर त्यासाठी नव्या शिक्षणपद्धतीची आवश्यकता आहे. नवे आदेश, नवी ध्येये व नवी मूल्ये यांची निर्मिती करण्याची गरज आहे. हेच शिक्षणाचे सर्जनशील व विधायक कार्य. नवसमाजनिर्मितीच्या दृष्टीने हे कार्य अत्यंत महत्त्वाचे आहे. सामान्य माणसे अनुकरणशील असतात. सामाजिक परिवर्तनाशी जुळवून घेणे हेच त्यांचे जीवनध्येय असते. परंतु परिवर्तनाची दिशा निश्चित करून तशा प्रकारे परिवर्तन घडवून आणण्यात पुढाकार घेण्यासाठी नेतृत्वाची आवश्यकता असते. असे विधायक नेतृत्व निर्माण करून जीवनाच्या निरनिराळ्या क्षेत्रांमध्ये त्याचा पुरवठा करण्याचे कार्यही शिक्षणालाच करावे लागणार.

(8) अभ्यासक्रम : ध्येयांच्या विचारांसोबत अभ्यासक्रमाचाही विचार ओघानेच येतो. कारण ध्येये व उद्दिष्टे यांची पूर्ती अभ्यासक्रमातूनच होत असते. ब्राउनच्या मते, ''अभ्यासक्रम म्हणजे केवळ क्रमिक पुस्तके, विषयांश किंवा पाठ्यक्रम नसून त्यापेक्षा अधिक काहीतरी. एखाद्या अखंड वाहणाऱ्या प्रवाहाप्रमाणे शाळेतून दरवर्षी बाहेर पडणाऱ्या विद्यार्थ्यांच्या वर्तनात बदल घडवून आणण्यासाठी शिक्षकाला किंवा प्रशासकाला प्राप्त झालेली संपूर्ण परिस्थिती'. पेनच्या मते, 'विद्यार्थ्यांच्या वर्तनात बदल घडवून त्यांच्या व्यक्तिमत्त्वाचा विकास करण्यासाठी जाणीवपूर्वक संयोजित केलेली व निवडलेली संपूर्ण परिस्थिती म्हणजेच शाळेचा अभ्यासक्रम''.

सामाजिक बदल अभ्यासक्रमाच्या माध्यमाने :

(अ) विद्यार्थ्यांच्या केवळ तात्कालिक गरजा व आवडीनिवडी यांच्याशी निगडित नसावा, तर त्याला समाजमूल्यांचे अधिष्ठान असावे.

(ब) व्यक्तीच्या वर्तनात ताबडतोब बदल घडवून आणण्यावर भर न देता भविष्याभिमुख समाजपरिवर्तनावर लक्ष केंद्रित करावे.

(क) आजचा विद्यार्थी हा उद्याचा प्रौढ नागरिक होणार आहे हे लक्षात घेऊन त्या दृष्टीने त्याच्यावर संस्कार करण्याची सोय अभ्यासक्रमात असावी.

(ड) अभ्यासक्रम हा गतिमान असावा, लवचीक व परिवर्तनशील असावा. समाजाने निश्चित केलेल्या उद्दिष्टांच्या सिद्धीप्रत नेणारा असावा. तो समाजसुधारणेचे साधन बनावा.

(इ) अभ्यासक्रमातील बदल हा हळूहळू व्हावा. संस्कृती संक्रमण हे आपले ध्येय असल्यामुळे सांस्कृतिक मूल्ये त्यात प्रतिबिंबित व्हावीत. परंतु जुन्या मूल्यांना धक्का न लावता नवी मूल्येही कौशल्याने संक्रमित करावीत.

(ई) अभ्यासक्रम हा तज्ज्ञ, विद्यार्थी, शिक्षक, प्रशासक व पालक या सर्व घटकांच्या सहकार्याने ठरविला जावा. या प्रत्येक घटकाने अभ्यासनिर्मिती-प्रक्रियेत सहभागी होऊन आपल्या अनुभवांचा लाभ करून द्यावा.

(उ) सामाजिक गरजा व समस्या यांचा विचार अभ्यासक्रमात व्हावा. समस्यांना सामोरे जाण्याचे सामर्थ्य, समस्या सोडविण्याची पात्रता विद्यार्थ्यांमध्ये निर्माण व्हावी.

(9) अध्यापन पद्धती : समाजशास्त्रीयदृष्ट्या शिक्षण म्हणजे सामाजिकीकरण होय. पेनच्या मते, 'समाजशास्त्रीय दृष्टिकोनातून विचार करता कोणत्याही अध्यापन पद्धतीच्या योग्यायोग्यतेचे तीन निकष आहेत व ते म्हणजे -

(अ) शाळेत - वर्गात प्राप्त केलेल्या ज्ञानाचा व कौशल्यांचा उपयोग व्यक्तीला सामाजिक समायोजन साधण्यासाठी करता आला पाहिजे.

(ब) अध्यापन करताना वर्गबाह्य सामाजिक वर्तनाचा विचार करून त्यावर भर दिला पाहिजे.

(क) सामाजिक समायोजन क्षमता वाढविण्यासाठी सामाजिक जीवनात प्रचलित असलेल्या समाजशक्तींचा अध्यापन पद्धतीत उपयोग करून घेता आला पाहिजे.

➢ "School is a social institution, education being a social process." **- John Dewey**

असे प्रतिपादन करून जीवनसदृश व सामाजिक कार्यक्रमांच्या माध्यमांतून शिकवण्यावर भर दिला आहे. एकूण समाजशास्त्रीय शैक्षणिक उद्दिष्टे साध्य होण्याच्या दृष्टीने प्रकल्प पद्धती, गटचर्चा पद्धती, चर्चासत्रे, कृतिसत्र, सामाजिक कार्यक्रम इत्यादी सामूहिक पद्धतीही उपयुक्त ठरतात.

1.19 संस्कृती

भारतीय समाजात संस्कृती शब्दाला अनन्यसाधारण असे महत्त्व आहे. भारताला मिळालेला प्राचीन इतिहासाचा वारसा यात संस्कृती व त्याचा विकास याला महत्त्व प्राप्त आहे. इतर देशांच्या तुलनेत भारतीय संस्कृती वैविध्यपूर्ण अशी आहे. अनेक जात, धर्म व पंथ यांचा मिलाप किंवा संगम म्हणजे भारतीय संस्कृती होय.

संस्कृती हा शब्द स-म्यक् चांगले व कृ म्हणजे करणे या दोन मूळ शब्दांपासून बनला आहे. चांगल्या शिष्टाचारपूर्वक वर्तनावरून व्यक्तीची सांस्कृतिक बैठक कळते. संस्कृती ही एक सर्वसमावेशक कल्पना आहे. त्यामध्ये आपण जे खातो-पितो, पोशाख करतो, राहतो यापासून ते आपली विविध प्रकारची मूल्ये, आध्यात्मिक वारसा इथपर्यंत सर्व बाबींचा समावेश होतो. थोडक्यात, आपण आंतरिक व बाह्य बाबतीत जसे असतो तशी आपली संस्कृती मानली जाते.

सं = सम्यक, स्कृ = कृती, यावरून चांगले करण्याची प्रक्रिया किंवा कृती म्हणजे संस्कृती.

➢ ''संस्कृती म्हणजे सत्कृत्यांची परंपरा.'' **- विनोबा भावे**

➢ ''सद्गुणांची वृद्धी व दुर्गुणांचा नाश करण्याच्या प्रयत्नांचा परिपाक म्हणजे संस्कृती.'' **- शंकराचार्य**

- ''आपल्या गरजा भागवताना भोवतालच्या पर्यावरणामुळे कल्पना, वृत्ती, मूल्य, सवयी निर्माण होतात आणि त्यांच्यामुळे व्यक्तिसमूहाचे जे वर्तन घडते त्यांना एकत्रितपणे 'संस्कृती' असे म्हणतात.'' **- ब्राऊन**
- "Culture is that complex whole which includes knowledge, beliefs, arts, moral, law, customs & any other capabilities & habits acquired by man as a member of society." **- E. B. Taylor**
- "All that human beings learn to do, to use, to produce, to know & to believe in social rules to which they belong". **- Whiten & Hunter**
- "Culture is that total behavior pattern of the group, conditioned in part by the physical environment – both natural and man-made, but primarily by the ideas, attitudes, values and habits which have been developed by the group to meet its needs." **- Brown**
- "The fundamental basis of culture is found in the minds of men, not in the external manifestations. Ideas are the real foundations of culture." **- Merrill and Eldridge**
- "Culture is an inward state of morality." **- Kant**
- "Culture is an expression of the super – ego." **- Freud**
- ''समाजात व्यक्तींच्या मूळ गरजांचे ज्या वैशिष्ट्यपूर्ण मार्गांनी समाधान केले जाते त्यात त्याची 'संस्कृती' असते असे म्हणता येईल.'' **- मॉरिस**

क्रोबर या शास्त्रज्ञाने संस्कृतीचे तीन स्तर सुचविले आहे, ते खालीलप्रमाणे -

1. **भौतिक :** यात सर्व भौतिक साधने व वस्तू यांचा समावेश होतो.
2. **सामाजिक :** यात समाजजीवनातील आचार, व्यवहार, रूढी, परंपरा, चालीरीती यांचा समावेश होतो.
3. **आध्यात्मिक :** यात तत्त्वज्ञान, धर्म, कला, जीवनमूल्ये इत्यादींचा समावेश होतो. ही तिसरी पातळी म्हणजे खऱ्या अर्थाने संस्कृती होय.

- ''खाली दिलेल्या तीन अंगांनी सुरचित अशा जीवनाच्या जाणिवेची अभिव्यक्ती अशा रीतीने लोकांच्या संस्कृतीचे वर्णन करता येईल. • विचार, आदर्श, ऊर्ध्वगामी इच्छा, आत्म्याची महत्त्वाकांक्षा. • सर्जनात्मक स्व-अभिव्यक्ती व रसग्रहणात्मक सौंदर्यसाधना, बुद्धी व कल्पना. • लोकांच्या तत्त्वज्ञानाची व उच्च विचारांची व्यावहारिक व बाह्यरचना. म्हणजेच संस्कृतीचा संबंध माणसा-माणसाच्या मनाशी, बुद्धीशी, आत्म्याशी, त्यांच्या विचारांशी व मूल्यांशी असतो. संस्कृती म्हणजे माणसाच्या भौतिक व आध्यात्मिक अंगाची अभिव्यक्ती होय.''

- श्री. अरविंद

संस्कृतीमध्ये मानवाच्या बौद्धिक, नैतिक व आध्यात्मिक अंगांचा, मूल्यांचा किंवा उपलब्धींचा प्रामुख्याने विचार करावयास हवा. जीवनातील जड किंवा भौतिक वस्तू, साधने व संपदा हे विशेष महत्त्वाचे घटक नव्हेत. एवढेच नव्हे तर कालमानानुसार प्रचलित असलेल्या व बदलत जाणाऱ्या रूढी आणि परंपरा यांनाही अत्यंत महत्त्व देण्याची गरज नाही. जे शाश्वत आहे, सनातन आहे, श्रेष्ठ आहे, उदात्त आहे, व आदर्श आहे, तेच खरे सांस्कृतिक संचित, श्रेष्ठ तत्वज्ञान, श्रेष्ठ कला आणि साहित्य, श्रेष्ठ जीवनमूल्ये, श्रेष्ठ व्यक्तींचे जीवनादर्श हेच संस्कृतीचे सार होय. हाच प्रत्येक समाजाचा आणि राष्ट्राचा सांस्कृतिक वारसा !

1.20 संस्कृती आणि भारतीय विचार

भारत देशात संस्कृतीचा अर्थ प्रामुख्याने संस्कारांच्या पातळीवर केला गेला आहे. 'सं' म्हणजे सम्यक किंवा चांगले. 'कृ' म्हणजे करणे. चांगले करण्याची प्रक्रिया किंवा चांगली कृती म्हणजे संस्कृती.

आचार्य विनोबा भावे : संस्कृती म्हणजे सत्कृत्यांची परंपरा.

आद्य शंकराचार्य : संस्कारोहि नाम संस्कारयस्य गुणाधानेन वा स्याद् दोषापनयनेन वा.

जे-जे काही श्रेष्ठ आहे, आदर्श आहे, उदात्त आहे, पवित्र आहे, इष्ट व श्रेयस्कर आहे तेच सर्व संस्कार करण्यास योग्य आहे व अशाच संस्कार करण्यायोग्य बाबींचा, गुणांचा, मूल्यांचा, परंपरांचा, ज्ञानघटकांचा, आदर्शांचा अंतर्भाव संस्कृतीत करायला हवा. अनिष्ट, अहितकारक, अग्राह्य अशा बाबी त्यातून वर्ज्य करण्यात याव्यात. प्रत्येक देशाच्या समाजात मूळ संस्कृतीत काही दोष, काही विकृती वेळोवेळी निर्माण होऊन त्या संस्कृतीचा विशुद्ध प्रवाह दूषित करीत असतातच. तेव्हा हे दोष व विकृती वगळूनच संस्कृतीचा विचार केला पाहिजे.

1.21 संस्कृतीची वैशिष्ट्ये

1. पोशाख, खाणे-पिणे, वास्तू इत्यादी भौतिक बाबींचा समावेश होतो.
2. सामाजिक चालीरीती, परंपरा, रूढी, आचारविचार इत्यादींचा समावेश होतो.
3. तत्त्वज्ञान, धर्म, कला, नैतिक, सामाजिक व आध्यात्मिक मूल्ये यांचा यात समावेश होतो.
4. संस्कृतीच्या आध्यात्मिक अंगाशी धर्माचा निकटचा संबंध असतो.
5. चांगलेपणा, सर्वांना इष्ट, श्रेयस्कर व शाश्वत कल्याणाच्या बाबी म्हणजे संस्कृती.
6. संस्कृतीमुळे मानवाच्या सामाजिक गरजांची पूर्ती होते.
7. संस्कृतीचा वारसा एका पिढीकडून पुढच्या पिढीकडे सोपविला जातो.
8. समाजाची ध्येये व मूल्ये हा सामाजिक संस्कृतीचा अविभाज्य भाग असतो.
9. संस्कृती गतिमान असते. याचा अर्थ तिच्या काही स्तरांत बदल होतो.
10. विभिन्न समाजाची सांस्कृतिक बैठक भिन्न-भिन्न असू शकते. संस्कृतीत धार्मिक विश्वास, रूढी, धार्मिक कर्मकांडे इत्यादी बाबींचा समावेश होतो.
11. व्यक्तीच्या व्यक्तिमत्त्व विकासात सांस्कृतिक वातावरणाचा फार मोठा वाटा असतो.
12. एकाच मोठ्या समाजाची अनेक उपसमाजात विभागणी होते.
13. विभिन्नतेत एकत्व आणण्याची शक्ती संस्कृतीत असते.
14. संस्कृतीमुळे एकात्म समाजाची निर्मिती होते व समाजाच्या विविध अंगांत योग्य संतुलन निर्माण होते.

1.22 भारतातील सांस्कृतिक वर्गाचा उदय

भारत देशाची विशालता, भारतात आर्यांचे आगमन, परकीयांची आक्रमणे, भाषांतील विभिन्नता इत्यादी. परंतु या सर्व कारणांत जगातील कोणत्याही ठिकाणी अस्तित्वात नसलेली जातिव्यवस्था हे कारण महत्त्वाचे आहे. त्यामुळे भारतात विभिन्न सांस्कृतिक वर्गाचा उदय कसा झाला व तो वर्षानुवर्षे का टिकून राहिला हे समजून घेण्यासाठी जातिव्यवस्था समजून घेणे आवश्यक आहे. 'जाती' शब्द वापरलेला आढळून येतो. जन्म हा पूर्वजन्मात केलेल्या पापपुण्यावर अवलंबून असतो, या विचारांमुळे जातिसंस्था मजबूत झाली.

ऋग्वेदात जातीचा उल्लेख नाही. जातीचा सर्वांत जुना उल्लेख कात्यायन श्रौतसूत्रात आढळून येतो. आजच्या अर्थाने सर्वांत प्रथम मनुस्मृतीने जाती शब्द वापरलेला आढळून येतो. जन्म हा पूर्वजन्मात केलेल्या पापपुण्यावर अवलंबून असतो, या विचारामुळे जातिसंस्था मजबूत झाली. गौतम बुद्ध, सिद्ध, नाथपंथीय व संतांनी जातिवादाचा विरोध केला.

जाती म्हणजे एक सतत होणाऱ्या विभाजनाची क्रिया आहे. समाजाच्या एकंदर सांस्कृतिक स्वरूपामुळेच जातिसंस्था जन्मली व टिकून राहिली.

जातिव्यवस्था हे हिंदू समाजाचे एक अंग आहे. आपापल्या पारंपरिक आचारविशेषांचा वेगळेपणा दाखविणारे व परस्परांच्या शेजारी राहूनही आपल्या पारंपरिक आचारविशेषांचे उल्लंघन न करणारे असे जे हजारो सामाजिक गट भारतात हजारो वर्षांपासून अस्तित्वात आहेत.

जातिव्यवस्थेची लक्षणे

1. जातित्व स्वत:च्या इच्छेने अथवा इतर कोणत्याही मार्गाने प्राप्त होत नसून जातीतच जन्म घ्यावा लागतो.
2. विविध जातींत - परस्परांत रोटी व्यवहार, खाणे-पिणे व शुद्ध-अशुद्धता या बाबतीत पारंपरिक रूढ असलेल्या नियमांचे पालन करावे लागते.
3. प्रत्येक जात ही स्वयंपूर्ण संस्था असते.
4. जातींचा विस्तार विशिष्ट प्रदेशात होतो.
5. विशिष्ट जातींतील व्यवहार विशिष्ट भाषेत होत असतो.
6. जातीजातींमध्ये उच्चनीचतेचा भाव असतो.
7. विभिन्न जातींतील जगण्याची शैली भिन्न असते.
8. प्रत्येक जातीच्या वेगळ्या पंचायती असतात.

स्वातंत्र्यप्राप्तीनंतर भारतीय घटनेने व्यक्तीव्यक्तीतील समानता या मूल्याचा स्वीकार केला आहे. कायद्याच्या दृष्टीने व अधिकारांच्या दृष्टीने सर्व जण समान आहेत. कोणासही जातीच्या निव्वळ आधारावर श्रेष्ठत्व वा कनिष्ठत्व प्राप्त होत नाही. आधुनिकता व लोकशाही पद्धतीच्या शासनामुळेच जातिभेदास नव्या भारतात स्थान राहिले नाही. आधुनिक शिक्षणामुळेही जातिभेदाचे भेदभाव कमी झाली असली तरी भारतातील काही जनसमूहात जातिभेद पाळला जातो ही दुर्दैवाची बाब आहे. त्यात बदल करण्याचे एकमेव साधन म्हणजे जनजागृती व ही जनजागृती शिक्षणामुळेच होऊ शकते. त्यामुळे शिक्षणावर जातिभेद नष्ट करून समानता स्थापन करण्याची जबाबदारी आहे.

1.23 सांस्कृतिक विविधतेची कारणे

संस्कृतीची दोन रूपे आहेत. बाह्य रूप व आंतरिक रूप. आंतरिक रूपात मूल्यांचा समावेश होतो. ही मूल्ये बिघडली तर सांस्कृतिक विघटन होते. सामाजिक स्वास्थ्य बिघडते. संस्कृतीच्या बाह्य रूपातील बदल दृश्य असतात. या बदलांमुळे विभिन्न संस्कृती व उपसंस्कृती निर्माण होतात. त्या संस्कृतीत विभिन्नता येण्याची कारणे अनेक आहेत. त्यांच्या संयुक्तरीत्या एकत्र येण्याने सांस्कृतिक विविधतेची प्रक्रिया सुरू होते.

(1) **भाषाभिन्नत्व :** भाषा हे संस्कृतीचे प्रमुख अंग आहे. भाषेच्या विकासावर समाजाची विचार करण्याची कुवत अवलंबून असते. विचारांच्या भिन्न कुवतीमुळे सांस्कृतिक विविधतेस चालना मिळते.

(2) **भौगोलिक वातावरण :** याचा परिणाम माणसाचा पोशाख, खाण्यापिण्याच्या सवयी, राहण्याच्या पद्धती इत्यादी बाबींवर होतो.

(3) **वंश :** हे सांस्कृतिक भिन्नतेचे महत्त्वाचे कारण आहे. वेगवेगळ्या वंशांची सांस्कृतिक बैठक भिन्न असते.

(4) **धर्म :** हे संस्कृतीचे प्रमुख अंग आहे. धार्मिक भिन्नत्वाचा परिणाम सांस्कृतिक भिन्नत्वात होतो.

(5) **जात :** जातीपातीतील फरकांमुळे सांस्कृतिक विविधता येते.

(6) **शिक्षण :** शिक्षण हे सांस्कृतिक विविधतेचे प्रमुख कारण आहे.

(7) **आर्थिक स्थिती :** समाजाची आर्थिक स्थिती समाजाच्या जीवनविषयक तत्त्वज्ञानात फरक घडवून आणू शकते.

1.24 परंपरागत व आधुनिक संस्कृती

क्र.	परंपरागत संस्कृती	आधुनिक संस्कृती
1.	अविकसित देशात परंपरागत संस्कृतीचे प्रमाण अधिक असते.	प्रगत देशात आधुनिक संस्कृतीचे प्रमाण अधिक असते.
2.	दैववादावर विश्वास असतो.	प्रयत्नवादावर विश्वास असतो.
3.	मर्यादित अपेक्षा व असेल त्यात सुखी राहण्याची प्रवृत्ती असते.	स्वप्रयत्नाने अधिकाधिक प्राप्त करण्याची इच्छा व अपेक्षा असतात.
4.	साधी राहणी व उच्च विचारसरणी असते.	चंगळवादावर भर असतो.
5.	भविष्याकडे लक्ष, आध्यात्मिक मुक्ती मिळावी ही अंतिम इच्छा असते.	वर्तमानकाळावर लक्ष केंद्रित व जेवढे भोगून घेता येईल तेवढे भोगून घेण्याची प्रवृत्ती असते.
6.	भावनेस महत्त्व असते.	बुद्धीस महत्त्व असते.
7.	पोशाख व खाणे-पिणे परंपरागत पद्धतीने असते.	पोशाख व खाणे-पिणे आधुनिक पाश्चात्त्य पद्धतीने असते.
8.	संयुक्त कुटुंबपद्धती असते.	कुटुंबपद्धतीत विभिन्नता असते.
9.	पैसा हे साधन, साध्य नाही.	पैसा हे साध्य असते.
10.	स्पर्धेचा अभाव असतो.	तीव्र स्वरूपाची स्पर्धा असते.
11.	अध्यात्मावर भर असते.	इहवादावर भर असते.
12.	रूढिवादावर अंधश्रद्धा असते.	रूढी तोडण्याची प्रवृत्ती असते.
13.	इतरांच्या विचार करण्याची प्रवृत्ती असते.	मला सर्वांत पहिले स्थान ही प्रवृत्ती असते.

1.25 बहुसांस्कृतिकीकरण

बहुसांस्कृतिक समाज

ज्या समाजात भिन्न भाषिक, वांशिक, धार्मिक गट एका भूभागात राहत असतात त्या समाजाला बहुसांस्कृतिक समाज असे संबोधले जाते. वास्तवात अशा प्रकारची सांस्कृतिक भिन्नता बहुतांशी सर्वच ठिकाणी दिसून येते. बहुसांस्कृतित्वाचा सुरुवातीच्या काळात, म्हणजेच भिन्न सांस्कृतिक लोक एकत्र येण्याच्या प्रक्रियेला सुरुवात होतानाच्या दिवसात मात्र असे लोक फारतर बाजारात एकमेकांना भेटत. पण त्यांच्यात सांस्कृतिक देवाण-घेवाण फारसी होत नसे. अमेरिकेसारखा देश जिथे भिन्न देशांतील लोक वस्ती करून राहिलेले आहेत तो बहुसंस्कृतीचे एक उदाहरण म्हणून ओळखला जातो.

भारत देश बहुसंस्कृतित्वाचे एक आगळेवेगळे उदाहरण आहे. इतर देशांमधून येथे स्थायिक होऊन राहणाऱ्या लोकांचे प्रमाण अमेरिकेहून कमी असले तरी देशांतर्गत सांस्कृतिक भिन्नता, विविधता यांचे प्रमाण मोठे आहे. इथे राज्य, धर्म, वंश, भाषा अशा अनेक संस्कृती नांदत आहेत असे दिसते.

भाषा : जात व धर्म यांच्याप्रमाणेच बालपणापासून माणसावर संस्कार करणारी व त्याच्या व्यक्तिमत्त्वाला आकार देणारी भाषा ही एक प्रमुख संस्था आहे. भाषा म्हणजे मातृभाषा असा अर्थ.

भाषिक संस्कृती : प्रत्येक भाषा बोलणाऱ्या व्यक्तींचा एक समाज असतो, प्रदेश असतो व या एकभाषी समाजात खाणेपिणे, पोशाख, राहणी, माणसांचे स्वभाव व सामाजिक आणि धार्मिक रीतिरिवाज इत्यादी बाबतींत समानता आढळून येते; भाषेमुळे त्या समाजाला एकजिनसीपणा येतो, एकात्मता येते. त्या समाजाची एक वेगळी संस्कृती निर्माण होते. हिलाच प्रादेशिक संस्कृती असे म्हटले जाते.

भारतामध्ये निरनिराळ्या भाषा बोलणारे वेगवेगळे समाज आहेत व त्या प्रत्येकाला वेगवेगळे सांस्कृतिक स्वरूप प्राप्त झाले आहे. या भाषिक संस्कृती भारतीय संस्कृतीपासून वेगळ्या नाहीत. भारतीय संस्कृतीचीच ती अनेकविध रूपे होत, परंतु प्रत्येक भाषेने व ती भाषा बोलणाऱ्या समाजाने आपला वैशिष्ट्यपूर्ण रीतीने विकास करून घेतला आहे ही गोष्ट नाकारता येत नाही. प्रत्येक भाषा-समाजाच्या सांस्कृतिक पृथगात्मतेच्या आधारेच भाषिक राज्यांचा पुरस्कार करण्यात आला व भाषावार प्रांतरचना अस्तित्वातही आली.

ज्या समूहात, ज्या समाजामध्ये विविध प्रकारच्या भाषा बोलणारे, विविध पंथांचे, धर्मांचे, जातीचे लोक राहतात. विश्वास, उपासना, कला, रूढी, परंपरा, नीतिनियम, क्षमता आणि सवयी या संदर्भात या समाजामध्ये विविधता आढळते ही विविधता विविध संस्कृतींच्या रूपाने आढळते. या समाजाला बहुसांस्कृतिक समाज असे म्हणतात.

विविध भाषा बोलणाऱ्या लोकांची, विशिष्ट पद्धतीने जीवन जगणाऱ्या लोकांची एक वेगळी संस्कृती तयार होते आणि अशा अनेक संस्कृती एकत्र राहतात तेव्हा त्याला बहुसांस्कृतिक समाज असे म्हणतात.

भाषिक संस्कृतीचे संस्कार : भाषिक संस्कृतीचे संस्कार बालकावर बाल्यावस्थेपासून व घरातूनच होत असतात. मातृभाषेच्याच माध्यमातून मुलांचा मानसिक, बौद्धिक व सामाजिक विकास होतो. त्यातूनच त्याच्या आचारविचारांना वळण लागत जाते. भारतात भाषिक संस्काराप्रमाणे विविधता दिसून येते, जसे -

- **मराठी माणूस :** महाराष्ट्राच्या खडकाळ जमिनीप्रमाणेच थोडासा कठोर व तर्कट स्वभावाचा असतो.
- **गुजराथी माणूस :** व्यवहारचतुर व व्यापारी वृत्तीचा.
- **बंगाली माणूस :** भावविवश वृत्तीचा.
- **उत्तर भारतीय माणूस :** सुखासीन प्रवृत्तीचा.

म्हणजेच भौगोलिक व सामाजिक पार्श्वभूमीवर प्रत्येक प्रदेशातील माणसांच्या स्वभावधर्माचा विचार केल्यास त्यांच्या स्वभावाची वैशिष्ट्ये कळतात.

1.26 सांस्कृतिक विविधता

संपूर्ण जगात वेगवेगळ्या अंगाने संस्कृतीसंदर्भात विविधता आढळून येते. संभाषण करण्याचे प्रभावी माध्यम म्हणजे भाषा होय. भाषेला संस्कृतीत अतिशय महत्त्वाचे स्थान आहे. भारतीय राज्यघटनेने एकूण 18 भाषांना प्रमुख भाषा म्हणून मान्यता दिली आहे. त्यात इंडो-आर्यन - हिंदी, मराठी, बंगाली, गुजराती, पंजाबी, राजस्थानी, संस्कृत, आसामी, उडोया, सिंधी, काश्मिरी यांचा समावेश होतो. द्रविड - तमिळ, तेलुगू, मल्याळी, कानडी इत्यादींचा समावेश होतो. युरोपीय - इंग्रजी, पोर्तुगाल, फ्रेंच या भाषांचा समावेश होतो. परंतु भारतात 1,652 भाषा बोलल्या जातात.

धर्म : कोणत्याही देशात एकाच धर्माचे लोक वास्तव्य करीत नाहीत तर अनेक धर्माचे लोक एकत्रित एका समाजात राहताना दिसून येतात. यात ख्रिश्चन, रोमन कॅथॉलिक, इस्लाम, हिंदू, बौद्ध, शीख, ज्यू, जैन, आर्थोडॉक्स व आदिवासी अशा विविध धर्माचे, जमातींचे लोक निदर्शनास येतात. यात जगात ख्रिश्चन धर्माचे लोक जास्त प्रमाणात आहेत तर भारतात 80 ते 82% हिंदू धर्म आढळतो.

सण व उत्सव : धर्माच्या विविधतेबरोबरच प्रत्येक धर्माच्या सण व उत्सव आचरणाच्या पद्धती वेगवेगळ्या असतात.

हिंदू : गुढीपाडवा, मकरसंक्रात, दिवाळी, दसरा इत्यादी.

शीख : गुरुनानक जयंती.

ख्रिस्ती : नाताळ

इस्लाम : ईद

बौद्ध : बुद्धपौर्णिमा, आंबेडकर जयंती इत्यादी.

कला व साहित्य : लालकिल्ला, ताजमहल, अजंठा-वेरूळ, कुतुबमिनार, अशोकस्तंभ, मदुराई मीनाक्षी मंदिर, कैलास मंदिरासारख्या प्राचीन व मध्ययुगीन काळातील कलेमुळे विविध संस्कृतींची ओळख होते. रामायण, महाभारत, भगवद्‌गीता, कुराण इत्यादींमध्ये विविधता आढळते.

1.27 बहुसांस्कृतिक शिक्षणाचे अभिगम

बहुसांस्कृतिक शिक्षणात लोकशाही समाजाच्या दृष्टीने भिन्न सांस्कृतिक दृष्टिकोनांच्या शिक्षणातील समावेशाचा मूलभूत विचार यात केला जातो. अमेरिकेमध्ये यावर अधिक विस्तार झालेला आहे.

स्लिटर आणि ग्रांट (1988) यांनी बहुसंस्कृती शिक्षणाचे पाच अभिगम मांडलेले आहेत. वेगवेगळे शिक्षक या परिस्थितीला कसे सामोरे जातात त्याचे विश्लेषण करून हे अभिगम मांडण्यात आले आहेत. त्यामुळे त्यांना अनुभवाचा आधार आहे.

पहिले अभिगम : यात भिन्न संस्कृती गटातील मुलांच्या शिक्षणातील प्रवेशाला प्रोत्साहन देण्यावर भर दिला जातो. समाजाच्या मुख्य प्रवाहात त्यांना सामील करून घेण्याकरिता या प्रवाहातील लोकांना अपेक्षित असलेली कौशल्ये, ज्ञान त्यांना दिले जाते.

दुसरे अभिगम : मानवी नातेसंबंधांवर भर दिला जातो. या अभिगमात सांस्कृतिक वैविध्याची ओळख मुलांना करून दिली जाते. त्यामुळे परस्पर सामंजस्य निर्माण होईल अशी अपेक्षा केली जाते.

तिसरे अभिगम : एखाद्या गटाच्या सखोल अभ्यासाविषयी विचार करून त्या गटाच्या सामाजिक स्थानासंबंधी चिकित्सक वृत्तीने जाणीव निर्माण केली जाते.

चौथे अभिगम : यामध्ये संपूर्ण शालेय रचना बदलून प्रत्येक गटाला त्यांच्या संस्कृती वैशिष्ट्यांला योग्य अशा पद्धती, मार्ग शिकविले जातात. त्यामध्ये सहकारी अध्ययन पद्धतींचा अवलंब केला जातो. एखाद्या शाळेत तितकीशी सांस्कृतिक भिन्नता नसली तरीसुद्धा त्या शाळेत अशासारख्या पद्धतींचा अवलंब केला जातो.

पाचवे अभिगम : यात विद्यार्थ्यांना त्यांच्या जीवनाचे परीक्षण करण्याची संधी दिली जाते. स्वतःच्या शिक्षणाची जबाबदारी घेण्यासाठी, सामाजिक परिवर्तनावर परिणाम करण्यासाठी विद्यार्थ्यांना सक्षम बनविले जाते.

या सर्व अभिगमांचे एक मुख्य उद्दिष्ट बहुसंस्कृतिक शिक्षणाच्या संदर्भात ग्राह्य धरले जाते. ते म्हणजे सर्व विद्यार्थ्यांमध्ये शैक्षणिक समानता निर्माण करणे.

बहुसांस्कृतिक शिक्षणाच्या अभ्यासक्रमाच्या अभिगमांवर बँकने (1989) प्रभाव टाकला आहे. भिन्नवंशीय गट किती प्रमाणात एकात्मिक होऊ शकतात त्यावर हे अभिगम अवलंबून आहेत.

पहिला अभिगम : या अभिगमात विद्यार्थ्यांना विविध संस्कृतीची प्राथमिक ओळख करून देण्यावर लक्ष केंद्रित केले जाते.

दुसरा अभिगम : यामध्ये बहुसंस्कृती संकल्पना, दृष्टिकोन यांची विद्यार्थी परस्परांत देवाणघेवाण करतील असा अभ्यासक्रम असतो.

तिसरा अभिगम : यात विद्यार्थ्यांना अन्य संस्कृती घटकांच्या दृष्टिकोनातून बघता येईल अशी अभ्यासक्रमातील घटकांची निवड असते.

चौथा अभिगम : या सर्वांत वरच्या पातळीवरचा अभिगम विद्यार्थ्यांना विविध सामाजिक प्रश्नांसंबंधी निर्णय सोडविण्यासाठी सक्षम बनविण्यावर भर देतो.

1.28 बहुसांस्कृतित्त्वाचे विविध प्रकार

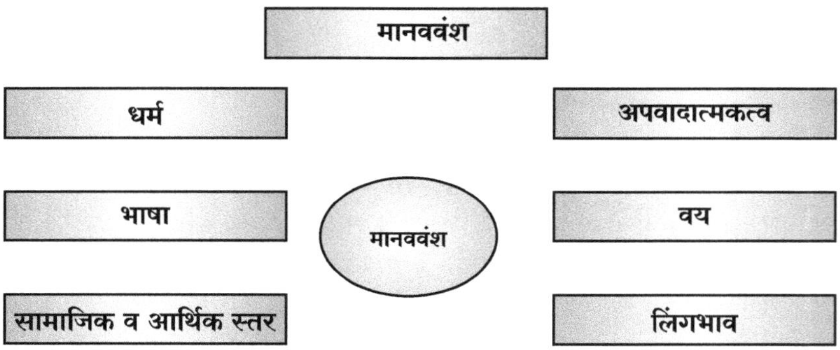

(1) मानववंश : विशिष्ट मानववंश समूह, त्यांचा भूभाग, राष्ट्रीय मूळ, अल्पसंख्याक, स्थलांतरित अशा विविध प्रकारांचा मानववंशानुसार बहुसंस्कृतित्व यामध्ये समावेश होतो.

(2) धर्म : धर्म ही जीवनपद्धती आहे. बहुतांश समाजगट त्यांच्या धार्मिक परंपरा, रीतिरिवाज, मूल्ये अशा प्रकारची संस्कृतीची जोपासना करतात. धर्मपरत्वे या संस्कृतीत फरक असतो. या भिन्नत्वामुळे धर्म हा बहुसंस्कृतित्त्वाचा एक प्रकार मानला जातो.

(3) भाषा : भाषा, बोलीभाषा, त्या भाषेतील म्हणी, वाक्प्रचार त्या भाषेतील लोकांची अभाषिक संप्रेषणाची वैशिष्ट्ये हे सर्व सांस्कृतिक भिन्नता दर्शवितात आणि भाषा हा बहुसंस्कृतित्त्वाचा आणखी एक प्रकार ठरतो.

(4) सामाजिक व आर्थिक स्तर : बहुसंस्कृतित्त्वाचा आणखी एक प्रकार म्हणजे आर्थिक व सामाजिक स्तर होय. कारण भिन्न आर्थिक सामाजिक स्तरात राहणाऱ्या लोकांची भिन्न संस्कृती असते.

(5) लिंगभाव : सर्व समाजांमध्ये स्त्री-पुरुष असमानता दिसून येते. एकाच मानववंश, धर्म, भाषा, सामाजिक, आर्थिक स्तरात राहणाऱ्या स्त्री-पुरुषांची स्थूल संस्कृती एकच असली तरी सूक्ष्म संस्कृती भिन्न असल्याने बहुसंस्कृतित्त्वाचा आणखी एक प्रकार लिंगभाव (Gender) आहे असे म्हटले जाते.

(6) **वय :** पिढीनुसार संस्कृती बदलते असे म्हणतात. याच कारणाने वय हा बहुसंस्कृतित्त्वाचा एक प्रकार ठरतो.

(7) **अपवादात्मकत्व :** बुद्धिमत्ता, शरीर सदृढता यातील अपवादात्मकत्वामुळे अशा लोकांचे एक वेगळेच विश्व उभे राहते. यात कुशाग्र, कर्णबधिर, मूक, दृष्टिदोष असणाऱ्या व्यक्ती अशा प्रकारच्या व्यक्तींचा समावेश होतो.

1.29 बहुसांस्कृतिकीकरणात जागतिकीकरण, उदारीकरण व खासगीकरणाची भूमिका

जागतिकीकरण

'सर्व विश्वची माझे घर' या तत्त्वाला अनुसरून संपूर्ण जग जागतिकीकरणामुळे जवळ आले आणि 21 व्या शतकातील शिक्षण दर्जेदार असावे असा विचार जागतिक स्तरावर केला गेला.

- "Globalization according to, the Chembers 20th Century Dictionary means, to make global, that is world wide or effecting or taking into consideration the whole world or all people."
- "Globalization means integration of economies and societies through cross country flow of information, ideas, technology, goods, services, capital, finance and people."

– Rangarajan

थोडक्यात जागतिकीकरण म्हणजे शिक्षण, संस्कृती, अर्थव्यवस्था, उत्पादन या सर्वांचे सार्वत्रिकीकरण करणे होय.

उदारीकरण

- ''मानवी मनाची सर्व तऱ्हेच्या संकुचितपणापासून मुक्तता करण्यासाठी दिले जाणारे शिक्षण म्हणजे उदारमतवादी शिक्षण होय.'' **– जॉन ड्युई**
- ''व्यक्तीला संस्कृतीचा परिचय करून देणे आणि तिचे संवर्धन करण्याची प्रवृत्ती व शक्ती तिच्या ठिकाणी निर्माण करणे हे उदारमतवादी शिक्षणाचे उद्दिष्ट असते.'' **– इ. एस. वूडवर्थ**

"Liberalisation is a political philosophy advocating personal freedom for the individual or democratic forms of government or gradual reform in political and social institutions."

- E. S. Woodworth

खासगीकरण

आर्थिक उदारीकरणाच्या ध्येयानुसार सरकारने विविध प्रकारचे आर्थिक निर्बंध हटवून आर्थिक व्यवस्था सुधारण्याचा प्रयत्न केला. याच धोरणाचा आधार घेऊन सार्वजनिक उपक्रमांमधील काही भाग खाजगी उद्योगपतींकडे सोपविण्यासाठी पाऊल उचलले जात आहे. त्यालाच 'खासगीकरण' असे संबोधन वापरण्यात येते. म्हणजेच खासगीकरण, उदारीकरण व जागतिकीकरण ही अशी प्रक्रिया आहे की ज्यामध्ये एका देशाची अर्थव्यवस्था ही संपूर्ण जगाच्या अर्थव्यवस्थेशी एकरूप करण्याची प्रक्रिया आहे. ज्यामुळे संपूर्ण विश्व एकच आर्थिक महासत्ता बनेल आणि खऱ्या अर्थाने आर्थिक लोकशाही प्रस्थापित होऊ शकेल.

1.30 बहुसांस्कृतिक विकासात सोशल मीडियाची भूमिका

बहुसांस्कृतिक विकासात सोशल मीडियाचा प्रभावही महत्त्वाचा आहे. तंत्रज्ञानाच्या प्रगतीने जग जवळ आलेले आहे. जगातील प्रत्येक घटना काही क्षणातच सर्वदूर प्रसारित होतात, ते केवळ सोशल मीडियामुळे. केवळ भारतातीलच नव्हे तर जगातील संस्कृतींची ओळख व माहिती सोशल मीडियाच्या माध्यमाने होत असते. प्रत्येक संस्कृतीची विशेषतः रीती, उत्सव व सण साजरे करण्याची पद्धती, मूल्ये इत्यादी सर्व सोशल मीडियामुळे शक्य झाले आहे. म्हणजेच बहुसांस्कृतिक विकासात सोशल मीडियाचा प्रभावही महत्त्वपूर्ण ठरलेला आहे.

1.31 बहुसांस्कृतिक विकासात शिक्षणाची भूमिका

UNESCO ने 21 व्या शतकातील शिक्षणावर विचार करण्यासाठी 'आंतरराष्ट्रीय शिक्षण आयोग' नेमला. या आयोगाने शिक्षणाचे चार आधारस्तंभ सांगितले.

Four Pillars of Learning

- Learning to know : ज्ञानासाठी शिक्षण
- Learning to do : कर्मासाठी शिक्षण
- Learning to live together : सहजीवनासाठी शिक्षण
- Learning to be : अस्तित्वासाठी शिक्षण

शिक्षण ही संकल्पना अतिशय व्यापक अशी आहे. एखाद्या मंदिरामध्ये किंवा मशिदीमध्ये गेल्यावर होणारा नकळत संस्कार. घरातील वडील-माणसांच्या अनुभवांचे व आदर्शाचे संस्कार भावी पिढीवर नकळत होतात आणि वर्तनात बदल करतात. हे सर्व संस्कार व अनुभव म्हणजे शिक्षणच आहे. म्हणजेच शिक्षण हे केवळ शाळेच्या चार भिंतीमध्ये घडते असे नाही तर ते शाळेबाहेरही घडते. राष्ट्रजीवनात राष्ट्रीय एकात्मता व भावनिक ऐक्य निर्माण करण्याचे कार्य शिक्षणालाच करावे लागते. भारत देश हा विविधतेने नटलेला देश आहे. भारतात विविध जाती, विविध धर्म, विविध प्रांत, विविध भाषा आहेत. शिक्षणाच्या माध्यमाने बहुसांस्कृतिक शिक्षण दिले जाते. शिक्षणाच्या जोरावर विविध क्षेत्रात नेतृत्व शिक्षणाने क्रांती घडवून सामाजिक, राजकीय, आर्थिक व सांस्कृतिक विकास शिक्षणाच्या माध्यमाने होतो.

1.32 बहुसांस्कृतिकीकरणात भारतीय घटनेची भूमिका

भारतीय संविधानात सामाजिक समता, सामाजिक न्याय व बंधुप्रेम ही तत्त्वे अंतर्भूत असून भारत एक सार्वभौम, समाजवादी, धर्मनिरपेक्षता व लोकशाही प्रजासत्ताक राष्ट्र म्हणून उदयास यावे आणि त्याची भरभराट व्हावी हा उदात्त हेतू भारतीय राज्यघटनेचा आहे. भारत देशात न्यायदेवतेसमोर सर्व नागरिक समान असतील. सर्वांना समानतेच्या तत्त्वाने वागविले जाईल. देशातील कोणत्याही नागरिकाला आपल्या क्षमतेनुसार आणि गुणवत्तेनुसार पद धारण करता येईल, उच्चपदी विराजमान होता येईल. प्रत्येकाला स्वत:चा विकास साधण्याची संधी मिळेल. कोणत्याही तऱ्हेचा भेदभाव न करता व्यक्तिमत्त्व विकासासाठी समान संधी उपलब्ध करून दिली जाईल.

भारतीय संस्कृतीचे रक्षण आणि संवर्धन करणे हे भारतीय राज्यघटनेचे ध्येय आहे. भारताची समाजरचना ही धर्मनिरपेक्षता व समाजवाद या तत्त्वावर आधारित असून स्वातंत्र्य, समता व बंधुता आणि न्याय ही मूल्ये जीवनमूल्ये म्हणून स्वीकारलेली आहेत. प्रत्येक व्यक्तीला स्वत:चा, समाजाचा, राष्ट्राचा विकास साधता यावा, आपल्या मनाप्रमाणे बोलणे, आचरण करणे, विहार करणे आणि सभा घेण्याचे स्वातंत्र्य घटनेने व्यक्तीला बहाल केलेले आहे. या तत्त्वांबरोबरच भारतीय राज्यघटनेने धर्मनिरपेक्षता या तत्त्वाचाही अंगीकार केलेला आहे.

1.33 बहुसांस्कृतिक समाजात शिक्षणाचे कार्य

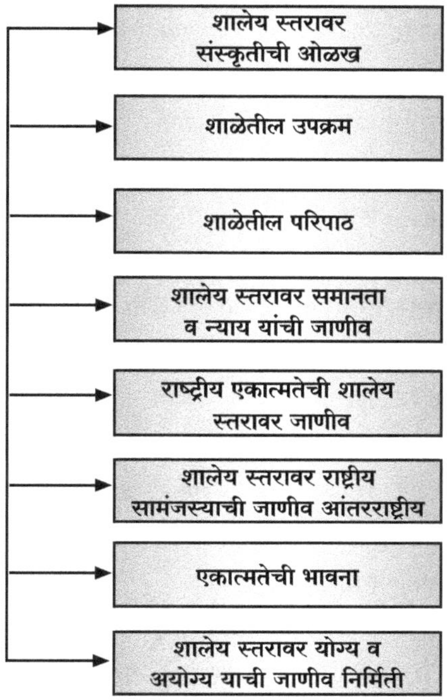

भारत हा देश बहुसांस्कृतिक म्हणून ओळखला जातो त्यामुळे संस्कृती संक्रमण हे शिक्षणाचे महत्त्वाचे कार्य आहे. संस्कृतीचा यथार्थ परिचय प्रत्येक बालकाला शालेय स्तरावरच होणे गरजेचे आहे. भारतीय सांस्कृतिक मूल्ये, भारतीय संस्कृतीविषयी आत्मीयता-आदर-अभिमान विद्यार्थ्यांच्या मनात रुजवावयास हवे. संस्कृती ही बालकाच्या व्यक्तिमत्त्वाला आकार देणारी, त्याच्या भावी जीवनावर व वैचारिक विकासावर परिणाम करणारी एक समर्थ संस्था आहे आणि म्हणूनच बालकाच्या शिक्षणावर व एकंदर विकासावर भाषावैशिष्ट्यांचे संस्कार झाल्यावाचून राहत नाहीत.

(1) शालेय स्तरावर संस्कृतीची ओळख : शालेय स्तरावर विद्यार्थ्यांना विविध संस्कृतींची ओळख होणे आवश्यक आहे. यात विविध प्रकारच्या भाषा, कला, सण, उत्सव, राहणीमान, धर्म, विवाह संस्करण पद्धती, रूढी, परंपरा, त्या-त्या समाजाचे नियम, शिक्षणपद्धती, शासनव्यवस्था, कायदे, व्यवसाय, आहार इत्यादींचा समावेश असावयास हवा. विशेषतः भाषा व समाजशास्त्र या विषयांच्या माध्यमाने शिक्षक विद्यार्थ्यांपर्यंत वरील आशय प्रभावीपणे पोहोचविण्याचे कार्य करू शकतात. तसेच शाळेत विविध उपक्रम राबविण्यात येतात. त्यात बहुसंस्कृतीसंदर्भात सहली, ऐतिहासिक स्थळांना भेटी, भौगोलिक विश्वाची माहिती देणे इत्यादींचा समावेश असावा. विद्यार्थ्यांना परिपाठाच्या माध्यमाने संस्कृती, वैश्विक व शाश्वत मूल्यांची ओळख होईल अशी परिपाठाची रचना करावी.

(2) शाळेतील उपक्रम (परिपाठ) : शाळेत विविध धर्म व पंथांचे विद्यार्थी एकत्रितपणे शिकताना दिसून येतात. शिक्षकांनी त्या विद्यार्थ्यांच्या पालकांचा सहभाग घेऊन परिपाठात पालकांना त्यांचा धर्म व त्या संदर्भात विशेष माहितीचे आदान-प्रदान करण्यास प्रेरित करावे. म्हणजे शाळा व समाज यांचा एकत्रित सहभाग होऊन विद्यार्थ्यांना माहिती योग्य प्रकारे मिळण्यास मदत होईल.

(3) शाळेतील परिपाठ : शालेय उपक्रमांमध्ये विविध सण, उत्सव साजरे करून त्यात जास्तीत जास्त विद्यार्थ्यांचा सहभाग घ्यावा. शिक्षकांनी निरीक्षकाची भूमिका घेऊन विद्यार्थ्यांना सण व उत्सव साजरे करण्याचे महत्त्व पटवून द्यावे.

(4) शालेय स्तरावर समानता व न्याय यांची जाणीव : प्रत्येक मानव हा एकसमान आहे. सर्वप्रथम मानव आहे व त्यानंतर त्याचा धर्म व पंथ याला स्थान आहे. समानता, न्याय इत्यादी तत्त्वे व धर्मातील साधर्म्य समजावून सांगावे. थोर नेते, व्यक्तिचरित्र यांचे वाचन व सांस्कृतिक आदर वाढविणारे उपक्रम साजरे करावेत.

(5) राष्ट्रीय एकात्मतेची शालेय स्तरावर जाणीव : आपण सारे एकाच राष्ट्राचे नागरिक आहोत, ही जाणीव निर्माण करणे व भाषा, पंथ, धर्म यांत राष्ट्रभक्तीची भावना निर्माण करणे, व्यापक देशहितांसाठी संकुचित, वैयक्तिक, जातीय, भाषिक, प्रांतीय स्वार्थाचा व हितसंबंधाचा त्याग करण्याची तयारी व देशांतील सर्वधर्म, जाती, प्रांतांबद्दल जिव्हाळ्याची व आत्मीयतेची भावना निर्माण करणे आवश्यक आहे व हे रुजविण्यासाठी विविधतेतून एकता कशा प्रकारे निर्माण करता येईल याबाबत विद्यार्थ्यांना मार्गदर्शन करावे.

(6) शालेय स्तरावर राष्ट्रीय व आंतरराष्ट्रीय सामंजस्याची जाणीव : शिक्षणातून राष्ट्रीय व आंतरराष्ट्रीय सामंजस्याची भावना नागरिकांत निर्माण करता येते. वेगवेगळ्या राज्यांची व देशांची एक संस्कृती आहे. यातून एकमेकांचा परिचय होतो आणि आधुनिक जीवनपद्धतीसाठी महत्त्वपूर्ण आहे.

(7) एकात्मतेची भावना : सर्व विद्यार्थ्यांना एकत्र घेऊन एकात्म असे शिक्षण देण्याचे कार्य शिक्षकास करावयाचे आहे. 'वसुधैवकुटुंबकम' ही भावना कशी रुजली जाईल याकडे शिक्षकांनी लक्ष दिले पाहिजे. सर्व विद्यार्थी माझ्या कुटुंबातीलच आहेत ही भावना रुजण्यासाठी हे विश्वची माझे घर हा विचार सतत विद्यार्थ्यांनी केला पाहिजे व यातूनच भारतीय संस्कृतीचा वारसा जपण्यास साहाय्य होणार आहे.

(8) शालेय स्तरावर योग्य व अयोग्य याची जाणीवनिर्मिती : भारतीय संस्कृती ही संयमावर उभारलेली आहे. त्यात सामर्थ्य आहे. जीवनाच्या विकासासाठी संयम आवश्यक आहे हे विद्यार्थ्यांना पटवून दिले पाहिजे. आधुनिकीकरणाच्या युगात प्रगतीबरोबरच अनेक चुकीची आकर्षणेदेखील आहेत. चांगले-वाईट, चूक-बरोबर, योग्य-अयोग्य याची ओळख व जाणीव विद्यार्थ्यांना शिक्षकांनी करून द्यावी. अभ्यासाच्या माध्यमाने प्रत्येक विद्यार्थ्याला समजले पाहिजे की, भारतीय संस्कृती म्हणजे ज्ञानयुक्त, विज्ञानयुक्त व भक्तियुक्त असे शुद्ध कर्म होय.

बहुसांस्कृतिक शिक्षण हे समाजाच्या विकासाच्या दिशेने सकारात्मक पाऊल होय. शालेय स्तरावर प्रत्येक विद्यार्थी हा दुसऱ्या विद्यार्थ्यांस आपल्या कुटुंबातील व्यक्ती समजतो, तेव्हा एकात्मता हे मूल्य आपोआप रुजते व त्याचबरोबर संवेदनशीलता, आपलेपणाची भावना, समानता, न्यायप्रियता ही भावना रुजविण्यासाठी वेगळा प्रयत्न करण्याची गरज नाही.

भारत हा आध्यात्मिक देश म्हणून ओळखला जातो. भारतात अनेकविध धर्मांचे, पंथाचे लोक राहत असले तरीसुद्धा 'आम्ही प्रथमही भारतीय व नंतरही भारतीयच आहोत' ही जाणीव आणि 'विविधतेत एकता' शिकविणारी आमची संस्कृती शिक्षणाच्या माध्यमातून विद्यार्थ्यांना समजली पाहिजे. 'एकं सद् विप्राः बहुधा वदन्ति ।' असे वेदात म्हटले आहे. हे एक सत्य म्हणजे भारतीयत्व ! धर्म जरी विविध असले तरी या सर्व धर्मांचे तत्त्वज्ञान एकच, ते म्हणजे मानवता. हे शिक्षकांनी विद्यार्थ्यांना शिकवावे. बहुसंस्कृती समाजातील शिक्षण हे समाजात सौहार्द निर्माण करण्यावर भर देते. पण हे सौहार्द निर्माण होत असताना बहुसंख्याक समाजाप्रमाणेच संपूर्ण समाज एकाच साच्यात साचेबंद व्हावा असा आग्रह धरत नाही. तर सर्व समाजघटकांची सांस्कृतिक पार्श्वभूमी, शैक्षणिक कार्यक्रम विकसित करत असताना उपयोगात आणली जाते. त्या दृष्टीने पाठ्यपुस्तकांमध्ये आशय ठरविताना, उदाहरणे देताना, प्रसंगांचे वर्णन करताना एकाच संस्कृतीवर भर दिला जात नाही. असा भर दिला गेला तर अलगतावाद वाढीला लागण्याची शक्यता असते. शिक्षकांनीसुद्धा याबाबत जागरूक राहणे आवश्यक असते. बालकाच्या सामाजिकीकरणाच्या दृष्टीने शिक्षकांनी बहुसांस्कृतिक वास्तवाचा विचार केला पाहिजे. मूल्यनिर्मिती किंवा विकसन करताना याची विशेष काळजी घ्यावी लागते.

1.34 उपक्रमावर आधारित अध्ययन- प्रकल्प पद्धती, चर्चापद्धती

प्रकल्प पद्धती

प्रकल्प म्हणजे एखादी योजना, आराखडा, समस्या सोडविण्याचा पद्धतशीर प्रयत्न व संशोधन करण्याची प्रक्रिया होय. प्रकल्प पद्धतीचा उगम अमेरिकेतील जॉन ड्युई यांच्या कार्यवादात आढळून येतो. कार्यवादाने वैचारिक तत्त्वज्ञानापेक्षा प्रत्यक्ष कृतीला महत्त्व दिले. त्यांच्या मते ज्ञान मिळविण्याचा एकमेव मार्ग म्हणजे कृती करणे होय. जॉन ड्युईचा शिष्य प्रा. डॉ. डब्ल्यू. एच. किलपॅट्रिक हा प्रकल्प पद्धतीचा जनक होय. त्यांच्या मते सामाजिक पर्यावरणात केलेली मन:पूर्वक, हेतुपूर्ण कृती व उपकरण म्हणजे 'प्रकल्प' होय. विद्यार्थ्यांच्या नवनिर्माण प्रवृत्तीला वाव देण्यासाठी ही पद्धती अत्यंत उपयुक्त आहे. या पद्धतीत विद्यार्थी वैयक्तिक अथवा गटाने एखादी समस्या किंवा शैक्षणिक कार्य हाती घेऊन समस्या सोडविण्याचा किंवा ते शैक्षणिक कार्य पद्धतशीरपणे स्वत: करण्याचा प्रयत्न करतात. 'प्रकल्प पद्धती' ही विद्यार्थ्यांना प्रत्यक्षपण कार्य करावयास लावणारी पद्धती आहे.

1.35 प्रकल्प पद्धतीची गुणवैशिष्ट्ये

प्रकल्प पद्धतीची गुणवैशिष्ट्ये

1. प्रकल्प पद्धती मानवशास्त्रीय व समाजशास्त्रीय तत्त्वांवर आधारलेली आहे.
2. प्रत्यक्ष कृतीवर आधारलेली ही पद्धती असल्यामुळे विद्यार्थ्यांना अध्ययन प्रक्रियेत गोडी वाटते.
3. विद्यार्थ्यांना प्रत्यक्ष अनुभवामुळे व्यावहारिक ज्ञान प्राप्त होते.
4. प्रत्येक विद्यार्थ्यांची क्षमता व कौशल्य लक्षात घेऊन काम करण्याची सवय लागते.
5. प्रत्यक्ष अनुभवामुळे विद्यार्थ्यांस स्वत: जबाबदारी घेऊन काम करण्याची सवय लागते.
6. या पद्धतीत अनेक विदयार्थ्यांचा सहभाग असल्यामुळे विद्यार्थ्यांत सहकार्य, सहानुभूती व सहिष्णुता निर्माण होते.
7. विद्यार्थ्यांना श्रमप्रतिष्ठेचे महत्त्व समजते.

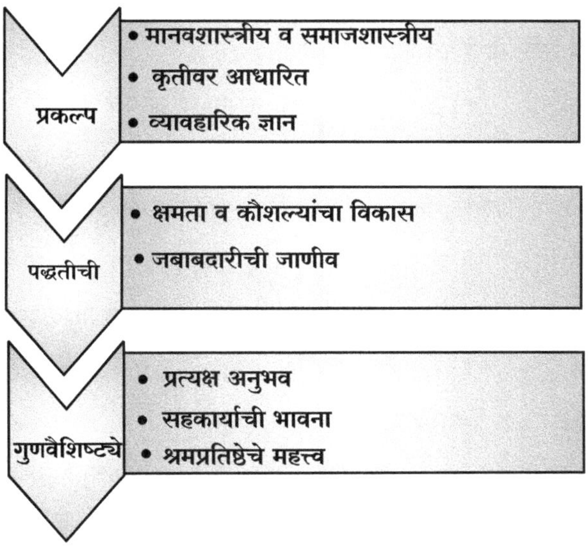

प्रकल्प म्हणजे :

1. शैक्षणिक मूल्य असलेली व निश्चित ध्येय असलेली अर्थपूर्ण कृती
2. समस्येसंदर्भात शोध आणि निराकरण
3. भौतिक वस्तूंचा वापर, हाताळणी, एक प्रक्रिया
4. पूर्णत: सुनियोजित
5. विद्यार्थी व शिक्षकांद्वारे जीवनसदृश पद्धतीचे पूर्णत्वाप्रत नेण्याची क्रिया.

प्रकल्प पद्धतीची तत्त्वे :

(1) **कृती :** शारीरिक व मानसिक कृतींचा समावेश.

(2) **हेतू :** विद्यार्थ्यांना हेतुपूर्ण व गरजेचा वाटणारा.

(3) **अनुभव :** प्रतिक्रियात्मक, मूर्त, मानसिक, भावनिक अशा विविध प्रकारचे अनुभव अभिप्रेत.

(4) **वास्तवता :** प्रत्यक्ष अनुभव आवश्यक.

(5) **स्वातंत्र्य :** प्रकल्पाशी निगडित विविध कृतींचा समावेश.

(6) **उपयुक्तता :** प्रकल्पांतर्गत केलेल्या कृती या उपयुक्त असणे महत्त्वाचे.

1.36 प्रकल्प पद्धतीचे टप्पे अथवा पायऱ्या

(1) परिस्थिती पुरविणे : ध्येयनिर्दिष्ट आणि अर्थपूर्ण अशा प्रकल्पाची रचना व त्यात रोचकता असावी. प्रकल्पाच्या माध्यमाने विद्यार्थ्यांच्या अभिरुचीला वाव मिळेल अशी परिस्थिती निर्माण करावी.

(2) प्रकल्प निवड : विद्यार्थ्यांना जाणवणाऱ्या समस्यांमधून, गरजांमधून प्रकल्प निवडला जावा. विद्यार्थ्यांनी निवडलेला विषय हा शैक्षणिक उपयुक्ततेचा असावा. स्थानिक परिस्थिती, उपलब्धता, विद्यार्थ्यांचे वय, क्षमता, आवश्यक वेळ, श्रम यांचा विचार करूनच समस्या विषय निश्चित करावी.

(3) प्रकल्पाचा आराखडा : प्रकल्पाचा विषय ठरविल्यानंतर प्रकल्पाच्या कार्यवाहीसंदर्भात एकत्र येऊन चर्चेतून आराखडा तयार करावा. प्रकल्पासाठी लागणारा वेळ, टप्पे, खर्च, श्रम, आवश्यक साधनसामग्री, संदर्भसाहित्य याविषयी नियोजन करावे. प्रत्येकास आपल्या कामाची, जबाबदारीची योग्य जाणीव करून देऊन कामाची दिशा ठरवावी.

(4) प्रकल्पाची कार्यवाही : विद्यार्थी योग्य दिशेने, गतीने काम करतात की नाही, हे पाहण्यासाठी विद्यार्थ्यांच्या कृतींचे शिक्षकाने पर्यवेक्षण करावे. आवश्यकता भासल्यास विद्यार्थ्यांच्या अडचणी दूर कराव्यात. विद्यार्थ्यांच्या कार्याचा सतत आढावा घ्यावा.

(5) प्रकल्पाचे मूल्यांकन : विद्यार्थ्यांनी आत्मपरीक्षणातून आपल्या त्रुटी, उणिवा, अपयश आणि निष्कर्ष शोधण्याचा प्रयत्न करावा. प्रकल्पाच्या माध्यमातून विद्यार्थ्यांना ज्ञान, अभिरुची, मूल्य, कौशल्ये आणि कृतीसंदर्भात झालेले बदल याबाबत शिक्षकांनी मार्गदर्शन करावे.

(6) प्रकल्पाची नोंद : नोंदीमध्ये प्रकल्पाची योजना, आराखडा, संबंधित चर्चा, कामाचे विभाजन इत्यादींचा समावेश करावा.

शिक्षकांनी केवळ कथन, कथाकथन अथवा व्याख्यान पद्धतीने अध्यापन न करता आवश्यक काही घटकांसाठी प्रकल्प पद्धतीचा वापर हा विद्यार्थ्यांच्या चौकस बुद्धी व कौशल्य विकासाच्या दृष्टीने महत्त्वपूर्ण ठरविणारा आहे. विद्यार्थी हे कायम ज्ञानलालसा असलेले असतात. योग्य दिशा व सकारात्मक मार्गदर्शन हे विद्यार्थ्यांना त्यांच्या ज्ञानाच्या कक्षा विस्तारित करण्यासाठी आवश्यक असतात. शिक्षक विद्यार्थ्यांच्या विकासातील महत्त्वपूर्ण भूमिका वठविणारे असतात, शिक्षकांनी प्रकल्प पद्धतीचा वापर करणे म्हणजे विद्यार्थ्यांचा विविध कृतींच्या माध्यमाने त्यांचा विकास होय.

1.37 चर्चापद्धती

अध्ययन प्रक्रियेमध्ये विद्यार्थ्यांचा जास्तीत जास्त सहभाग असावा. विद्यार्थ्यांना आपले विचार तर्कशुद्धरीत्या मांडता यावेत व आत्मप्रकटीकरण विकसित करता यावे, ही शिक्षण प्रक्रियेची अपेक्षा या पद्धतीने पूर्ण होते. या पद्धतीत शिक्षकांनी स्वत:च्या उपस्थितीत विद्यार्थ्यांत एखाद्या विषयावर चर्चा करण्यासाठी त्या विषयाचे संपूर्ण ज्ञान असणे आवश्यक आहे. चर्चा शिक्षकाकडून व विद्यार्थ्यांकडून घडवून आणता येते. चर्चा सफल व्हावी म्हणून पूर्वतयारी आवश्यक आहे.

चर्चेची सुरुवात विद्यार्थी किंवा शिक्षक कोणीही करू शकेल. एखादी समस्या सांगून एखादी घडलेली घटना सांगून चर्चेला सुरुवात करता येईल. चर्चेत सर्वांनी भाग घ्यावा पण चर्चा उद्देशापासून भरकटणार नाही याकडे लक्ष ठेवावे. चर्चा संपल्यानंतर त्यातून सारांश काढता आला पाहिजे. चर्चेमध्ये साधारणत: पुढील गोष्टींचा समावेश होतो.

चर्चेत समाविष्ट असणारे घटक

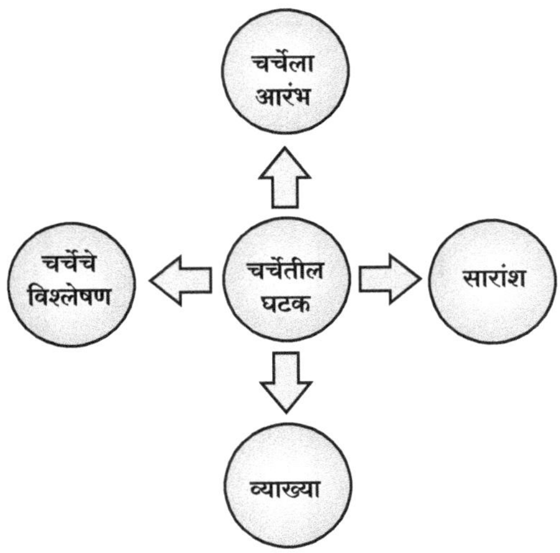

चर्चेत पूर्ण वर्ग भाग घेऊ शकतो किंवा त्या वर्गातून 4-5 विद्यार्थी घेऊन 3-4 गट तयार करता येतील. या गटांतील चर्चा पूर्ण झाल्यावर त्याचा सारांश संपूर्ण विद्यार्थ्यांसमोर सादर करावा व त्यानंतर संपूर्ण वर्ग यामध्ये भाग घेऊ शकेल.

1.38 चर्चापद्धतीची उद्दिष्टे

1. नवीन कार्यासाठी आराखडा तयार करणे.
2. ज्ञानाचे आदानप्रदान घडवून आणणे.
3. विद्यार्थ्यांना अभिव्यक्तीची संधी देणे, सवय लावणे.
4. विविध दृष्टिकोनांतून एका बाबीकडे / घटनेकडे पाहण्याची, विविध प्रकारची मते जाणून घेण्याची व त्यांचा आदर बाळगण्याची सवय लावणे.
5. एखाद्या घटकाचे योग्य आकलन होण्यास मदत करणे.
6. विद्यार्थ्यांना स्वयंअध्ययनाची सवय लावणे.
7. इतिहास विषयाबाबत त्यांची गोडी वाढविणे.
8. निर्णयक्षमता, मूल्यमापनक्षमता आणि नेतृत्वक्षमतेच्या विकासाला वाव देणे.

1.39 चर्चापद्धतीची गुणवैशिष्ट्ये

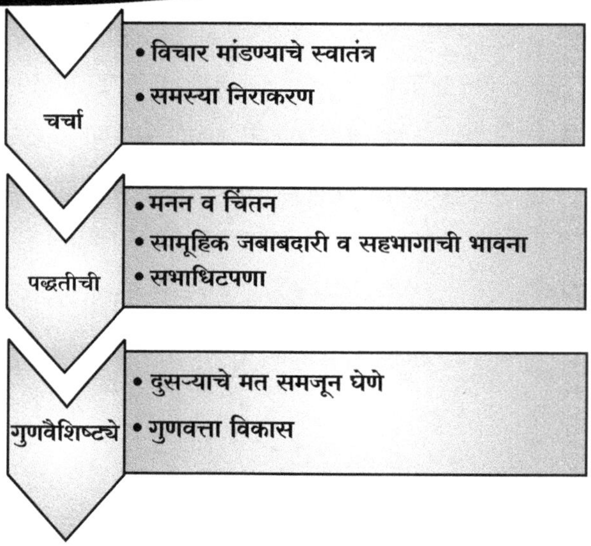

1. विद्यार्थ्यांना सुस्पष्टपणे व निर्भीडपणे आपले विचार मांडण्याचे पूर्ण स्वातंत्र्य असते.
2. विद्यार्थ्याला या चर्चेतून समस्या सोडविण्यासाठी तर्क व वितर्क करून विचारातील निष्कर्षाकडे वळण्यास वाव असतो.
3. चर्चेत भाग घेण्यापूर्वी विद्यार्थी त्या विषयाचा, समस्येचा अभ्यास करतो, त्यामुळे चिंतन, वाचन व मनन करण्याची सवय लागते.
4. चर्चेमुळे सामूहिक जबाबदारी व सहभागाची भावना निर्माण होते.
5. या पद्धतीत शिक्षकाचे बोलणे कमी असते तर विद्यार्थी जास्त बोलतात. त्यामुळे त्यांचा विकास होण्यास मदत होते व भाषा सुधारते.
6. आपले मत जसे दुसरे शांतपणे ऐकतात तसे आपल्यालाही ऐकावे लागणार आहे ही जाणीव निर्माण होते.
7. गुणवत्तावाढीस चालना मिळते.

1.40 चर्चापद्धतीचे प्रकार

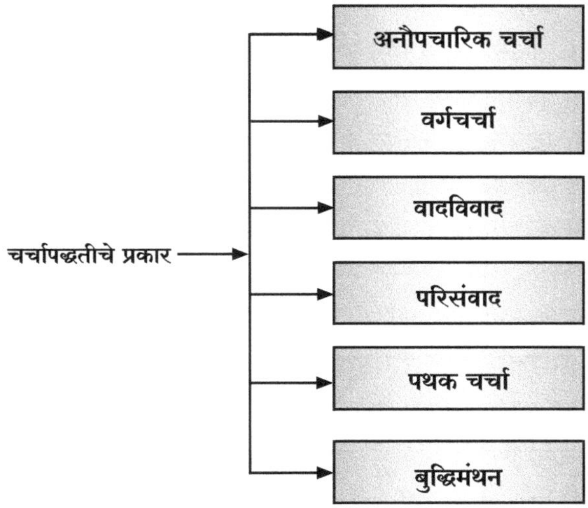

(1) अनौपचारिक चर्चा : एखाद्या विषयावर, ज्वलंत प्रश्नावर, समस्येवर अगदी सहजतेने विचारविमर्श करून केलेली चर्चा ही अनौपचारिक चर्चा होय. या चर्चेत विद्यार्थी निर्भीडपणे बोलतात व आपली मते मांडतात, प्रश्न विचारतात. वर्गतासिकांमधील कालबद्ध व नियोजनबद्ध चर्चेपेक्षा वेगळ्या प्रकारची ही चर्चा होय. अनौपचारिक चर्चेतून निष्कर्ष, अनुमान निघालाच पाहिजे असे आवश्यक नाही, तसेच चर्चेचा निश्चित असा हेतू नसतो.

(2) वर्गचर्चा : वर्गचर्चा म्हणजे औपचारिकपणे समस्येविषयी, संकल्पनेविषयी विचारांचे आदानप्रदान करणे, तसेच मत अथवा शंका व त्याबाबत प्रत्युत्तर होय. वर्गचर्चेचा निश्चित असा हेतू असतो. निश्चित निष्कर्षाप्रत जाणे येथे महत्त्वाचे असते.

(3) वादविवाद : एखाद्या विशिष्ट प्रश्नावर किंवा विषयावर आपली भिन्न-भिन्न मते मांडणे म्हणजे वादविवाद होय. आपल्या मतांचे समर्थन करण्याबरोबरच विरुद्धार्थी मतांना खोडून काढण्याचाही प्रयत्न या चर्चेत केला जातो व त्यानंतर उर्वरित वर्गास प्रश्न विचारण्यास, चर्चा करण्यास मुभा दिली जाते. या प्रकारच्या चर्चेत शिक्षक नियंत्रकाची भूमिका करतात. वादविवादाचे दिग्दर्शन करणे, दोन्ही बाजूंना मत मांडण्याची संधी देणे, वाद उद्‌भवणार नाहीत याची काळजी घेणे आणि शेवटी वादविवादातून निश्चित महत्त्वपूर्ण निकाल काढणे ही कार्ये शिक्षकाची असतात.

(4) परिसंवाद : परिसंवादामध्ये सहभागी विद्यार्थी भाषण किंवा वाचनातून विशिष्ट प्रश्न अथवा मुद्द्याबाबत त्यांचे विचार मांडतात. एकापेक्षा अधिक वक्ते आपापला दृष्टिकोन सादर करतात व त्यावर चर्चा होते.

(5) पथक चर्चा : या प्रकारात चार ते सहा व्यक्तींचा गट असतो, ते विशिष्ट विषयांच्या संदर्भात क्रमाने आपली मते मांडतात. ही मते चर्चेच्या स्वरूपात असतात. उपस्थित प्रेक्षक प्रश्न विचारतात व पथकातील व्यक्ती उत्तरे देतात. शेवटी प्रमुख चर्चेचा सारांश करतात.

(6) बुद्धिमंथन : विशिष्ट विषयाबाबत विद्यार्थ्यांच्या मनात कल्पनांचे वादळ निर्माण करण्यासाठी आणि विचार व्यक्त करण्यासाठी विद्यार्थ्यांची बुद्धी उद्दीपित केली जाते. विद्यार्थी जी मते मांडतात, जे विचार व्यक्त करतात ते योग्य आहेत किंवा उपयुक्त, अर्थपूर्ण आहेत की नाहीत याची दखल घेतली जात नाही. जर बुद्धीला कोणतेही सामाजिक बंधन न घालता अशा प्रकारे विचार व्यक्त करण्याची संधी दिली तर त्यातून अत्यंत उपयुक्त, व्यवहार्य अशाही काही सूचना, विचार प्राप्त होतात. शेवटी योग्य विचार, कल्पना व सूचनांच्या माध्यमाने विद्यार्थ्यांना पटवून दिल्या जातात.

1.41 भारतीय संविधान

भारतीय संविधानाच्या प्रस्तावनेत सर्व नागरिकांना न्याय, स्वातंत्र्य, समता आणि बंधुता व समान सन्मान देण्याचे अभिवचन देण्यात आले आहे. प्रस्तावनेप्रमाणेच नागरिकांना अंतिम अधिकार देण्याबाबत तरतुदी करण्यात आल्या आहेत. भारतीय संविधानाची प्रस्तावना किंवा उद्घोषिका यात 'आम्ही, भारताचे लोक, भारताचे एक सार्वभौम समाजवादी धर्मनिरपेक्ष लोकशाही गणराज्य घडविण्याचा व त्याच्या सर्व नागरिकांस सामाजिक, आर्थिक व राजनैतिक न्याय, विचार, अभिव्यक्ती, विश्वास, श्रद्धा व उपासना यांचे स्वातंत्र्य, दर्जाची व संधीची समानता होय. निश्चितपणे प्राप्त करून देण्याचा आणि त्या सर्वांमध्ये व्यक्तीची प्रतिष्ठा व राष्ट्राची एकता आणि एकात्मता यांचे आश्वासन देणारी बंधुता प्रवर्धित करण्याचा संकल्पपूर्वक निर्धार करून, आमच्या संविधान सभेस आज दिनांक 26 नोव्हेंबर, 1949 रोजी याद्वारे हे संविधान अंगीकृत आणि अधिनियमित करून स्वत: प्रत अर्पण करत आहोत.'

भारतीय संविधानाच्या प्रास्ताविकेत अंतर्भूत असणारे घटक :

- भारताचे सार्वभौम, समाजवादी, धर्मनिरपेक्ष, लोकशाही गणराज्य घडविण्याचे वचन देण्यात आले.
- भारतीय नागरिकांना सामाजिक, आर्थिक व राजकीय न्याय देण्याचे मान्य करण्यात आले.
- भारतीय नागरिकांना विचार, अभिव्यक्ती, विश्वास, श्रद्धा आणि उपासना करण्याचे स्वातंत्र्य देण्यात आले.
- भारतीय नागरिकांना दर्जा व संधीची समानता देताना कायद्यापुढे सर्वच व्यक्ती समान असतील असे वचन देण्यात आले.
- भारतीय नागरिकांमध्ये प्रतिष्ठा, राष्ट्राची एकता आणि एकात्मता अखंडित ठेवून बंधुभाव जोपासण्याचा संकल्पपूर्वक निर्धार करण्यात आला आहे.

भारतीय संविधानाची प्रास्ताविका ही भारतीय संविधानाचा आत्मा आहे. भारतीय संविधान समितीने भारतीय गणराज्याची जुळवणूक ही काळजीपूर्वक केलेली दिसून येते.

भारतीय नागरिकाचे मूलभूत अधिकार

शिक्षणविषयक ध्येय साध्य करताना इतर तरतुदींचाही अभ्यास महत्त्वाचा ठरतो. भारतीय संविधानातील विविध विषयानुरूप असलेल्या तरतुदी विचारात घेणे आवश्यक आहे. संविधानातील समानता व समान संधी विषयीचा पाया या तरतुदीमध्ये आढळून येतो. देशातील सर्व घटकांचे व्यवस्थापन व समन्वय प्रस्थापित करण्यासाठी संविधान हा सर्वोच्च कायदा मानला जातो.

(1) लोकशाही गणतंत्र : लोकांनी लोकांच्या हितासाठी निवडलेल्या प्रतिनिधींमार्फत निश्चित कालावधीसाठी शासन चालवणे हा लोकशाहीचा मुख्य उद्देश आहे. लोकशाहीमध्ये आजन्म किंवा वंशपरंपरेने राज्यकारभार करता येत नाही, तर कोणत्याही राज्यकर्त्यास लोकांचा पाठिंबा असल्याशिवाय राज्यकर्ता म्हणून कार्यरत होता येत नाही. भारतीय राज्यघटनेने भारतातील सर्व नागरिकांना मतदानाचा समान अधिकार प्रदान केला आहे.

(2) समानता : व्यक्ती-व्यक्तींमध्ये धर्म, जाती, इत्यादी कोणत्याही कारणांवरून कोणत्याही प्रकारचा भेदभाव निर्माण होऊ नये, तसेच कोणी उच्च, कोणी क्षूद्र असे मानले जाऊ नये, या उद्देशाने भारतीय संविधानाने समानतेचा हक्क प्रदान केला आहे.

(3) नागरिकांचे स्वातंत्र्य : भारतात प्रत्येक नागरिकास विचारांचा स्वीकार व प्रसार करणे याचे स्वातंत्र्य देण्यात आले आहे. तसेच भारत देशात विविध धर्माचे लोक राहतात व त्यांना आपल्या धर्माचे पालन करता यावे, असे स्वतंत्र्य भारतीय संविधानात अंतर्भूत करण्यात आले आहे.

(4) बंधुत्व : सर्व धर्मानुसार नागरिकांनी एकमेकांसोबत बंधुत्वाच्या भावनेने राहावे व आपण सर्व भारतीय नागरिक आहोत या नात्याने आत्मीयता निर्माण होणे आवश्यक आहे. भारतीय नागरिकांमध्ये एकमेकांप्रती प्रेम व विश्वास असावा आणि सर्वांमध्ये एकता नांदावी या उद्देशाने घटनेत बंधुत्वाचा समावेश करण्यात आलेला आहे.

(5) न्याय : प्रस्तावनेमध्ये करण्यात आलेल्या उल्लेखानुसार सर्वांना राजकीय, आर्थिक आणि सामाजिक न्याय उपलब्ध करून देणे घटनेचा प्रमुख उद्देश आहे. सामाजिकदृष्ट्या सर्व स्तरातील विशेषत: मागासवर्गीय व वंचित घटकांना प्रगतीचा मार्ग उपलब्ध झाला पाहिजे, हा घटनेचा उद्देश आहे.

(6) धर्मनिरपेक्ष राज्य : आपल्या देशाची शासनव्यवस्था घटनेनुसार चालते. आपल्या देशाचे अधिकार आणि पद सर्व धर्माच्या नागरिकांसाठी खुले आहेत.

1.42 मूल्ये

मूल्ये म्हणजे ज्याला आपण चांगले समजतो असे काहीतरी. उदाहरणार्थ प्रेम, दयाळूपणा, समाधान, गंमत, प्रामाणिकपणा, सभ्यता, आराम व साधेपणा.

➢ ''अभिसंधान, अध्ययन व सामाजिकीकरणामुळे आत्मगत झालेल्या व वैयक्तिक पसंती, दर्जा व अपेक्षा प्राप्त झालेल्या समाजमान्य इच्छा व ध्येये म्हणजे मूल्ये होत.'' **– मुखर्जी आर. के.**

➢ ''अनुभवांतून वर्तनाबाबत सर्वसामान्य मार्गदर्शक तत्त्वे प्राप्त होऊ शकतात. ही मार्गदर्शक तत्त्वे जीवनाला दिशा दाखवू शकतात व त्यांनाच मूल्ये असे म्हणता येईल.'' **– राथस, हरमिन व सायमन**

मूल्य म्हणजे :

- मूल्य म्हणजे पसंती. ही पसंती एखादे तत्त्व, वस्तू वा अन्य बाबतींतही असू शकेल.
- मूल्य व्यक्तिगत वा वस्तुगत असू शकते.
- मूल्यांचा विकास व्यक्तिगत अनुभव वा अध्ययन वा अभिसंधनाने होतो.
- मूल्यांमुळे वर्तनाला दिशा मिळते.
- मूल्याधिष्ठित निर्णय वा वर्तन व्यक्तीच्या वा समाजाच्या अंतिम कल्याणाच्या दृष्टीने चांगले असते.
- मूल्यांचा संबंध मानवातील उच्च अंशाशी असतो.
- मूल्ये जीवनाच्या विविध अंगांसाठी : अर्थव्यवस्था, राजनीती, धर्म, संस्कृती इत्यादी निकष पुरवितात.
- मूल्याधिष्ठित वर्तन वांछनीय व नैतिक असते.
- मूल्यांचा संबंध नीतिमत्तेशी असतो.
- मूल्यांमुळे मनुष्याच्या वर्तनाला तात्त्विक आधार मिळतो.

1.43 मूल्यांची आवश्यकता

वैयक्तिक व सामाजिक दृष्टीने मूल्यशिक्षण आवश्यक आहे. 'व्यक्तित्त्वाचा संपूर्ण विकास' असे शिक्षणाचे उद्दिष्ट सांगितले जाते. मूल्याधिष्ठित वर्तन हे व्यक्तिमत्त्वाचे प्रमुख अंग आहे. मूल्यांमुळे वर्तनाला विशिष्ट दिशा लाभते, वर्तनाला तात्त्विक बैठक लाभते. मानसिक संघर्षाच्या वेळी कोणता निर्णय घ्यावा याचे उत्तर मूल्यांमुळे मिळते. मूल्याधिष्ठित वर्तनामुळे व्यक्ती अंतिमदृष्ट्या समाधानी होते.

मूल्यांमुळे सामाजिक स्वास्थ्य निर्माण होते. सामाजिक व्यवहारात विश्वासाची भावना निर्माण होते. सहकार्य, प्रेम, ऋजुता या मूल्यांमुळे सामाजिक संघर्ष कमी होण्यास मदत होते. मूल्यांमुळे सामाजिक विकासास हातभार लागतो. सांस्कृतिकदृष्ट्या विविधता असलेल्या देशात व विभिन्न देशांत एकात्मतेची भावना निर्माण होते.

भारतीय संविधान

'संविधान' हा देशाचा मूलभूत कायदा होय. इतर सर्व कायदे संविधानापेक्षा दुय्यम आहेत. संविधान हे शासन चालविण्याचे साधन आहे. संविधानाच्या चौकटीत शासनाचे सर्व घटक कार्य करतात. देशातील संविधानात शासन आणि नागरिक यातील संबंधांचे स्वरूप निश्चित केले जाते. नागरिकांच्या आपापसातील संबंधांचे स्वरूपही संविधानात स्पष्ट असते. संविधान शासनाला सत्ता प्राप्त करून देते आणि त्याचबरोबर सत्तेच्या मर्यादाही निश्चित करते. नागरिकांच्या हक्कांचा आणि कर्तव्यांचा समावेशही संविधानात असतो.

भारताचे संविधान तयार करण्याचे काम संविधान सभेने केले. 1946 च्या कॅबिनेट मिशन प्लॅनद्वारे ही सभा स्थापन करण्यात आली. सुरुवातीला संविधान सभेमध्ये 389 सदस्य होते. डॉ. राजेंद्रप्रसाद घटनासमितीचे पहिले अध्यक्ष होते. त्यांच्या अध्यक्षतेखाली या समितीची पहिली बैठक 9 डिसेंबर, 1946 रोजी घेण्यात आली. फाळणीनंतर या सभेची सदस्य संख्या 299 इतकी झाली. संविधान तयार करण्यासाठी संविधान सभेने 22 समित्या तयार केल्या. या समित्यांनी दिलेल्या अहवालावरून भारतीय संविधानाचा मसुदा तयार करण्यात आला. डॉ. बाबासाहेब आंबेडकर यांच्या अध्यक्षतेखाली मसुदा समितीने संविधानाचा मसुदा तयार केला. हा मसुदा फेब्रुवारी 1948 मध्ये प्रसिद्ध करण्यात आला. सूचना व दुरुस्त्यांवर चर्चा करून 26 नोव्हेंबर, 1949 रोजी भारताचे संविधान स्वीकृत करण्यात आले. संविधान लिहून पूर्ण करण्यासाठी 2 वर्षे, 11 महिने आणि 17 दिवस इतका कालावधी लागला. 26 जानेवारी, 1950 पासून संविधानाची अंमलबजावणी करण्याचा निर्णय घेण्यात आला.

1.44 भारतीय संविधानात अंतभूर्त असणाऱ्या मूल्यांचा विकास

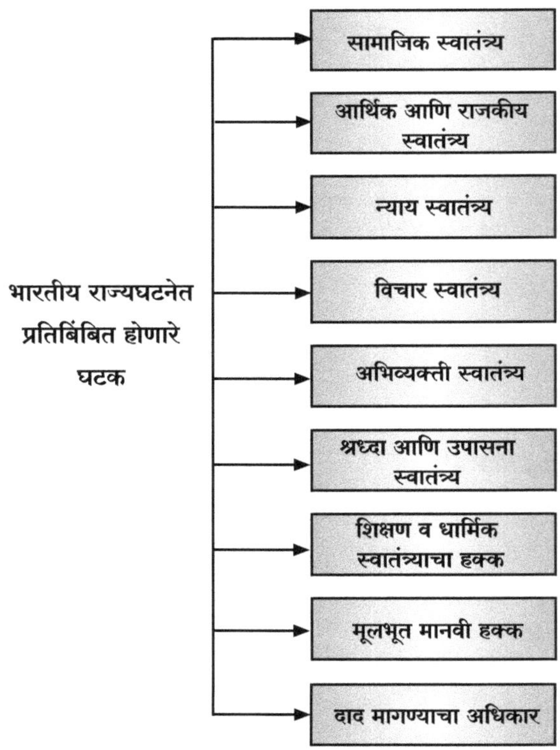

भारतीय राज्यघटना : मानवी हक्काच्या जाहीरनाम्याचे प्रतिबिंब भारतीय राज्यघटनेत दिसते. राज्यघटनेच्या प्रास्ताविकेत जाहीर केल्याप्रमाणे सर्व भारतीय नागरिकांना सामाजिक, आर्थिक आणि राजकीय, न्याय, विचार, अभिव्यक्ती, श्रद्धा आणि उपासना यांचे स्वातंत्र्य, दर्जाची व संधाची समानता व नागरिकांमधील बंधुता या तत्त्वांवरच नव्या भारताची उभारणी करण्याचा घटनाकारांचा निर्धार दिसतो. राज्यघटनेतील कलम 12 ते 35 नुसार प्रत्येक भारतीय काही अपवाद वगळता तसेच भारतातील प्रत्येक नागरिकाला मूलभूत मानवी हक्क उपभोगण्याची मुभा देण्यात आली आहे. यामध्ये कायद्यासमोर समानता, मूलभूत स्वातंत्र्ये, अस्पृश्यता व शोषणाविरुद्ध दाद मागण्याचा अधिकार, शिक्षण व धार्मिक स्वातंत्र्याचा हक्क इत्यादींना कलम 32 नुसार संरक्षण देणे ही शासनाची जबाबदारी आहे. एखाद्या व्यक्तीच्या मूलभूत हक्कांचे उल्लंघन झाल्यास ती थेट सर्वोच्च न्यायालयात दाद मागू शकते. घटनेतील मार्गदर्शक तत्त्वेसुद्धा सरकारला मूलभूत हक्कांचा आदर करायला सुचवतात.

सरनामा : आम्ही भारताचे लोक, भारताचे एक सार्वभौम, समाजवादी, धर्मनिरपेक्ष, लोकशाही गणराज्य निर्माण करण्याचे आणि भारताच्या सर्व नागरिकांना : न्याय, सामाजिक, आर्थिक व राजनैतिक, स्वातंत्र्य विचार, अभिव्यक्ती, विश्वास, श्रद्धा आणि उपासना यांचे, समानता, दर्जा व संधी या बाबतीत, बंधुता, व्यक्तीची प्रतिष्ठा व राष्ट्राची एकता आणि एकात्मता राखणारी, यांची शाश्वती देण्याचे आमच्या या घटनासमितीत आज 26 नोव्हेंबर, 1949 रोजी घटना अंगीकृत आणि अधिनियमित करून स्वत: प्रत अर्पण करीत आहोत. त्यासंबंधी कायदा करून तिचा आम्ही स्वीकार करत आहोत.

1.45 भारतीय संविधानात समाविष्ट असलेली मूल्ये

- राष्ट्रभक्ती
- राष्ट्रीय एकात्मता
- धर्मनिरपेक्षता
- सौजन्यशीलता
- वैज्ञानिक दृष्टिकोन
- समाजवाद

भारतीय संविधानाचा सरनामा यात राष्ट्रभक्ती, राष्ट्रीय एकात्मता, धर्मनिरपेक्षता, स्त्री-पुरुष समानता, संवेदनशीलता, सौजन्यशीलता, वैज्ञानिक दृष्टिकोन, श्रमप्रतिष्ठा या मूल्यांचा समावेश आहे.

राष्ट्रभक्ती : राष्ट्रभक्ती म्हणजे राष्ट्राविषयी प्रेम, आदर, निष्ठा होय. भारतीय राष्ट्रहित, राष्ट्रध्वज, आपले राष्ट्रगीत, आपले राष्ट्रीय चिन्ह आणि थोर राष्ट्रीय व्यक्तींबद्दल आदरभाव, राष्ट्रभक्तीची जोपासना ही राष्ट्रीय एकात्मता जोपासण्याच्या दृष्टीने महत्त्वाची आहे. भारतातील प्रत्येक नागरिकाच्या मनात राष्ट्रभक्ती असेल तरच राष्ट्रीय एकात्मता जपली जाईल व यातून राष्ट्रभक्ती हे मूल्य जोपासले जाऊ शकते.

राष्ट्रीय एकात्मता : भारत देशात भाषा, धर्म, राहणीमान, संस्कृती, कला-वाङ्मय अशा अनेक बाबतीत विविधता आहे. आणि म्हणूनच विविधतेमध्ये एकता एकवटलेली दिसून येते. म्हणजेच विविधतेमधील एकता म्हणजे राष्ट्रीय एकात्मता

होय. प्रत्येक भारतीय नागरिकाच्या मनात अशी भावना रुजली पाहिजे की, मी कोणत्याही जाती, धर्माचा, पंथाचा किंवा कोणत्याही भाषेचा असो मी एक भारतीय आहे आणि भारताचा विकास हाच माझा विकास या नीतीनेच राष्ट्रीय एकात्मता प्रस्थापित करण्याचा कायम प्रयत्न करेन. भारतात कोणत्याही प्रकारची घटना अथवा नैसर्गिक आपत्ती निर्माण झाल्यास देशातील सर्व लोक एकत्र येऊन त्या संकटांना सामोरे जातात व एकमेकांना साहाय्य करतात. उदा., किल्लारीचा भूकंप, त्सुनामी, गुजरातचा भूकंप, अतिवृष्टी, पूर इत्यादी.

धर्मनिरपेक्षता : भारतीय संविधानातील सरनाम्यात 'धर्मनिरपेक्षता' हे तत्त्व समाविष्ट करण्यात आलेले आहे. धर्मनिरपेक्षता म्हणजे भारतीय नागरिकांना कोणत्याही धर्माचे पालन करण्याचा अधिकार आहे; परंतु कोणत्याही विशिष्ट धर्माला भारताचा धर्म म्हणून मान्यता दिलेली नाही. तसेच सर्व धर्मांच्या चालीरीती, विश्वास यांना सरकार समान मान देते. भारतीय संविधानाच्या प्रास्ताविकेत भारतीय नागरिकास विचार, अभिव्यक्ती, विश्वास, श्रद्धा आणि उपासना यांचे स्वातंत्र्य देण्यात आले आहे. त्यानुसार अनुच्छेद 15 मध्ये धर्म, वंश, जात, लिंग किंवा जन्मस्थान या कारणावरून भेदभाव करता येणार नाही अशी तरतूद दिलेली आहे. संविधानाच्या भाग तीनमधील मूलभूत अधिकारांमध्ये धर्मस्वातंत्र्याचा अधिकार देण्यात आला आहे. त्यानुसार अनुच्छेद 25 मध्ये सद्सद्विवेक बुद्धीचे स्वातंत्र्य, धर्माचे मुक्त प्रतिज्ञापन, आचरण व प्रसार, अनुच्छेद 26 मध्ये धर्मविषयक व्यवहाराची व्यवस्था पाहण्याचे स्वातंत्र्य, अनुच्छेद 27 मध्ये एखाद्या विशिष्ट धर्माच्या संवर्धनाकरिता कर देण्याबाबत स्वातंत्र्य, अनुच्छेद 28 मध्ये विवक्षित शैक्षणिक संस्थांत धार्मिक शिक्षण अथवा धार्मिक उपासना यांना उपस्थित राहण्याबाबत स्वातंत्र्य देण्यात आले आहे. भारतात अनेक धर्म अस्तित्वात आहेत. प्रत्येक धर्माचे संस्कार व पद्धती वेगवेगळ्या आहेत. काही समाजकंटक याचा गैरफायदा घेऊन धार्मिक दुफळी निर्माण करण्याचा प्रयत्न करतात. हे टाळण्यासाठी शालेय स्तरावरच विद्यार्थ्यांमध्ये धर्मनिरपेक्षता हे मूल्य रुजविणे आवश्यक आहे.

सौजन्यशीलता : भारत देशाला प्राचीन संस्कृतीचा वारसा आहे. थोरामोठ्यांचा आदर करणे, प्रत्येकाशी नम्रपणे वागणे इत्यादी आचरण लहान वयापासूनच प्रत्येक बालकास कुटुंब व शाळा या माध्यमातून देण्यात येते. आपण समाजशील जीव आहोत व समाजात वावरताना समाजाचे मानसिक व सामाजिक स्वास्थ्य बिघडणार नाही याची काळजी प्रत्येक व्यक्तीने घेणे गरजेचे व आवश्यक आहे. म्हणजेच समाजात वावरताना व्यक्ती-व्यक्तीमध्ये सौजन्यशीलता असावयास हवी. घटनेने आपल्याला अधिकार दिले आहेत. त्याचबरोबर काही कर्तव्येही दिलेली आहेत याचे भान प्रत्येकाने ठेवणे आवश्यक आहे.

वैज्ञानिक दृष्टिकोन : भारतीय संविधानामध्ये वैज्ञानिक दृष्टिकोनाचा विकास करण्याबाबतच्या तरतुदी मूलभूत अधिकाराच्या संकल्पनेचे चिकित्सक विश्लेषण केले असता निदर्शनास येतात कारण सद्सद्विवेक बुद्धी, सामाजिक न्याय, नागरिकांसाठी एकरूप नागरी विधिसंहिता, पर्यावरणाचे संरक्षण, आंतरराष्ट्रीय शांतता आणि सुरक्षितता इत्यादींचे संवर्धन या सर्व बाबी वैज्ञानिक दृष्टिकोनाच्या अंतर्गत येतात. डॉ. बाबासाहेब आंबेडकर यांनी 'शिका, संघटित व्हा आणि संघर्ष करा' हा मंत्र आपल्या अनुयायांना दिला. सामाजिक समस्या सोडविताना व सामाजिक न्याय प्रस्थापित करताना विज्ञाननिष्ठ दृष्टिकोन महत्त्वाचा ठरतो. भारतीय संविधानाच्या अनुच्छेद 48 (क) मध्ये राज्य धोरणाच्या निर्देशक तत्त्वांतर्गत पर्यावरणाचे संरक्षण, पर्यावरणात सुधारणा करणे आणि अरण्ये व वन्यजीव यांचे रक्षण करण्याची तरतूद आहे. विज्ञाननिष्ठ दृष्टिकोन हा पर्यावरण संरक्षणाचा महत्त्वाचा गाभा आहे. शिक्षणाच्या सर्व स्तरावर विद्यार्थ्यांमध्ये वैज्ञानिक विचार व अभिवृत्ती रुजविण्यासाठी प्रयोग करणे, घटनांमधील कार्यकारण संबंध शोधणे, तर्कशुद्ध विचारांची मांडणी करणे आणि नवीन प्रमेय मांडणे इत्यादी बाबी महत्त्वाच्या आहेत. भारताचे माजी राष्ट्रपती डॉ. ए. पी. जे. अब्दुल कलाम यांनी, A developed India by 2020 , or even earlier, is not a dream, it need not even be a mere vision in the minds of Indians. It is a mission we can all take up and succeed असा आशावाद व्यक्त केला होता. हा विचार प्रत्यक्ष कृतीमध्ये आणण्यासाठी वैज्ञानिक दृष्टिकोन महत्त्वाचा आहे.

समाजवाद : भारतीय समाजात भाषावाद, प्रांतवाद, संस्कृतिवाद, धर्मभेद, जातीयता आणि लिंगभेदाची मोठी दरी निर्माण झालेली आहे. विशिष्ट चौकटीमध्येच जीवन जगण्याची रूढिवादिता आणि परंपरावादी मनोवृत्तीतून भारतीय समाजाला बाहेर काढण्याच्या दृष्टीने 'समाजवादी धर्मनिरपेक्ष लोकशाही गणराज्य' निर्माण करण्याचे वचन देण्यात आले. संविधानाच्या या ध्येयामुळेच भारतीय समाजजीवनाचा चेहरामोहरा बदलण्यास मदत झाली. सामाजिक विषमता दूर करून समाजवादाचे बीज भारतीय भूमीत खोलवर रुजविण्याचे काम संविधानाच्या प्रास्ताविकेतील या अभिवचनाने केले आहे. समाजवादामुळे समान संधी आणि समान दर्जा उपलब्ध करून देतानाच समता प्रस्थापित करण्याचे मान्य करण्यात आले. संविधानाच्या अनुच्छेद 14 मध्ये कायद्यापुढे समानता; 15 मध्ये भेदभाव करण्यास मनाई; 16 मध्ये समानसंधी; 17 मध्ये अस्पृश्यता नष्ट करणे; 18 मध्ये किताब नष्ट करणे; 19 मध्ये भाषणस्वातंत्र्य; 20 मध्ये अपराधाबद्दलच्या दोष सिद्धीबाबत संरक्षण; 21 मध्ये जीवित व व्यक्तिगत स्वातंत्र्य याचे संरक्षण; 23 मध्ये वेठबिगारीस प्रतिबंध; 29 मध्ये अल्पसंख्याक समाजाच्या हिताचे रक्षण इत्यादीबाबतच्या तरतुदी आहेत. या तरतुदी देशातील नागरिकांमध्ये समानता प्रस्थापित करण्यास व समाजवाद जोपासण्यास उपयुक्त ठरल्या आहेत.

1.46 मूल्यांचा विकास

औपचारिक व अनौपचारिक शिक्षणाच्या माध्यमातून माणसाच्या वर्तनातून जीवनविषयक मूल्ये अभिव्यक्त व्हावीत हे प्रत्येकास अपेक्षित असते. आपल्या स्वत:च्या, आपल्या विद्यार्थ्यांच्या, आपल्या पाल्यांच्या वर्तनातून मूल्ये अभिव्यक्त व्हावीत, ही आपली अपेक्षा असते. या अपेक्षापूर्तीसाठी वर्तनात मूल्ये रुजवावी लागतात व ती विकसित करावी लागतात.

1.47 शिक्षणाच्या माध्यमाने मूल्यांचा विकास

शिक्षण आणि जीवन या एकाच नाण्याच्या दोन बाजू आहेत. कारण शिक्षण हे जीवनाच्या आदर्श ध्येयांशी निगडित असते. ही जीवनमूल्ये व्यक्तींमध्ये विकसित करणे हे शिक्षणाचे अत्यंत महत्त्वाचे कार्य आहे. शिक्षणाची ध्येये ही स्थळ काळानुसार, समाजाच्या गरजांनुसार ठरतात. शिक्षणाच्या माध्यमाने ज्ञानार्जन करणे, चारित्र्यसंवर्धन करणे, व्यक्तिविकासातून समाजविकास साधणे आणि भारतीय संस्कृतीचे रक्षण आणि संवर्धन करणे या मूल्यांचा विकास होत असतो. स्वातंत्र्यप्राप्तीनंतर भारतीय राज्यघटना अमलात आली आणि भारतीय समाजातील शिक्षणाच्या ध्येयांत व उद्दिष्टांमध्ये काही प्रमाणात बदल घडून आला. शिक्षणाची पुनर्रचना करण्यासाठी विविध आयोग व समित्यांची नियुक्ती केली. या प्रत्येकाने समाजाच्या व पर्यायाने व्यक्ती आणि राष्ट्राच्या गरजा लक्षात घेऊन शिक्षणविषयक विचार व शिफारशी केल्या.

1.48 गाभा घटकाच्या माध्यमाने मूल्यांचा विकास

अभ्यासक्रम रचना करताना प्रामुख्याने मूल्ये व गाभा घटक यांचा समावेश प्रत्येक पाठात होईल याचा सारासार विचार करून अभ्यासक्रमाची रचना करण्यात येते. गाभा घटक व मूल्ये ही दोन्ही एकाच नाण्याच्या परस्पर भिन्न बाजू आहेत. मूल्यांची रुजवणूक करताना गाभा घटकांचा समावेश त्यात असतोच.

1.49 अध्यापनाच्या माध्यमाने मूल्यांचा विकास

अभ्यासक्रमातील सर्व घटक विद्यार्थ्यांना सांगणे किंवा त्याचे ज्ञान देणे म्हणजे विद्यार्थ्यांचा अभ्यास नव्हे, तर अभ्यासक्रम हा ज्ञानार्जनाचे एक माध्यम आहे. अभ्यासक्रमात समाविष्ट असणारी मूल्ये, गाभा घटक व जीवनकौशल्ये यांची रुजवणूक करण्याचे प्रमुख कार्य अभ्यासक्रमाचे असते व हे कार्य शिक्षकांनी करावे असे अभिप्रेत आहे.

अभ्यासक्रमातील आशय व अध्यापनाच्या विविध पद्धती यांचा मेळ घालून शिक्षकांनी विद्यार्थ्यांमध्ये मूल्यांची रुजवणूक करावयास हवी.

1.50 विविध उपक्रमांच्या माध्यमाने मूल्यांचा विकास

शालेय शिक्षण म्हणजे केवळ पाठ्यपुस्तकातील सर्व घटकांचा अभ्यास नव्हे. विदयार्थ्यांचा सर्वांगीण विकास हा शिक्षणाचा प्रमुख उद्देश आहे. विद्यार्थ्यांचा सर्वांगीण विकास करणे हा शिक्षणाचा उद्देश असल्यामुळे शिक्षणाने बालकाचा शारीरिक, मानसिक, सामाजिक, नैतिक, बौद्धिक, व्यावहारिक, सौंदर्यात्मक आणि भावात्मक अशा सर्वच अंगांचा विकास होण्यासाठी प्रयत्न करावेत. विद्यार्थ्यांच्या अंगी विविध उपजत गुण असतात. कला, छंद व आवडी-निवडी असतात यांचाही विकास शिक्षणातून व्हावा, त्याचबरोबर धर्मनिरपेक्षता, सहकार्य, सर्वधर्मसमभाव, बंधुता या गुणांचा विकास करण्याचे कार्यही शिक्षणाने करावे असेही अभिप्रेत आहे. म्हणजेच विविध उपक्रमांच्या माध्यमाने विद्यार्थ्यांचा सर्वांगीण विकास करून आदर्श व्यक्तिमत्त्वाचे नागरिक शिक्षणाने घडवावे.

1.51 मूल्यांच्या विकासात शिक्षकाची भूमिका

लोकशाहीच्या यशस्वितेसाठी योग्य ते नेतृत्व निर्माण करणे हे शिक्षणाचे उद्दिष्ट आहे. यासाठी नि:ष्पक्षपाती, कार्यकुशल, सर्वांना सोबत घेऊन चालणारे समतोल विचाराचे नेते शिक्षणातून निर्माण करावे. हे गुण विकसित होण्यासाठी संधी उपलब्ध करून देण्याचे कार्य शाळेने करावे व यात शिक्षकाची भूमिका महत्त्वाची आहे. विद्यार्थ्यांमध्ये चारित्र्यनिर्मिती व्हावी यासाठी नैतिक आणि धार्मिक शिक्षणाचा पुरस्कार मुदलियार आयोगाने केला आहे. विविध धर्मातील श्रेष्ठ जीवनमूल्ये विद्यार्थ्यांपर्यंत पोहोचविण्याचे कार्य शिक्षणाने करावे, नैतिकतेचा विकास करण्यासाठी शिक्षकाने आपली भूमिका पार पाडणे आवश्यक आहे. विद्यार्थ्यांमध्ये समतेच्या तत्त्वाचा, सहकार्य वृत्तीचा विकास करावा. एन. एस. एस., समाजसेवा शिबिरांच्या माध्यमातून विद्यार्थ्यांमध्ये सामाजिकतेचा विकास करावा. विद्यार्थ्यांमध्ये आत्मविश्वास, सहकार्य, सहिष्णुता, नेतृत्व हे गुण वाढीस लावण्यासाठी सहशालेय कार्यक्रमांचे आयोजन करावे. लोकशाही संरक्षण आणि संवर्धन करणारे, लोकशाही तत्त्वांचा आदर करणारे लोकशाहीला पोषक असे नागरिक शिक्षणातून निर्माण करावेत.

स्वाध्याय

दीर्घोत्तरी प्रश्न

1. ज्ञानाचे स्रोत म्हणजे काय ? ज्ञानाच्या स्रोतांचे उदाहरणासह स्पष्टीकरण करा.
2. ज्ञानप्राप्तीच्या पिढ्यांचे वर्गीकरण सविस्तर स्पष्ट करा.
3. ज्ञानप्राप्तीसाठी इलेक्ट्रॉनिक माध्यमाचे स्थान स्पष्ट करा. आजच्या काळासाठी इलेक्ट्रॉनिक माध्यमाचे फायदे व तोटे उदाहरणासह स्पष्ट करा.
4. तुम्ही एक शिक्षक म्हणून ज्ञान आणि कौशल्य यांतील आंतरसंबंध कशा प्रकारे आपल्या अध्यापन कार्यात उपयोगात आणाल, उदाहरणासह स्पष्ट करा.
5. 'शिक्षणाच्या प्रगतीतील महत्त्वाचा टप्पा म्हणजे सामाजिक पार्श्वभूमी होय', तुम्ही एक शिक्षक म्हणून या विधानाचे स्पष्टीकरण कशा प्रकारे कराल. उदाहरणासह स्पष्ट करा.
6. बहुसांस्कृतिकीकरण म्हणजे काय ? बहुसांस्कृतिक समाजात शिक्षणाचे स्थान सविस्तर स्पष्ट करा.
7. प्रकल्पपद्धती म्हणजे काय ? प्रकल्पपद्धतीचे टप्पे स्पष्ट करा. एक शिक्षक म्हणून प्रकल्पपद्धतीचा वापर विद्यार्थ्यांमधील कौशल्यांचा विकास करण्यासाठी कशा प्रकारे उपयोगात आणाल, उदाहरणासह स्पष्ट करा.

8. 'शालेय विद्यार्थ्यांना कृतियुक्त अध्यापन म्हणजे विद्यार्थ्यांमधील अनेक कौशल्यांचा विकास होय' या विधानाची सार्थकता उदाहरणासह स्पष्ट करा.
9. शालेय अध्ययन प्रक्रियेत चर्चापद्धतीचे महत्त्व स्पष्ट करा. तुम्ही एक शिक्षक म्हणून चर्चापद्धतीच्या प्रकारांचा उपयोग कोणकोणत्या घटकांसाठी कराल, उदाहरणासह स्पष्ट करा.
10. भारतीय संविधानाचे महत्त्व त्यात अंतर्भूत असणाऱ्या मूल्यांच्या आधारे, उदाहरणासह स्पष्ट करा.
11. तुम्ही एक शिक्षक म्हणून विद्यार्थ्यांपर्यंत भारतीय संविधानात अंतर्भूत असणारे मूल्ये कशा प्रकारे रुजवाल, उदाहरणासह स्पष्टीकरण करा.

लघुत्तरी प्रश्न

1. ज्ञानाच्या स्रोतांची संकल्पना स्पष्ट करा.
2. ज्ञानप्राप्तीच्या मार्गांचे वर्गीकरण करा.
3. प्राचीन काळी कोणत्या पद्धतीने ज्ञानाचे आदान - प्रदान होत असे, स्पष्ट करा.
4. छापील साहित्याचे आजच्या गरजेच्या अनुषंगाने महत्त्व स्पष्ट करा.
5. आधुनिक यंत्रयुगाची संकल्पना स्पष्ट करा.
6. मुक्त शाळा व दूरस्थ शाळेची आवश्यकता स्पष्ट करा.
7. मुक्त शाळा व दूरस्थ शाळेचे महत्त्व स्पष्ट करा.
8. इलेक्ट्रॉनिक माध्यमाची आजच्या काळातील भूमिका स्पष्ट करा.
9. ज्ञान आणि कौशल्य ही संकल्पना स्पष्ट करा.
10. सामाजिक पार्श्वभूमी व शिक्षणाची भूमिका ही संकल्पना स्पष्ट करा.
11. शिक्षणाच्या माध्यमाने सामाजिक बदल कशा प्रकारे शक्य आहे, ते उदाहरणासह स्पष्ट करा.
12. बहुसांस्कृतिकीकरण ही संकल्पना व्याख्यांच्या आधारे स्पष्ट करा.
13. बहुसांस्कृतिक समाजात शिक्षणाचे कार्य स्पष्ट करा.
14. बहुसांस्कृतिक समाजात सर्वधर्मसमभाव ही भावना कशा प्रकारे रुजवाल ?
15. प्रकल्पपद्धतीची गुणवैशिष्ट्ये स्पष्ट करा.
16. प्रकल्पपद्धतीचे टप्पे अथवा पायऱ्या कोणत्या ?
17. चर्चापद्धतीची गुणवैशिष्ट्ये स्पष्ट करा.
18. चर्चापद्धतीचे प्रकार लिहा.
19. शालेय विद्यार्थ्यांना अभ्यासक्रमातील आशय आकलन होण्यासाठी चर्चापद्धतीचे महत्त्व स्पष्ट करा.
20. भारतीय संविधानातील सरनाम्यात अंतर्भूत असणाऱ्या मूल्यांचे स्पष्टीकरण करा.
21. 'भारतीय संविधान म्हणजे भारतातील प्रत्येक नागरिकाला हक्क प्रदान करणे होय' या विधानाची चर्चा करा.
22. भारतीय संविधानातील 'सरनामा' चा अर्थ स्पष्ट करा.
23. तुम्ही एक शिक्षक म्हणून विद्यार्थ्यांमध्ये मूल्यांचा विकास कशा प्रकारे कराल ?

✦✦✦

प्रकरण 2

अभ्यासक्रम : अर्थ, संकल्पना व प्रकार

महत्त्वाचे मुद्दे

शिक्षणाची उद्दिष्टे पूर्ण करण्यासाठी अभ्यासक्रम तयार करावा लागतो. उद्दिष्टे व अभ्यासक्रमानुसार योग्य अध्यापन पद्धतीचा उपयोग करून तो वर्गात विद्यार्थ्यांना शिकवावा लागतो. या प्रक्रियेत शिक्षक व विद्यार्थी हे दोन्ही घटक महत्त्वाचे आहेत. योग्य उद्दिष्टाप्रत जाण्यासाठी नक्की विद्यार्थांनी कशाचा अभ्यास करायचा व शिक्षकानेसुद्धा काय शिकवायचे यासाठी अभ्यासक्रम महत्त्वाचा आहे.

2.1 अभ्यासक्रम : अर्थ व संकल्पना

अभ्यासक्रमाला इंग्रजीमध्ये Curriculum असे म्हणतात. त्याचा अर्थ शर्यत असा आहे. लॅटीन भाषेत ध्येयप्राप्तीसाठी पळणे होय. प्रत्येक वर्गात काय शिकायचे, कशासाठी शिकायचे याचे नियोजन केलेले असते. प्रत्येक स्तरानुसार उद्दिष्टे बदलतात. त्यानुसार अभ्यासक्रमही बदलतो.

उदा.,

1. प्रत्येक व्यक्तीच्या अंगी स्वत:चे विचार प्रकट करण्याचे व दुसऱ्यांचे विचार समजून घेण्याचे सामर्थ्य असावे हे एक शिक्षणाचे उद्दिष्ट आहे म्हणून मातृभाषेच्या अभ्यासाला अभ्यासक्रमात महत्त्वाचे स्थान आहे.
2. उच्च शिक्षणाचे ध्येय हे पारंगतता असल्यामुळे तेथील अभ्यासक्रमात एका विषयाच्या सखोल अभ्यासक्रमाची अपेक्षा असते.

शिक्षणाच्या ध्येयांची पूर्ती ही अभ्यासक्रमावरच अवलंबून असते. म्हणून अभ्यासक्रमनिर्मितीला शिक्षणात फार महत्त्व दिले जाते. ऑक्सफर्ड शब्दकोशात अभ्यासक्रमाचा अर्थ Course of study in a school, college etc. असा दिला आहे.

माध्यमिक शिक्षण आयोग (1952)

Curriculum does not mean only the academic subject traditionally taught in the school but it includes the totality of experienees that a pupil recives throught the manifold activities that go on in the school, in the classroom, library, laboratory, workshops, playground and numerious informal contacts between teachers and students.

- ''अभ्यासक्रम म्हणजे फक्त पुस्तकी ज्ञान देणारे व रूढ पद्धतीने शिकविले जाणारे विषय नव्हेत तर शाळेत मिळणाऱ्या सर्व प्रकारच्या अनुभवांचा त्यात अंतर्भाव केलेला असतो.'' **- मुदलियार आयोग**
- "The curriculum included all the learners experiences in or outsides of schools that are included in the programme which have been help to develop mentally, physically, emotionally, socially, morally and spiritually." **- Crow & Crow**

अध्ययनार्थींचे शाळेतील किंवा शाळेबाहेरील सर्व अनुभव अभ्यासक्रमात समाविष्ट केले जातात. ते अशा उपक्रमात समाविष्ट होतात ज्यांचा उपयोग मानसिक, शारीरिक, भावनिक, सामाजिक, नैतिक आणि आध्यात्मिक विकास होण्यासाठी होतो.

- "The curriculam is a tool in the hands of artist (teacher) to his material (pupils) according to his ideal (objectives) in his studio (School)." **- कनिंग हॅम**

अभ्यासक्रम हे कलाकाराच्या (शिक्षकाच्या) हातातील असे साधन की त्याच्या स्टुडिओ (शाळेत) मधील त्याचे आदर्श (उद्दिष्ट) त्याच्या साहित्यासाठी (विद्यार्थ्यांसाठी) उपयुक्त असते.

या ठिकाणी अभ्यासक्रमाला शिक्षणाचे साधन मानले असून शिक्षकाला कलाकार समजले आहे. विद्यार्थ्यांना साहित्य समजून शिक्षक आपल्या उद्दिष्टानुसार सदर साहित्याचे रूपांतर आपल्या शाळेत करतात. शिक्षणाचे कार्य यशस्वी होण्यासाठी अभ्यासक्रमाची आवश्यकता असते. अभ्यासक्रमावर केवळ विद्यार्थ्यांचे भवितव्य अवलंबून असते असे नाही तर समाजाची जडणघडण राष्ट्राचा विकास त्यावर अवलंबून असतो.

- "Curriculum is now being defind as all the experiences of the learner that are under the control of the school." **- रेमर्स**

म्हणजेच शाळेच्या नियंत्रणाखाली शिकणाऱ्याला प्राप्त होणाऱ्या सर्व अनुभवांचा साठा म्हणजे अभ्यासक्रम.

- "Anything and everything that teaches a lesson, planned or otherwise Humans are born learning, thus the learned curriculam actually encompasses a combination of all of the below the hidden, written, political and societal etc. since students learn all the time through exposure and modeled behaviors, this means that they learn important social and emotional lessons from everyone who inhabits a school from the janitorial staff, the secretary, the cafeteria workers, their peers, as well as from the department conduct and attitudes expressed and modeled by their teachers. Many educators are underware of the strong lessons imparted to youth by these everyday contacts." **- Wilson (1990)**

सदर व्याख्या खूप व्यापक स्वरूपाची आहे, परंतु त्यातील मुद्देही तितकेच महत्त्वाचे आहेत. शाळेमध्ये जे अध्ययन घडते ते नियोजनपूर्वक असते. जन्मापासून व्यक्ती शिकतच असते. शाळेत आदर्श वर्तनातून शिकत असतो.

उदा., कर्मचारी, सहकारी, कॅन्टीनमधील कामगारांकडून, सहध्यायाकडून तसेच विविध शिक्षकांच्या प्रदर्शित होणाऱ्या अभिवृत्तीद्वारे विद्यार्थी सामाजिक व भावनिक गोष्टी शिकत असतो. हे सर्व अभ्यासक्रमात येते.

- ''अभ्यासक्रम म्हणजे शैक्षणिक ध्येये साध्य करून घेण्यासाठी शाळेत उपयोगात आणलेल्या सर्व प्रकारच्या अनुभवांचा समावेश होतो.'' **- मनरो**
- ''अभ्यासक्रम म्हणजे विद्यार्थ्यांना शाळेच्या नेतृत्वाखाली मिळणारे सगळेच अनुभव त्यात वर्गातील कृतीचा, कामाचा त्याचप्रमाणे क्रीडेचाही समावेश या सर्व प्रकारच्या कृतीमधून व्यक्तिगत गरजांची तृप्ती होऊन समाजाचेही कल्याण व्हावे.'' **- वॉल्टर**

या सर्व व्याख्यांवरून असेच दिसून येते की आज विद्यार्थ्यांवर संस्कार करणाऱ्या सर्व अनुभव व कृती यांचा समावेश अभ्यासक्रमात केला जातो. विषय व त्याच्या व्यतिरिक्त, अभ्यासपूरक कार्यक्रमांतून विद्यार्थी-शिक्षक यांचे नाते दृढ होण्यास मदत होते.

अभ्यासक्रमाचे स्वरूप आता विशाल स्वरूपाचे झाले आहे. आजच्या अभ्यासक्रमात ज्ञान-विज्ञान, तंत्रज्ञान, कृतिशीलता, व्यावसायिक गुण, समाजसेवा, सहकार्य, नीतिमूल्ये, स्वदेशी प्रेम व आंतरराष्ट्रीय सामंजस्य, जागतिकीकरण अशा अनेक बाबींचा विचार करावा लागतो. अमेरिकेच्या राष्ट्रीय शिक्षण सोसायटीने 29 व्या वार्षिक अहवालात म्हटले आहे की -

- "The Curriculum may be defined as the totality of subject matter, activities experiences which constitute a pupils School life."

थोडक्यात, अमूर्त उद्दिष्टांचे मूर्त रूप म्हणजे अभ्यासक्रम होय. अध्यापनाच्या विविध उपपत्त्या व शिक्षणाचे राजकारण व समाजकारण यात दिवसेंदिवस अभ्यासक्रमाचे महत्त्व वाढत चालले आहे. विद्यार्थी त्याच्या आयुष्यात जे विविध अनुभव घेणार आहेत त्याचा संदर्भ अभ्यासक्रमात शोधला जातो. तंत्रज्ञानावर प्रक्रिया करून जे उत्पादन बाहेर पडते ते म्हणजे अभ्यासक्रम होय. अभ्यासक्रम शिक्षणाच्या ध्येयांशी, विद्यार्थी व शिक्षक यांच्या दैनंदिन जीवनाशी संबंधित असतो. (Bern Stein 1973 p.85) जास्तीत जास्त लेखक आणि तज्ज्ञ यांच्यासाठी का ? काय? केव्हा ? कुठे ? कसे ? व कोणाबरोबर शिकायचे या प्रश्नांची उत्तरे म्हणजे अभ्यासक्रम होय.

अभ्यासक्रमाच्या ऐतिहासिक व्याख्या

- ''गटात / समूहात मुले आणि युवा वर्ग ज्या मार्गाने विचार करतात व वर्तन करतात त्यात शिस्त येण्यासाठी शाळेतील संभाव्य अनुभवांच्या क्रमाचा जो सेटअप असतो त्या सेटअपला 'अभ्यासक्रम' म्हणतात.''

- ''विद्यार्थ्यांना पदवी मिळविण्यासाठी किंवा प्रमाणपत्र मिळण्यासाठी किंवा व्यावसायिक क्षेत्रात पदार्पण करण्यासाठी शाळा जो आशय आणि अध्यापनातील जे विशिष्ट शैक्षणिक साहित्य वापरण्यासाठी सर्वसामान्य नियोजन करते त्याला अभ्यासक्रम म्हटले जाते.''
- ''अध्ययनाचे नियोजन म्हणजे अभ्यासक्रम.''
- ''अभ्यासक्रम म्हणजे शाळेच्या मार्गदर्शनाखाली अध्ययनार्थ्याला येणारे सर्व अनुभव.''
- ''विद्यार्थ्यांच्या वैयक्तिक व सामाजिक क्षमतेमध्ये सातत्यपूर्ण व जाणीवपूर्वक वाढ होण्यासाठी शाळेच्या योग्य मार्गदर्शनाखाली ज्ञान व अनुभवांच्या पद्धतशीर पुनर्रचनेमधून नियोजित व मार्गदर्शनपर अध्ययन अनुभव आणि अपेक्षित परिणाम यांची केलेली रचना म्हणजे अभ्यासक्रम.''

व्याख्या क्रमांक 1 ते 5 मध्ये शिक्षक व प्रशासक हे अभ्यासक्रमाशी कसे संबंधित आहेत ते दिलेले आहे. वास्तविक पाहाता विद्यार्थी आणि त्यांचे पालकांचे शाळेबाबतचे गृहीतकेच त्यात आलेली आहेत. या 5 व्याख्यांमध्ये शाळांची कर्तव्ये आणि अध्ययन यांचे परिणामकारक एकत्रीकरण दिसून येते.

कायदा / रूढी / प्रथा याद्वारे तयार झालेला अभ्यासक्रम

काय व्हायला पाहिजे, त्यात बरेच वेळा नियोजन नसते. विशिष्ट हेतू ठेवून केलेला कार्यक्रम किंवा तज्ज्ञांच्या मतानुसार जे घटक महत्त्वाचे तेच घटक अभ्यासक्रमामध्ये असतात.

क्र.	तारीख/ सन	लेखक	व्याख्या
1.	1902	जॉन ड्युई	अभ्यासक्रम म्हणजे सतत पुनर्रचित कार्यक्रम होय. बालकाचे सध्याचे अनुभव हे एखाद्या समितीद्वारे सादर केले जातात. जगातील अनेक अभ्यास/ संशोधने हे एक प्रकारचे अनुभवच असतात.
2.	1918	फ्रॅकलिन बॉबिट	अभ्यासक्रम म्हणजे प्रत्यक्ष आणि अप्रत्यक्ष अनुभव असतात. व्यक्तीच्या क्षमतांच्या विकासाशी त्याचा संबंध असतो.
3.	1957	राल्फ टेलर	शाळेचे शैक्षणिक उद्दिष्ट पूर्ण करण्यासाठी नियोजित आणि ठरविलेले अध्ययन अनुभव म्हणजे अभ्यासक्रम.
4.	1967	रॉबर्ट गॅने	अभ्यासक्रम म्हणजे घटकांची अशी रचना की प्रत्येक घटकाचे अध्ययन हे एक क्रिया पूर्ण करण्यासारखे होय. अगोदरचे घटकांबाबत अध्ययन कर्त्याचा अभ्यास पूर्ण असून तो पूर्वज्ञान म्हणून समजला जातो.
5.	2006	डी. एफ. ब्राऊन	शाळेतील सर्व मुलांचे कौशल्य सुधारण्याबाबत सर्जनशीलतेने व चिकित्सकपणे विचार करण्याची पद्धत, समस्या परिहार, इतरांच्या सहकार्याने काम करणे, संप्रेषण योग्य तऱ्हेने करणे, परिणामकारक लेखन करणे, चिकित्सकपणे वाचन करणे आणि समस्या सोडविण्यासाठी संशोधन करणे इ. बाबतचे सर्व अनुभवांचे एकत्रीकरण म्हणजे अभ्यासक्रम होय.

शाळेमध्ये अध्ययन करताना मार्गदर्शन म्हणून अभ्यासक्रमाचे स्थान असते. वेगवेगळ्या पातळ्यांवरील उणिवा भरून काढण्याची जागा म्हणजे अभ्यासक्रम. अभ्यासक्रमातील नियोजनाचे प्रत्यक्षीकरण वर्गात होत असते. त्या प्रत्यक्षीकरणाचा अनुभव विद्यार्थी घेत असतात.

2.1.1 अभ्यासक्रमाचे घटक

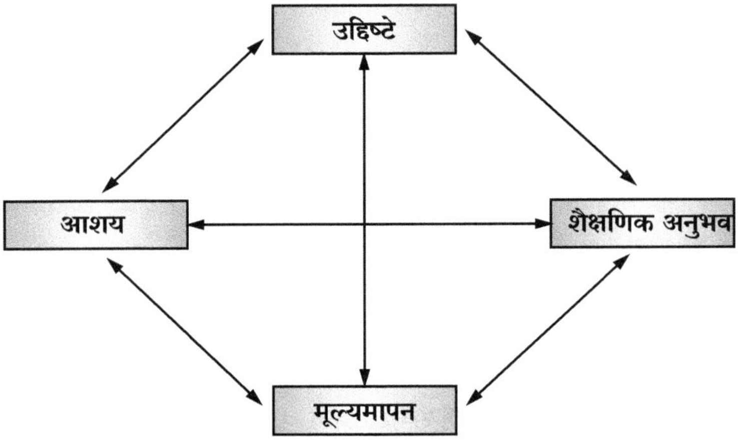

अभ्यासक्रमात एकूण चार घटक आहेत व ते एकमेकांशी निगडित आहेत.

(1) उद्दिष्टे : अभ्यासक्रम तयार करताना सर्वांत प्रथम उद्दिष्टांचा विचार करावा लागतो. उद्दिष्टे ही प्रत्येक स्तरानुसार भिन्न असतात. त्यावरून शिक्षणातून नक्की काय साध्य करायचे हे स्पष्ट होते. उदा., प्राथमिक शिक्षणाचे उद्दिष्ट बालकाला ज्ञानार्जनाची मूलभूत साधने प्राप्त करून देणे हे आहे.

(2) आशय : उद्दिष्टांची पूर्ती करण्यासाठी वेगवेगळ्या विषयांची मांडणी केलेली असते. यासाठी प्रथम अभ्यासक्रम तयार केला जातो. (अ) भाषा (ब) गणित (क) कला (ड) परिसर अभ्यास (इ) निरोगी जीवन यानुसार प्रत्येक क्षेत्रांमध्ये काळानुसार बदल करावा लागतो. त्याचप्रमाणे समाजाच्या गरजांनुसार वेळोवेळी बदल करावा लागतो.

(3) शैक्षणिक अनुभव : विद्यार्थी केंद्रस्थानी मानून त्याचा सर्वांगीण विकास होण्याच्या दृष्टीने उद्दिष्टे ठरविली जातात व त्यानुसार अध्ययन अनुभवांची योजना तयार केली जाते.

(4) मूल्यमापन : उद्दिष्टांची पूर्तता झाली आहे की नाही हे शिक्षकास मूल्यमापन केल्यावरच समजते. त्यासाठी विविध मूल्यमापनाच्या साधनांची निवड शिक्षकाला करावी लागते. विविध विषयांच्या आशयातून अभ्यासक्रम विद्यार्थ्यांमध्ये संक्रमित झाला आहे का नाही हे समजते.

शिक्षणाकडे पाहण्याचा दृष्टिकोन जसा बदलेल तसा अभ्यासक्रमातही बदल होताना दिसत आहे. उदा., पूर्वी असणारा बी.एड.चा अभ्यासक्रम व आताचा अभ्यासक्रम यात बराचसा फरक आहे. मूल्यमापन पद्धतीमध्ये बदल होत आहे. विद्यार्थ्यांकडून प्रत्यक्ष काही क्रिया करून घेणे, वैयक्तिक व सामाजिक कार्यक्षमता निर्माण करणे हे खरे शिक्षणाचे कार्य आहे.

2.1.2 अभ्यासक्रमाचे महत्त्व

शाळा, महाविद्यालये, विद्यापीठे हे सर्व अभ्यासक्रमानुसार चालत असतात. अभ्यासक्रमात नोंद केल्याप्रमाणे शिक्षक व विद्यार्थी या दोहोंना मार्ग सापडतो.

(1) अध्ययन-अध्यापन प्रक्रिया अधिक सुलभ होते : शिक्षक व विद्यार्थी या दोहोंना अभ्यासक्रमामुळे निश्चित दिशा मिळते. शिक्षकाला विद्यार्थ्यांना नक्की काय शिकवायचे याबाबत मार्गदर्शन मिळते. अभ्यासक्रमात असणारी विषयांची मांडणी, तासिका, उद्दिष्ट यानुसार अध्ययन अनुभव योजना विकसित केली जाते.

(2) अध्ययन-अध्यापनाचा दर्जा अभ्यासक्रमामुळे ठरला जातो : शिक्षकाला अध्यापन करताना विचार करावयाचा आहे. अभ्यासक्रमात अंतर्भूत केलेले घटक अद्ययावत आहेत का? यावरून अध्ययन अध्यापनाचा दर्जासुद्धा लक्षात येतो.

(3) अध्ययन-अध्यापनाचे वेळापत्रक नक्की करता येते : अभ्यासक्रम तयार झाल्यावरच वेगवेगळ्या विषयांचे वार्षिक नियोजन, घटक नियोजन व नंतर पाठ नियोजन करता येते. वेळापत्रक तयार करताना नक्की प्रत्येक विषयाला किती तासिका द्यायच्या? मूल्यमापनासाठी किती तासिका द्यायच्या हे ठरविता येते.

(4) परीक्षा पद्धती / मूल्यमापन पद्धती ठरविता येते : अभ्यासक्रम तयार केल्यामुळे उद्दिष्टे साध्य करण्यासाठी परीक्षा पद्धती व त्यानुसार मूल्यमापनाची कोणती साधने वापरायची हे समजते. विद्यार्थ्यांमधील वर्तनबदल निश्चित करता येतात.

(5) शिक्षणाची उद्दिष्टे साध्य करणे शक्य होते : विद्यार्थ्यांचा सर्वांगीण विकास हे उद्दिष्ट आहे. हे उद्दिष्ट साध्य करण्यासाठी अभ्यासक्रम या साधनाचा आधार घ्यावा लागतो.

2.1.3 अभ्यासक्रमाचे प्रकार (Types of Curriculam)

अभ्यासक्रम हा समाजाच्या गरजांनुसार, काळानुरूप बदलतो. अभ्यासक्रमाचे स्वरूप त्यानुसार भिन्न असते.

(1) विषयकेंद्री अभ्यासक्रम (Subject Centred) : पूर्वीपासून आपण विविध प्रकारचे ज्ञान मिळविण्यासाठी शिकणे असे गृहीत धरल्यामुळे त्याप्रमाणे अभ्यासक्रम तयार केले. विशिष्ट विषयांची निवड करून त्याप्रमाणे अभ्यासक्रम ठरविले गेले.

विषयकेंद्री अभ्यासक्रमाची वैशिष्ट्ये :

(अ) यात विषयावर प्रभुत्व मिळविणे हे उद्दिष्ट असते.

(ब) ज्ञान संपादन करणे व पाठांतर याला महत्त्व असते.

(क) पाठ्यपुस्तके तयार करताना आशयानुसार विचार केला जातो.

(ड) परीक्षेला महत्त्व असते.

(इ) अभ्यासक्रम शिक्षणतज्ज्ञ तयार करतात.

(2) क्षमताधिष्ठित अभ्यासक्रम (Competency-based Curriculum) : शिक्षक प्रशिक्षणातील विद्यार्थ्यांना शिकविण्यासाठी काही किमान क्षमता ठरवून दिलेल्या असतात. त्या किमान क्षमता विकसित करणारा जो अभ्यासक्रम असतो त्यास क्षमताधिष्ठित अभ्यासक्रम म्हणतात.

क्षमता खालीलप्रमाणे आहेत.

- संबोध
- आशय
- संदर्भ
- शैक्षणिक व्यवहार
- उपक्रम
- साधननिर्मिती
- मूल्यमापन
- नियोजन
- पालक संपर्क
- समाज संपर्क

वैशिष्ट्ये :

(अ) शिक्षक - शिक्षणासाठी हा अभ्यासक्रम असतो.

(ब) शिक्षकांमध्ये विविध क्षमता विकसित करणारा अभ्यासक्रम असतो.

(क) प्रशिक्षकांना नवीन दृष्टी प्राप्त होते.

(3) समन्वयात्मक अभ्यासक्रम (Co-oridination-based Curriculum) : अभ्यासक्रम तयार करताना काही उद्दिष्टे समोर ठेवून अभ्यासक्रम तयार केला जातो. सर्वांगीण विकास हे उद्दिष्ट समोर ठेवून अभ्यासक्रम तयार केला गेला तरी एकाच अभ्यासक्रमातून ही सर्व उद्दिष्टे साध्य होत नाहीत. यासाठी नव्या रचनेनुसार जो अभ्यासक्रम तयार केला जातो त्यास समन्वयात्मक अभ्यासक्रम असे म्हणतात. यात दोन किंवा अधिक विषयांचा समन्वय घडवून आणला जातो.

अभ्यासक्रमाची वैशिष्ट्ये

(अ) विषयाची मूलभूत रचना तयार केली जाते.

(ब) विषयांचा सखोल अभ्यास करता येतो.

(क) कृतिशीलतेला वाव दिला जातो.

(ड) मूल्यशिक्षण व अनुभवास प्राधान्य दिले जाते.

(इ) राष्ट्रीय उद्दिष्टांना अनुसरून अभ्यासक्रम तयार केला जातो.

(4) कृतिकेंद्री अभ्यासक्रम (Activity Centered Curriculum) : कृतीद्वारे शिक्षण ही संकल्पना म्हात्मा गांधी, जॉन ड्युई, रवींद्रनाथ टागोर या सर्वांनीच मांडली. म्हणूनच आज (Skill Based Education) कौशल्याधिष्ठित शिक्षण यावर भर देण्यात आला आहे. विद्यार्थ्यांना कौशल्याधिष्ठित शिक्षण देऊन स्वावलंबी बनविता आले पाहिजे. यात विद्यार्थ्यांच्या कृतीला अधिक वाव दिला जातो. त्यासाठी क्रीडन पद्धती, प्रकल्प पद्धतीचा वापर केला जातो.

कृतिकेंद्री अभ्यासक्रमाची वैशिष्ट्ये :

(अ) कृतीला अधिक महत्त्व असते.

(ब) विद्यार्थ्यांचा आत्मविश्वास वाढीस लागतो.

(क) मानसशास्त्राचा विचार केलेला असतो.

(ड) ज्ञानेंद्रिये व कर्मेंद्रियांचा विकास केला जातो.

(इ) बालकांच्या आवडीनुसार कृतीचे नियोजन केलेले असते.

➢ "Activity based Curriculum is a Continuous stream of child's activities, unbroken by systematic subjects and sprining from the intrests and personally- felt needs of the child."

महात्मा गांधीजींनी सुद्धा वर्धा योजनेत स्पष्ट म्हटले आहे की, आम्ही कृतीपर अभ्यासक्रम आखताना हा प्रयत्न करतो की, शाळा हे कृतीचे केंद्र राहील. त्यात निव्वळ माहितिवजा ज्ञान देण्यापेक्षा ते प्रयोगाचे, संशोधनाचे आणि खरा मदतीचा हात देण्याचे साधन राहील.

यामध्ये विद्यार्थी स्वावलंबी होतो. प्रत्येक वेळेस शिक्षकांवर अवलंबून राहत नाही तसेच स्वत: काही नवीन निर्मिती करण्यासाठी तत्पर असतो. कृती बऱ्याच वेळा गटाच्या माध्यमातून होत असते. त्यामुळे गटात समायोजन साधण्याचा प्रयत्न करतो त्यामुळे सामाजिक गुणांचा विकास होतो.

मर्यादा :

1. सर्व विषयासाठी कृतीच्या साहाय्याने शिक्षण देणे शक्य नाही.
2. गटागटाने केलेल्या कामाचे वैयक्तिक मूल्यमापन करताना अडचण येते.

(5) अनुभवाधिष्ठित अभ्यासक्रम (Experience-Centred Curriculum) : शिक्षण घेत असताना श्रवण, भाषण, वाचन व लेखन यापेक्षाही अनुभव घेणे अत्यंत महत्त्वाचे असते.

➢ ''अनुभवांचे संपादन वा साठा करून ते पुन्हा संघटित करणे म्हणजे शिक्षण होय. यामध्ये उपक्रम व नियोजन महत्त्वाचे असते.'' **– जॉन ड्युई**

उदा., स्काऊटगाईडमधील खरी कमाई उपक्रम राबवून विद्यार्थ्यांना येणारे अनुभव व त्या अनुभवातून त्यांना मिळणारे शिक्षण म्हणजे अनुभवाधिष्ठित शिक्षण होय. या अभ्यासक्रमात विशिष्ट कृती विद्यार्थ्यांना प्रत्यक्ष करावयास सांगून त्यातून त्यांना मिळणारे अनुभव महत्त्वाचे असतात.

उदा., आपल्याच सोसायटीत असणाऱ्या लोकांकडून ते घरात विजेचा, पाण्याचा वापर कसा करतात यावर प्रश्नावली भरून आणण्यास सांगितली तर विद्यार्थी प्रत्यक्ष त्यांच्याकडे जाऊन, त्यांच्याशी चर्चा करून प्रश्नावली भरतात, यातून प्रत्येक घरातून काहीतरी नवीन माहिती त्यांच्या ज्ञानात भर घालते म्हणून हे अनुभवाधिष्ठित शिक्षण उपयोगी ठरते.

अभ्यासक्रमाची वैशिष्ट्ये

- **अशाब्दिक अनुभव- शाळा, घर, समाज यांच्या संपर्कातून मिळालेले अनुभव.**
- **शाब्दिक अनुभव- लिखित साहित्य, प्रसंग यातून मिळालेले अनुभव.**
- **प्रत्यक्ष अनुभव- बी रूजवून त्याचे निरीक्षण.**
- **अप्रत्यक्ष अनुभव- दुसरे कोणतेही काम करताना मदत करणे.**
- **शैक्षणिक अनुभव- शिक्षकांना आलेले अनुभव ऐकणे.**
- **अशैक्षणिक अनुभव- इतर कार्यक्रमांना उपस्थिती. उदा. व्याख्याने चर्चासत्रे.**

(प्रत्येक अनुभवाची उदाहरणे देता येतील.) हा अभ्यासक्रम तयार करताना विद्यार्थ्यांसाठी विविध प्रसंग, कृती, समस्यांची निवड करावी लागेल.

(6) मूल्याधिष्ठित अभ्यासक्रम (Value Oriented Curriculum) : मूल्ये डोळ्यांसमोर ठेवून तयार केलेला अभ्यासक्रम होय. राष्ट्रीय मूल्यांना यात महत्त्वाचे स्थान असते. न्याय, स्वातंत्र्य, समता, बंधुता ही मूल्ये समोर ठेवून अभ्यासक्रम तयार केला जातो. त्याचप्रमाणे वैयक्तिक मूल्ये, आर्थिक मूल्ये, धार्मिक मूल्ये व नैतिक मूल्यांचाही विचार केला जातो.

मूल्याधिष्ठित अभ्यासक्रमाची वैशिष्ट्ये :

(अ) राष्ट्रविकास व वैयक्तिक विकास याला महत्त्वाचे स्थान असते.

(ब) विषयानुसार मूल्यांचे परिवर्तन करता येते.

(क) वैयक्तिक, सामाजिक, नैतिक मूल्यांचा विकास करता येतो.

(7) मूलभूत अभ्यासक्रम (Core Curriculum) : 'Core' याचा अर्थ गाभा किंवा पाया या अभ्यासक्रमात विद्यार्थ्यांना मूलभूत ज्ञान व कौशल्य विकसित करणारा आशय अभिप्रेत आहे. व्यक्तीच्या मूलभूत गरजा व समस्या यांची पूर्ती करणारा हा अभ्यासक्रम असावा. हे लक्षात घेता एडवर्ड क्रुग असे म्हणतात की, विषयाची व्याप्ती आधारभूत मानण्याऐवजी मुलांच्या व युवकांच्या गरजा, समस्या वा काम करण्याच्या सवयी या गोष्टी डोळ्यांसमोर ठेवून जेव्हा अभ्यासक्रमाची रचना केली जाते त्यास मूलभूत अभ्यासक्रम असे म्हणतात.

1956 साली भारत सरकारच्या शिक्षण मंत्रालयाने प्रकाशित केलेल्या "Hand book for teachers of Basic School" या पुस्तकात पुढील सामान्य तत्त्वे स्पष्ट केली आहेत.

(अ) बालकाचा अनुभव हा प्रारंभबिंदू : विद्यार्थी शिक्षण घेत असताना कुटुंब, शाळा, समाज या तिन्ही माध्यमातून फिरत असतो. त्या ठिकाणी वेगळेवेगळे अनुभव त्याला येत असतात. समाजात कसे वागायचे, बोलायचे याचा अनुभव

त्याला येत असतो. दैनंदिन जीवनात प्रत्येक काम कसे पूर्ण करायचे याबाबत त्याला तडजोड करावी लागत असते व त्यातून तो समायोजन साधत असतो. म्हणून या ठिकाणी बालकाला येणारे अनुभव केंद्रस्थानी आहेत.

(ब) अभ्यासक्रमात अनुभवांचे नियोजन व विकसन करावे : विद्यार्थ्यांना वेगवेगळ्या प्रकारचे अनुभव समाजातून मिळत असतात, त्यातले चांगले कोणते व वाईट कोणते याची जाणीव अभ्यासक्रमातून शिक्षकाने करून द्यावी.

(क) या अभ्यासक्रमातून विशिष्ट दृष्टिकोन विकसित करावा. केवळ ज्ञानावर भर न देता विद्यार्थ्यांचा सामाजिक, नैतिक दृष्टिकोन विकसित केला जावा.

विषयकेंद्री अभ्यासक्रमातील दोष :

1. केवळ ज्ञान मिळविणे हा हेतू असल्याने अभ्यासक्रमात साचेबंदपणा कृत्रिमता निर्माण होते.
2. हा अभ्यासक्रम ज्येष्ठ तज्ज्ञ व्यक्ती तयार करीत असल्याने त्यांच्या इच्छा, आकांक्षा मुलांवर लादल्या जातात.
3. विद्यार्थ्यांची आवड, मनःस्थिती, निवड, गरजा यांचा विचार केला जात नाही.
4. या अभ्यासक्रमात विषयाला अधिक महत्त्व दिल्यामुळे काय शिकवायचे यानुसार पाठ्यपुस्तक पूर्ण करणे याला महत्त्व दिले जाते.
5. या अभ्यासक्रमातून संस्कृतीचे दर्शन घडले जात नव्हते.
6. मातृभाषेकडे दुर्लक्ष केले गेले.
7. केवळ विषयाला महत्त्व असल्याने विद्यार्थ्यांच्या भावनिक व क्रियात्मक क्षेत्राकडे दुर्लक्ष दिसून येते.

(8) लिखित अभ्यासक्रम (Overt Explicit or Written Curriculum) : यामध्ये शाळेतील लिखित औपचारिक सूचना येतात. यात अभ्यासक्रमातील कागदपत्रे, धडे, फिल्मस्, उपयुक्त अध्यापन साहित्याचा उपयोग ठरविलेल्या विषयाप्रमाणे आपले काम जाणून घेण्याच्या दृष्टीने होतो. प्रशासक, अभ्यासक्रमाचे प्रमुख व शिक्षक यांनी मिळून औपचारीकपणे मान्य केलेला तसेच त्यातील लिखित आशयाचे परीक्षण करता येईल. जेणेकरून अभ्यासाची दिशा निश्चित केली जाईल. या सर्व बाबी या अभ्यासक्रमात अंतर्भूत असतात.

शैक्षणिक ध्येयपूर्ती होणे हे लिखित अभ्यासक्रमाचे प्राथमिक उद्दिष्ट आहे. लिखित अभ्यासक्रम हा सूचित अभ्यासक्रमापेक्षा वैशिष्ट्यपूर्ण व सर्वसमावेशक आहे. हा अधिक वास्तव आहे. हा अभ्यासक्रम सर्वसामान्य ध्येय पूर्ण करणारा, विशिष्ट उद्दिष्टांमध्ये नैपुण्य संपादन करणारा, अध्ययनासाठी विविध उपक्रमांचा समावेश असणारा असतो. शुमाकर यांच्या मते, लिखित अभ्यासक्रमातील वाचन-लेखन-विचार या क्रियासुद्धा नियमबद्ध असाव्यात कारण त्यांच्याद्वारे अब्जावधी लोकांचे जीवन बदलणार असते, तसेच एका व्यक्तीच्या शिक्षणाद्वारे संपूर्ण समाज अधिक तर्कशुद्ध विचार करणार असतो.

लिखित अभ्यासक्रमाची प्रमुख तीन कार्य आहेत.

(अ) मध्यस्त (ब) दर्जात्मक (क) नियंत्रणशील

लिखित अभ्यासक्रम हा सूचित अभ्यासक्रम व वर्गातील वास्तव स्थिती यात मध्यस्थाची भूमिका घेतात. शिक्षक तज्ज्ञांनी सुचवलेले घटक व शिक्षकांच्या दृष्टीने महत्त्वाचे घटक या दोहोंचा विचार करून आशय निश्चित केला जातो. तसेच प्रशासकांच्या अपेक्षा व शिक्षकांच्या दृष्टीने आवश्यक आशय यामध्येसुद्धा मध्यस्थाची भूमिका लिखित अभ्यासक्रम होतो. शेवटी प्रशासक व शिक्षक यांच्याशी चर्चा करून चांगल्या गोष्टी निवडल्या जातात.

(9) सामाजिक अभ्यासक्रम (Societal Curriculum) : Cortes (1981) सामाजिक अभ्यासक्रम म्हणजे कुटुंबाचा, सहध्यायांचा, शेजाऱ्यांचा, देवालये व इतर संघटनांचा विविध व्यवसायांचा माहिती प्रसारणाचा, लोक समुदायाचा व इतर सामाजिक घटकांचा की जे आपल्या प्रत्येकाला आयुष्यभर काहीतरी शिकवित असतात. अशा सर्व घटकांचा प्रचंड मोठा व अखंड चालणारा अनौपचारिक अभ्यासक्रम होय.

(10) अदृश्य अभ्यासक्रम (The Hidden or Covert Curriculum) : शाळेचे स्वरूप व अभ्यासक्रमाची मूळ रचना यात अंतर्भूत असते. यामध्ये दैनंदिन किंवा स्थिर अशा रोज घडणाऱ्या गोष्टी दिसून येतात. (Longstreet & Shane, 1993) लॉगस्ट्रीट व शेन यांच्या मते, पब्लिक स्कुलचे स्वरूप आणि संघटनात्मक डिझाईनद्वारे किंवा रचनेद्वारे तसेच शिक्षक आणि प्रशासकांच्या वर्तन आणि अभिवृत्तीद्वारे विद्यार्थी जे-जे घटक अभ्यासत असतो त्या-त्या घटकांचे एकत्रीकरण म्हणजे अदृश्य अभ्यासक्रम होय.

उदा., शाळेच्या संघटनात्मक स्वरूपाद्वारे जे निरोप अथवा शिकवण शिकायला मिळते. यात प्रामुख्याने वर्गखोलीची रचना, विद्यार्थी वर्तन (विद्यार्थी वर्गात ताठ बसतो का? ओळीत शांतपणे उभा राहतो का? त्याचे नाव घेतल्यावर उठून उभा राहतो का? सतत स्पर्धात्मक वातावरणात राहतो का?) या दैनंदिन गोष्टींच्या नोंदी महत्त्वाच्या असतात. तसेच औपचारिक अभ्यासक्रमातील वार्षिक नियोजन, वेळापत्रक या बाबी अंतर्भूत असतात.

या अभ्यासक्रमात विद्यार्थी, शिक्षक, निरीक्षक, यांच्यावर झालेला परिणाम सकारात्मक किंवा नकारात्मक असतो. शाळाबदलाचे अनुमान/ कल्पना आणि दैनंदिन वापरातील स्पष्ट रूप या प्रकारच्या अभ्यासक्रमात दिसते. उदा.,

(अ) जेव्हा शिक्षक वर्गात आपल्या टेबलासमोर उभे राहून शिकवितात तेव्हा विद्यार्थ्यांच्या दृष्टीने शिक्षकांचा वर्गावर ताबा आहे. तसेच ज्ञानाने ते परिपूर्ण आहेत तसेच सर्व विद्यार्थ्यांच्या अवधानाचे ते केंद्र आहेत. शिक्षकांना मुख्य असे महत्त्वपूर्ण स्थान असते.

(ब) एखाद्या पाठातून प्रतित होणारे मूल्य, जे पूर्णपणे मुलांपर्यंत पोहोचवले गेले. या प्रकारची मूल्ये काही वेळ देऊन आवाजात बदल करून किंवा आशयाचा विचार केला याद्वारे विद्यार्थ्यांपर्यंत पोहोचविली जातात.

(11) शून्य अभ्यासक्रम (The Null Curriculum) : अभ्यासक्रम म्हणजे औपचारिक शिक्षण हे डोळ्यांसमोर येते. परंतु प्रत्येक व्यक्ती सतत काहीना काही शिकत असते. शाळेत आपण जे शिकवित नाही, विद्यार्थ्यांच्या शैक्षणिक क्रियेत आणि आपल्या समाजात हे घटक महत्त्वाचे नसतात असे विद्यार्थांना सांगितले जाते.

आयझन (1985, 1994) यांनी प्रथम शून्य अभ्यासक्रमाचे घटक मांडले. यात परस्परविरोधी घटक असतात जे प्रत्यक्षात दिसत नाही. उदा: शाळेच्या यशाचे श्रेय केवळ जो अभ्यासक्रम राबविला त्याला न देता ज्या गोष्टी शाळेत शिकविल्या नाहीत त्यांनासुद्धा देणे जरूरी आहे. त्याच्या मते, शून्य अभ्यासक्रम म्हणजे जे शाळेत शिकविले जात नाही ते. यावरून अधिकार असणाऱ्या लोकांनी ठरवावे की लिखित अभ्यासक्रमात काय ठेवावे व काय रद्द करावे.

यात काय शिकविले नाही ते येते. वरिष्ठांनी दिलेल्या सूचनांनुसार किंवा शिक्षकांच्या अज्ञानामुळे किंवा पूर्वग्रहदूषित कल्पनांमुळे काही भाग / आशय विद्यार्थ्यांना शिकविला जात नाही.

उदा., शाळा/ शिक्षक इतिहास शिकविताना कोलंबसची माहिती देताना अमेरिकेचा शोध लावल्यावर त्याने अनेक स्थानिक लोकांना मारले किंवा त्याची हत्या झाली हे कदाचित सांगणार नाहीत. उत्क्रांती हा घटक शिकवू नये अशा दबावाखाली अनेक शिक्षक असतात. काही शाळा नथुराम गोडसेने महात्मा गांधींना मारले या मागचे कारण मुलांना सांगण्याच्या मताचे नसतील.

(12) अनुरूप अभ्यासक्रम (Concomitant Curriculum) : या अभ्यासक्रमात घरात काय शिकविले जाते व कशाला महत्त्व दिले जाते. असे घटक येतात. कुटुंबाने मान्य केलेले अनुभव यात असतात. या प्रकारचे अभ्यासक्रम चर्चा आश्रम याद्वारे राबविले जातात. यामध्ये धार्मिक विचार व्यक्त होतात. शिकवण/मूल्ये नीतितत्त्वे जाणीवपूर्वक केलेले वर्तन किंवा कुटुंबाला समाजाकडून मिळालेले अनुभव या अभ्यासक्रमात रचले जातात.

(13) शब्दांद्वारे आकर्षक केलेला अभ्यासक्रम (Rhetorical Curriculum) : शालेय अधिकाऱ्यांच्या, प्रशासकांच्या किंवा राजकारण्यांच्या कल्पनाशक्तीतून तयार झालेला अभ्यासक्रम. हा अभ्यासक्रम तयार करताना समाविष्ट झालेला अधिकारी वर्ग असेल त्यांच्याद्वारे संकल्पना निर्मिती किंवा नवीन आशय यात टाकला जातो. राष्ट्रीय

आणि राज्यस्तरीय अहवालावर आधारित शैक्षणिक निर्णयांचा यात समावेश केला जातो. जनसमुदायाची मते व पूर्वीच्या आशयावरील त्यांची टिपण्णी व कालबाह्य शैक्षणिक घटक यांचा सापेक्ष विचार करून अभ्यासक्रम तयार केला जातो. प्रकाशित झालेल्या सुधारित शैक्षणिक विषयांचा समावेश यात असतो.

(14) इलेक्ट्रॉनिक अभ्यासक्रम (The Electronic Curriculum) : Wilson (2004) विल्सनच्या मते, संप्रेषणाचा ई फॉर्म वापरून किंवा माहिती जमविण्यासाठी इंटरनेटचा शोध घेऊन जे पाठ अभ्यासले जातात त्यांचा यात समावेश होतो हा अभ्यासक्रम औपचारिक व अनौपचारिक असू शकतो. त्यातील आशय लेखी, तोंडी अथवा प्रात्यक्षिकाद्वारे सांगितला जातो.

इंटरनेटवरील माहिती चांगल्या व वाईट दोन्ही स्वरूपात उपलब्ध असणार आहे किंवा चूक अथवा बरोबरही असेल. शिवाय प्रत्येकाचा दृष्टिकोन भिन्न असतो. इंटरनेटचा वापर ब्लॉगस् चॅटिंग, ऑनलाइन गप्पा मारण्यासाठी, ई-मेलसाठी तसेच संशोधन व माहिती मिळविण्यासाठी त्यांच्यावर सर्व प्रकारच्या माध्यमांचा व मेसेजेसचा अक्षरश: पाऊस पडतो. तसेच काही माहिती बरोबर तसेच एकांगी स्वरूपाचीसुद्धा असू शकते. पूर्वग्रहदूषित अथवा मुद्दाम चुकीचीसुद्धा तयार केली जाऊ शकते. वास्तविक पाहता शैक्षणिक कारणांसाठी जो मान्य केलेला अभ्यासक्रम असतो त्यात बिनचूक व परीक्षकांनी परीक्षिलेली माहिती असणे जरूरीचे असते. तसेच इलेक्ट्रॉनिक घटकसुद्धा विश्वसनीय असणे आवश्यक असते. याद्वारे मिळणाऱ्या माहितीच्या व आशयाच्या उपयुक्ततेचा व योग्यतेचा कलात्मक पद्धतीने विद्यार्थ्यांना वापर करता यायला हवा. इतर सामाजिक आंतरक्रियांप्रमाणेच या इलेक्ट्रॉनिक माहितीचा योग्य प्रकारे, शिष्टाचार सांभाळून वापर करता यायला पाहिजे हे विद्यार्थ्यांना समजले पाहिजे.

(15) सूचित अभ्यासक्रम (Recommended Curriculum) : सूचित अभ्यासक्रम म्हणजे स्कॉलर/ अभ्यासू व्यक्तीकडून, व्यावसायिक संघटनेकडून आणि पुनर्रचना करणाऱ्या आयोगाद्वारे सुचविलेला अभ्यासक्रम. आदर्शवादी अभ्यासक्रमाप्रमाणे यातसुद्धा योजना तयार करणारे समुह असतात. उदा., फेडरल आणि राज्य सरकार यांची महत्त्वाची भूमिका असते. हा अभ्यासक्रम असायलाच पाहिजे अशी सक्ती केली जाते, मूल्यांवर आधारित रचना केली जाते.

देशभरात जिल्हा आणि राज्यांमध्ये गाभाभूत अभ्यासक्रमातील विषयात अत्यंत वेगाने दर्जात्मक सुधारणा होत आहे. त्यानुसार राज्यपातळीवर मूल्यमापनाची मानके ठरविताना व दर्जा ठरविताना अनेक तज्ज्ञांचे तसेच उत्तम निकालाचे मार्गदर्शन घेतले जाते. (Pellegrino, 2007) यांच्या मतानुसार राज्यांनी आपले विद्यार्थी काय शिकणार व शिक्षक काय शिकविणार हे स्पष्ट करण्यासाठी शैक्षणिक दर्जाचा वापर करण्यास सुरुवात केली आहे. समाजातील तज्ज्ञांनी मान्यता दिलेल्या अभ्यासक्रमाचा अभ्यास समन्वयकांना आणि शिक्षकांना त्याचे अध्यापन कार्यक्रम विकसित करण्यास उपयोग होईल.

आजच्या काळातील नागरिकांना तंत्रज्ञान आपणास कशा प्रकारे हानी पोहोचवते आणि प्रत्यक्षात आपले जीवन तंत्रज्ञानाशी कसे एकरूप झाले याविषयीची मूलभूत कल्पना असणे जरुरी आहे. पारंपरिक गाभाभूत अभ्यासक्रमातील विषयांचे ज्ञान मिळविणे जेवढे आवश्यक आहे तेवढेच तंत्रज्ञानातील साक्षरता जरुरी आहे. शिक्षण प्रक्रियेद्वारे तंत्रज्ञान साक्षर होणे विद्यार्थ्यांना आवश्यक आहे. (Dugger, Meade- 316-317)

(16) आधारभूत अभ्यासक्रम : आधारभूत अभ्यासक्रम म्हणजे आधारासाठी आणि प्रत्यक्षात शाळांमध्ये पोहोचविण्यासाठी जी साधने ठरविलेली असतात त्या साधनाद्वारे तो अभ्यासक्रम प्रदर्शित होतो व आकाराला येतो. चार प्रकारची साधने प्रामुख्याने वापरली जातात.

(अ) विशिष्ट शालेय पातळीला ठरवून दिलेला वेळ

(ब) अभ्यासक्रमामधील घटकांना शिक्षकांनी ठरविलेला वेळ

(क) वर्गाच्या संख्येवरून ठरविलेला व्यक्तिगत वेळ आणि पाठ्यपुस्तके

(ड) इतर शैक्षणिक साधनांचा वापर.

अधिक्षकाच्या (सुपरिटेडंटच्या) नेतृत्वाखाली जी स्थानिक शालेय समिती असते तिची आधारभूत अभ्यासक्रमामध्ये महत्त्वाची भूमिका असते असे दिसून येते. अनेक जिल्ह्यामध्ये ही समिती असा अभ्यासक्रम स्वीकारते की ज्यात अनेक विषयांसाठी थोड्या कालावधीची तरतूद असेल तसेच जिल्ह्याची पाठ्यपुस्तके या समितीद्वारे मान्य होतात तसेच मोठ्या प्रमाणातील अशा बजेटची मान्यता देते की ज्यामुळे वैयक्तिक आणि भौतिक साधनांच्या आधारावर नकारार्थी परिणाम होतो.

अर्थातच वर्गशिक्षकांची भूमिका महत्त्वाची असतेच. सर्व शिक्षकच ठरवित असतात की विशिष्ट विषयाला किती वेळ द्यायचा ते त्याशिवाय मुख्याध्यापकसुद्धा हे ठरविण्यास स्वतंत्र असतात. आधारभूत अभ्यासक्रमाचे मूल्यमापन होणे गरजेचे असते. काय आणि कसे अध्ययन होणार यावर आधारभूत अभ्यासक्रमातील अनेक घटकांचा परिणाम होतो. पाठ्यपुस्तक आणि इतर अध्ययनाचे यांची आधारभूत मार्ग Resources याची अभ्यासक्रमामध्ये मध्यवर्ती भूमिका असते.

(17) अध्यापन केलेला अभ्यासक्रम : लिखित व अध्यापन केलेला अभ्यासक्रमामध्ये आकाराबाबत खूप फरक आहे.

एका टोकाला ज्या शाळा अभ्यासक्रम जशाच्या तसा (सरळरेषेत) प्रकल्प राबवून या दोन अभ्यासक्रमांमध्ये मोठ्या प्रमाणात मेळ घालत असतात. तर दुसऱ्या टोकाला अशा शाळा आहेत की जेथे राज्याच्या अभ्यासक्रमाने अराजकता माजविली आहे. प्रत्येक शिक्षक स्वत:चा अभ्यासक्रम तयार करतो आणि शाळेत सर्व भिन्न-भिन्न उपक्रम चालत असतात. अध्यापन केलेला अभ्यासक्रम हा विद्यार्थ्यांपर्यंत पोहोचलेला असतो. तसेच शिक्षक शिकवित असताना निरीक्षकांनी सर्व कृतींचे निरीक्षण केलेले असते.

अशा प्रकारे अभ्यासक्रमाबाबतचे शिक्षकांचे निर्णय हे विविध आंतरक्रियांचे फलिते असतात. विचार न करता निवडलेले पर्याय किंवा विचार करून केलेले बंड/ असहकार यापेक्षा शिक्षकांचे निर्णय हे शिक्षक आणि तो विशिष्ट वर्ग यासाठी सर्वोत्तम असतात. अभ्यासलेला/शिकलेला अभ्यासक्रम यात मूल्य, संकल्पना आणि वर्तन (जे विद्यार्थ्यांच्या शालेय अनुभवाद्वारे दिसतात.) यातील सर्व बदल समाविष्ट असतात. यात विद्यार्थ्याला काय समजले, तो काय शिकला, काय ग्रहण केले याचा समावेश असतो. सुरुवातीला वर्गातील कामाच्या मूल्यमापनाबाबत/जबाबदारीबाबत विद्यार्थी अत्यंत संवेदनशील असतो. ज्यासाठी त्यांना जबाबदार धरले जाते त्या गोष्टी ते गांभीर्याने घेतात. शिक्षक कोणत्या घटकावर भर देतात. यापेक्षा परीक्षेत काय विचारणार याकडे विद्यार्थ्यांचे जास्त लक्ष असते.

(18) कसोटीला उतरलेला अभ्यासक्रम : शिक्षकांनी वर्गासाठी केलेली चाचणी, जिल्हा पातळीवर विकसन अभ्यासक्रम कसोटी आणि प्रमाण मानलेली कसोटी इत्यादींद्वारे ज्या अभ्यासक्रमाची चाचणी घेतली जाते तो अभ्यासक्रम म्हणजे कसोटीला उतरलेला अभ्यासक्रम होय.

कसोटीला उतरलेला अभ्यासक्रम हा आणि अध्यापन केलेला अभ्यासक्रम यात काय संबंध आहे हे पहायचे झाल्यास उत्तरे विविध येतील प्रथम कसोटी तयार करण्यात सुरुवातीला अडचणी येतात. सुरुवातीला कसोट्या विद्यार्थ्यांचे आकलन व स्मरण तपासत असत. संकल्पना समजण्याचे मापन बहुपर्यायी प्रश्न असत. त्याद्वारे विद्यार्थ्यांचे अंदाज करण्याची क्षमता पाहिली जाते. अभ्यासक्रम संदर्भ कसोटी आणि अध्यापन यात फरक दिसून येतो.

काय शिकविले आणि काय शिकले यावर अभ्यासक्रमातील घटकांची निश्चिती अवलंबून असते. वरील चार अभ्यासक्रम (लिखित, आधारभूत, शिकविलेले, परीक्षिलेले) विशिष्ट उद्दिष्टांवर आधारलेले असू शकतील. शाळा त्यातील अध्ययन अनुभव हे अत्यंत विचार करून त्यांच्या विद्यार्थ्यांसाठी ठरवितात.

कोठारी आयोगाने माध्यमिक स्तरावरील अभ्यासक्रमात पुढील दोष सांगितले. (विश्वकोश खंड-1 (P.g no. 353)

(अ) विशिष्ट विषयांच्या सखोल अभ्यासाला आरंभ लवकर होतो.

(ब) तात्त्विकदृष्ट्या जरी ऐच्छिक विषय अनेक असले तरी प्रत्यक्षात ते फार थोडे आहेत.

(क) बहुसंख्य विद्यार्थ्यांची वृत्ती माध्यमिक शाळेतून महाविद्यालयात जाण्याची असते म्हणून विज्ञान शाखेत संख्या अधिक आढळते.

त्यांनी या संदर्भात अशी सूचना केली की :

(i) सामान्य अभ्यासक्रम 10 वर्षांचा असावा.

(ii) ऐच्छिक विषयांचा अभ्यास उच्च व निम्न या दोन्ही स्तरांवर असावा.

(iii) सामान्य शिक्षण व व्यावसायिक शिक्षण यांची फारकत करू नये.

(iv) शालेय अभ्यासक्रमाची योजना एकात्म दृष्टीने व्हावी.

2.2 अभ्यासक्रम विकसनाची तत्त्वे

अभ्यासक्रमात व्यक्ती व समाज यांच्यातील भिन्नता व साधर्म्य लक्षात घेतली जावीत. प्रत्येक व्यक्तीची बुद्धी, रुची, शरीरक्षमता, परिस्थिती, अनुवंशिकता वेगळी असते तसेच समाजाचा इतिहास, स्थिती त्यांच्या समस्या, गरजा, उपलब्ध साधने यांतही भिन्नता आढळते. त्यामुळे अभ्यासक्रमाचे दोन विभाग महत्त्वाचे आहेत.

(1) ऐच्छिक : यात व्यक्तीला त्याच्या आवडीनुसार, क्षमतेनुसार विषय निवडता येईल.

(2) आवश्यक : यात सामान्य शिक्षण ही कल्पना महत्त्वाची आहे.

(1) उद्दिष्टांची पूर्तता करणारा असावा (Useful to fulfil Aims) : अभ्यासक्रमात ठरविले जाणारे सर्व घटक उद्दिष्टांची पूर्तता करणारे असावेत. मुळातच उद्दिष्टे साध्य करण्यासाठी अभ्यासक्रम हे साधन आहे. विद्यार्थ्यांच्या सर्वांगीण विकासाची सोय अभ्यासक्रमातून व्हावी. प्रत्येक विषयाची उद्दिष्टे स्वतंत्र आहेत.

उदा., मराठी विषयाची उद्दिष्टे साध्य करणारा अभ्यासक्रम असावा. ज्ञान, आकलन, अभिव्यक्ती, अभिरुची रसग्रहण ही सर्व उद्दिष्टे अभ्यासक्रमातून साध्य व्हावीत.

(2) विद्यार्थी केंद्रित (Child Centered) : अभ्यासक्रम तयार करताना सर्वांत प्रथम विद्यार्थी केंद्रबिंदू मानून त्याच्या विकासासाठी अभ्यासक्रम तयार केला जावा. विद्यार्थ्यांच्या आवडीनिवडी, गरजा, वेळेचासुद्धा अभ्यासक्रमात विचार केला जावा. आजचा विद्यार्थी नोकरी करीत शिक्षण घेतो, अशा वेळेस दूरस्थ शिक्षणाच्या अभ्यासक्रमात तशी लवचीकता असावी. विद्यार्थ्यांच्या विकासाच्या अवस्थांचा विचार करून अभ्यासक्रम तयार केला जावा. विषय कोणताही असो विद्यार्थ्यांना प्रत्येक इयत्तेनुसार वाढता व विकासात्मक क्रम त्या अभ्यासक्रमात आढळून आला पाहिजे.

(3) जीवनाभिमुख (Life-oriented) : अभ्यासक्रम तयार करीत असताना ज्याप्रमाणे व्यक्तीच्या विकासाचा विचार करणे आवश्यक आहे त्याप्रमाणे समाजाचासुद्धा विचार आवश्यक आहे. कारण व्यक्तीचा विकास समाजाच्या वातावरणात होत असतो. व्यक्तीच्या जीवनाशी समाजाचा घनिष्ठ संबंध असतो. समाजाच्या गरजांनुसार अभ्यासक्रमात विशिष्ट विषयांना स्थान दिले पाहिजे.

उदा., कार्यानुभव विषयांतर्गत विविध कागदकाम, बागकाम, अशी कामे शहरातील विद्यार्थ्यांना ठीक आहेत. परंतु आदिवासी भागातील विद्यार्थ्यांना त्यांच्या ठिकाणी उपलब्ध असणाऱ्या साहित्यापासून वस्तू तयार करण्यास सांगाव्यात. म्हणजेच त्या-त्या स्थानिक परिस्थितीनुसार अभ्यासक्रम लवचीक असावा.

(4) समवाय साधणारा असावा (Co-related Curriculum) : अभ्यासक्रमात अनेक विषय अंतर्भूत केलेले असतात. विषयांची गर्दी करून अभ्यासाचे ओझे वाढवू नये. बऱ्याच वेळा आपणास असे दिसून येते की एकच घटक दोन ते तीन विषयात आलेला दिसतो. विद्यार्थ्यांना या घटकाचे दोनदा अध्ययन करावे लागते. घटकांची पुनरावृत्ती टाळता यावी, यासाठी काही घटक हे विषयांच्या समवाय साधून एकत्र गट करून टाकावेत.

उदा., प्रदूषण हा घटक आपण भूगोल विषयातही अभ्यासतो तसेच विज्ञान विषयातही अभ्यासतो. शिक्षकाने अभ्यासक्रम तयार करताना या बाबींचा विचार केला पाहिजे.

(5) कृतिशीलतेला वाव : (Activity Centered) : शिक्षण घेत असताना विद्यार्थांना केवळ श्रवण व स्मरण दोनच गोष्टींवर भर देणारा नसावा. अभ्यासक्रमात विद्यार्थ्यांच्या कृतीशिलतेला वाव असावा. विद्यार्थ्यांच्या क्रियात्मक क्षेत्राचा विकास झाला पाहिजे. कोणतेही ज्ञान घेत असताना जर त्याचा प्रत्यक्ष अनुभव घेतला तर ते ज्ञान दीर्घकाळ स्मरणात राहते. वयानुसार कृतीचे मार्गदर्शन अभ्यासक्रमाने केले पाहिजे. कृतीला वाव देण्यासाठी अभ्यासक्रमात विविध अभ्यासेतर कार्यक्रमांचीही जोड दिली पाहिजे. भिन्न प्रवृत्तीचे विद्यार्थी, त्यांची आवड यानुसार विविध कार्यक्रम, स्पर्धा आयोजित करता येईल. अभ्यासपूरक कार्यक्रमाची केवळ यादी न देता त्यातील साजरे करावयाचे कार्यक्रम त्याची उद्दिष्टे व मूल्यमापन याचाही समावेश अभ्यासक्रमात असावा.

निव्वळ ज्ञानसाधना करून जीवन समृद्ध, यशस्वी होऊ शकत नाही. ज्ञान जीवनासाठी वापरता येण्याची क्षमता, निव्वळ पुस्तकी ज्ञान साधनेने येत नाही. प्रयोग, अनुभव, प्रत्यक्षकृती, योजना, प्रत्यक्षसंधी यातून निर्माण होणारे ज्ञान व जीवनक्षमता मोलाच्या आहेत. प्रत्येक वेळेस नवीन ज्ञानाची निर्मिती होत असते.

(6) लवचीक अभ्यासक्रम (Flexible Curriculam) : अभ्यासक्रमात लवचीकता असावी. समाजातील गरजांनुसार तो बदलण्याची सोय असावी. स्थळ व काळ विचारात घेऊन तो बदलावा. शहर ग्रामीण, आदिवासी त्या-त्या ठिकाणच्या स्थानिक गरजा भिन्न असतात. त्यानुसार अभ्यासक्रम लवचीक असावा. एकदा अभ्यासक्रम ठरला की वर्षोनुवर्षे तोच उपयुक्त ठरेल असे नाही. जागतिकीकरणाच्या युगात अनेक नवीन ज्ञानाची भर पडत आहे त्यांचा संदर्भ घेऊन अभ्यासक्रमात बदल करण्याची सोय असावी. बदलत्या व विकासशील समाजात समायोजन करून घेण्याची क्षमता अभ्यासक्रमात असावी.

(7) विविधतापूर्ण (Having Variety) : अभ्यासक्रमात विविध विषयांचा समावेश तर असतोच परंतु त्या विविध विषयांमध्ये नवनवीन घटकांचा अंतर्भाव केलेला असावा. आज अभ्यासक्रमात विविध वैकल्पिक विषयांचा अंतर्भाव झालेला दिसून येतो.

उदा., बी.एड., अभ्यासक्रमात विविध वैकल्पिक विषय अंतर्भूत आहेत. मार्गदर्शन व समुपदेशन, आरोग्यशिक्षण, योगशिक्षण, लोकसंख्या शिक्षण, पर्यावरण शिक्षण अशा विविध विषयांपैकी विद्यार्थ्यांना त्यांच्या आवडीचा विषय निवडण्याची संधी आहे.

(8) स्वावलंबन निर्माण करणारा (To Create Self Dependence) : आपला उदरनिर्वाह चालविणारा अभ्यासक्रम असावा. तसेच श्रमप्रतिष्ठा करण्यास वाव देणारा अभ्यासक्रम असावा. अभ्यासक्रमाद्वारे विविध कौशल्यांचा विकास होऊन विद्यार्थी स्वत: एखादा व्यवसाय काढू शकतो असा विश्वास त्या अभ्यासक्रमातून निर्माण करण्यात यावा.

उदा., (अ) बी.एड. अभ्यासक्रम पूर्ण केल्यावर प्रत्येकाने शिक्षकाची नोकरी मिळेल यावर विसंबून राहिले तर उपयोग नाही. बी.एड. अभ्यासक्रमामुळे विविध कौशल्य विद्यार्थ्यांमध्ये विकसित होणार आहेत.

उदा.,(ब) बी. एड. अभ्यासक्रमातील एका विषयातून विद्यार्थी CAI (Computer Assisted Instrudction) कार्यक्रम तयार करतात त्याचा उपयोग करून विद्यार्थ्यांनी आपल्या विषयावर आधारित असे CAI Programme तयार केले व शाळांमधून शिक्षकांना दाखवून त्याची विक्री करू शकतात. तसेच संप्रेषण कौशल्य चांगले विकसित झाले तर विविध IT कंपनीतसुद्धा त्यांना चांगली नोकरी मिळू शकते.

(9) फुरसतीच्या वेळेतील मार्गदर्शन : शाळेत अध्ययन करायला येणाऱ्या विद्यार्थ्यांसाठी शाळेतील करावयाचे कार्य माहीत असते. परंतु त्याचवेळेस त्यांना फुरसतीच्या वेळेत काय करावे याचेही मार्गदर्शन अभ्यासक्रमातून व्हावे. आपल्या आवडीनुसार सुट्टीत काय वाचावे, कोणत्या-कोणत्या कृती कराव्यात हे सांगावे. त्यामुळे शिक्षक व विद्यार्थी दोघांच्या कल्पकतेला व क्रियाशीलतेला चालना मिळेल.

(10) संस्कृतिसंक्रमणास उपयोगी (Useful for Transmitting Cultural Values) : अभ्यासक्रमातून भारताची संस्कृती, परंपरा, रूढी यांना पोषक वातावरण असावे. भारताची संस्कृती टिकवून व वृद्धिंगत करणारे घटक अभ्यासक्रमात असावेत. आपल्या देशाची परंपरा अध्यात्मवादी, आदर्शवादी आहे. त्याप्रमाणे आपली शैक्षणिक ध्येयेही त्यावरच अवलंबून आहेत व ती साध्य होण्यासाठी आपल्या अभ्यासक्रमातही त्याचे प्रतिबिंब पडायला हवे. सांस्कृतिक मूल्ये व परंपरा विद्यार्थांमध्ये संक्रमित करणे हे महत्त्वाचे कार्य आहे तसेच नवीन काळानुसार वास्तववाद, निसर्गवाद, कार्यवाद यांचाही विचार करावा.

2.3 शालेय अभ्यासक्रमाबाबत महात्मा गांधीजी व रवींद्रनाथ टागोर यांचे विचार (Gandhiji's & Togore's Views on School Curriculum)

महात्मा गांधीजींनी राजकीय क्षेत्रात काम करीत असताना शैक्षणिक क्षेत्रातही कार्य केले. त्यांनी शिक्षणासंबंधी स्वतंत्र पद्धती सुचविली. त्यांच्या शैक्षणिक विचारांना आजही महत्त्वाचे स्थान आहे.

सन 1937 मध्ये वर्धा येथे एक सभा बोलविली होती. त्या सभेत मूलोद्योगी शिक्षण (Basic Education) यासंबंधी कल्पना मांडली. कृतिद्वारा शिक्षण व शिक्षणातून लोकशाहीची प्रतिष्ठापना या बाबतीत गांधीजींचे विचार जॉन ड्युई यांच्याशी जुळणारे होते. महात्मा गांधीजी व्यवहारी तत्त्वज्ञ होते. आजच्या शाळा या केवळ पुस्तकी ज्ञान देणारी केंद्रे असून त्या उद्याच्या हस्तव्यवसायाच्या केंद्रशाळा झाल्या पाहिजेत असे त्यांनी आवर्जून सांगितले.

➢ "Our schools must be places of work experimentation and discovery not of passive absorption of information imported at secondhand." (Educational Reconstruction P-50)

– महात्मा गांधीजी

मूलोद्योगी शिक्षण योजना/ वर्धा शिक्षण योजना

या शिक्षण योजनेत महात्मा गांधीजींनी खालील गोष्टींवर भर दिला.

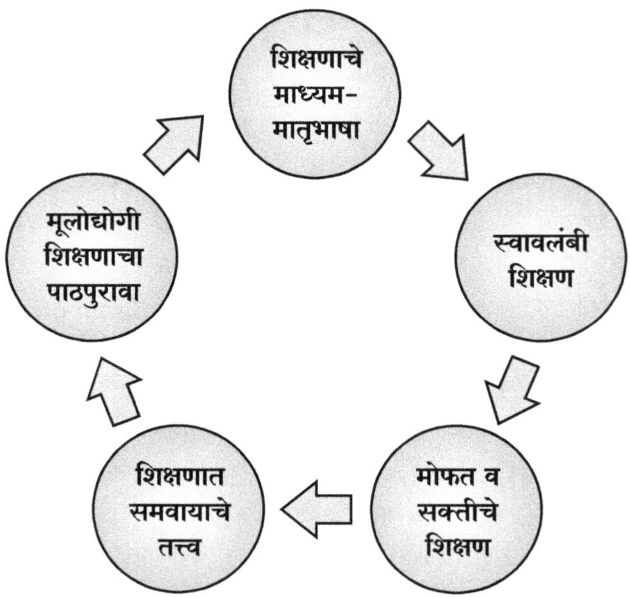

(1) शिक्षणाचे माध्यम – मातृभाषा : विद्यार्थ्यांना प्राथमिक शिक्षण हे मातृभाषेत दिले गेले पाहिजे. मातृभाषेच्या श्रवण, भाषण, वाचन व लेखन चारही कौशल्यांचा चांगला विकास होण्यासाठी मातृभाषा शिक्षण देणे गरजेचे आहे. इंग्रजी माध्यमामुळे व ब्रिटिशांच्या स्वार्थी हेतूमुळे इंग्रजी शिक्षण विषमिश्रित दूध ठरले आहे हे गांधीजींनी ओळखले होते. विद्यार्थ्यांच्या आत्मविष्काराला वाव देण्यासाठी मातृभाषेतून शिक्षण दिले पाहिजे. घरात बोलणारी व शाळेत बोलणारी भाषा ही एकच असेल तर विद्यार्थी स्वत:ला जास्त सुरक्षित मानतात. विद्यार्थ्यांना आपले विचार, विशिष्ट विषयाबाबतच्या संकल्पना स्पष्टपणे विकसित करण्यासाठी मातृभाषा अत्यंत आवश्यक आहे. डॉ. झाकीर हुसेन यांच्या समितीनेदेखील हे सांगितले होते की सर्व शिक्षणाचा पाया म्हणजे मातृभाषेचे योग्य शिक्षण होय.

(2) स्वावलंबी शिक्षण (Self Sufficiency Education) : विद्यार्थ्याला शिक्षणातून स्वावलंबी बनविता आले पाहिजे. त्याने आपल्या शिक्षणाचा खर्च स्वत:च भागविला पाहिजे. त्यांनी सांगितले की सर्व विषय उत्पादक उद्योगाच्या माध्यमातून शिकवावयाचे होते. विद्यार्थ्यांनी विविध वस्तू तयार करून त्या बाजारात विकाव्यात. त्यापासून त्यांना पैसे मिळतील अशा प्रकारे स्वत:च्या शिक्षणाचा खर्च त्याने स्वत: भागवावा. महात्मा गांधीजींच्या मते, स्वावलंबनाचे तत्त्व ही केवळ एक प्राथमिक गरज नव्हे तर ती अत्यावश्यक अट आहे. सात वर्षाच्या कालावधीत विद्यार्थ्यांसाठी झालेला खर्च व त्याने मिळविलेले उत्पन्न याबाबत ताळमेळ बसविता आले पाहिजे. जर या सात वर्षात तो ताळमेळ विद्यार्थी / विद्यार्थीनी करू शकले नाही तर ते स्वावलंबी होऊ शकत नाहीत असे म्हणावे लागेल.

(3) मोफत व सक्तीचे शिक्षण :

(अ) 7 ते 14 वयोगटातील मुलामुलींना मोफत शिक्षण देऊन ते सक्तीचे करावे.

(ब) शिक्षण मोफत केल्याने बहुजन समाजातील सर्व विद्यार्थ्यांना शिक्षण घेता येईल.

(क) शिक्षण घेण्याचा समान अधिकार सर्वांना आहे. जाती, धर्म, पंथ, लिंग यानुसार भेदभाव न करता सर्वांना शिक्षणाची संधी मिळाली पाहिजे.

(ड) भारतातील जनता आर्थिकदृष्ट्या मागास असल्याने अनेक व्यक्तींना आपल्या मुलांना शिक्षण देणे परवडत नव्हते. म्हणूनच महात्मा गांधीजींनी प्राथमिक शिक्षण मोफत व सक्तीचे करावे असे सांगितले.

(इ) आजचा विद्यार्थी उद्याचा देशाचा सुजाण नागरिक होणार आहे. यासाठी त्याचा पाया कच्चा राहता कामा नये. किमान सात वर्ष त्याला शिक्षणाची सक्ती करून शिकविले पाहिजे.

(4) शिक्षणात समवायाचे तत्त्व : एखादा विषय स्वतंत्रपणे न शिकविता किंवा तुटकपणे ज्ञान देण्याऐवजी ते सलगपणे, एकसंधपणे द्यावे. विविध विषयांद्वारे जीवन आणि शिक्षण यात समवाय प्रस्थापित करावा याचा अर्थ बऱ्याच तज्ञांनी चुकीचा काढला. एक तर सगळेच विषय व त्यातील सर्व अभ्यासक्रम हा मूलोद्योगाच्या माध्यमातून शिकविणे अशक्य आहे. यामध्ये महात्मा गांधीजींनी सांगितले की केवळ मूल्योद्योग हे केंद्र न मानता त्यासोबत त्या प्रदेशातील प्राकृतिक परिसर, सामाजिक जीवन व सांस्कृतिक जीवन ही समवाय केंद्रे मानावीत. जो भाग समवाय पद्धतीने शिकविला जाऊ शकत नाही तो स्वतंत्रपणे शिकवावा.

या तत्त्वाचा वापर आताच्या प्राथमिक स्तरावर करण्यात आलेला दिसून येतो. इ 1 ली व 2 री साठी मराठी व परिसर अभ्यासातील काही घटक घेऊन एकच पाठ्यपुस्तक तयार केले आहे व इ 3 री साठी इतिहास, भूगोल व विज्ञान या तीनही विषयांचे घटक एकत्र करून म्हणजे समवायाचे तत्त्व स्वीकारून एकच पाठ्यपुस्तक तयार केले आहे. इ 4 थी त इतिहास हा विषय स्वतंत्रपणे ठेवला आहे तर भूगोल व विज्ञान एकत्र करून दोन सत्रासाठी दोन पुस्तके तयार केली आहेत.

अशा प्रकारे समवायाचे तत्त्व स्वीकारून पाठ्यपुस्तके तयार केली आहेत. विनोबा भावेदेखील म्हणायचे की – जे ज्ञान विद्यार्थ्यांच्या जीवनाशी, सामाजिक जीवनाशी कोणत्याही प्रकारे संबंधित नाही ते विद्यार्थांना देण्याची खरोखरच गरज नाही.

(5) मूलोद्योगी शिक्षणाचा पाठपुरावा (Basic Education) : वर्धा येथे सन 1937 मध्ये महात्मा गांधीजींनी जी परिषद बोलावली होती त्या सभेत महात्मा गांधीजींनी शिक्षणविषयक आपले विचार प्रकट केले होते. त्यात त्यांनी मूलोद्योगी शिक्षण (Basic Education) ही कल्पना मांडली. या योजनेलाच वर्धा शिक्षण योजना या नावानेही प्रसिद्धी मिळाली. शिक्षणात हस्तव्यवसाय किंवा एखादा उद्योग हा केवळ एक प्रमुख व्यवसाय असावा असे नव्हे तर ते शिक्षणाचे माध्यम असावे. या व्यवसायालाच ते मूलोद्योग असे म्हणतात.

अभ्यासक्रम व पद्धती :

महात्मा गांधीजींनी हस्तव्यवसाय हे शिक्षणाचे माध्यम ठरविले. त्यामुळे कोणताही हस्तव्यवसाय हाच अभ्यासक्रम होय. समवाय तत्त्वाचा वापर करून अभ्यासक्रम शिकवावा असे त्यांनी सांगितले एखादा विषय स्वतंत्रपणे शिकवावा.

कृतीतून शिक्षण Learning by doing कृतीवर भर व कृतीला केंद्रबिंदू मानून समवाय तत्त्वाने इतर विषयाचे अध्यापन करावे असे त्यांनी सांगितले. अभ्यासक्रमातील विषयाप्रमाणेच इतर अभ्यासेतर उपक्रमांनाही तितकेच महत्त्व दिले. सण-समारंभ जयंती/पुण्यतिथी राष्ट्रीय उत्सव साजरे करणे, चर्चा, वादविवाद, शिबिरे, श्रमदान, सहली या कार्यक्रमांनाही त्यांनी मान्यता दिली.

अभ्यासक्रमात व इतर ठिकाणी राष्ट्रभाषा म्हणून इंग्रजी नको : भारतातील लोकांनी बहुभाषी झाले पाहिजे. एकमेकांची भाषा शिकून घेतल्यामुळे सद्‌भाव निर्माण होतो. 1917 साली भडोच येथे भरलेल्या गुजरात शिक्षण परिषदेच्या अध्यक्षपदावरून भाषण करताना स्पष्ट म्हटले की, कोणत्याही परिस्थितीत इंग्रजी ही राष्ट्रीय भाषा होऊ शकणार नाही. कोणतीही परकीय भाषा राष्ट्रभाषा म्हणून स्वीकारायची म्हणजे सर्वत्र स्वदेशी भाषांचे महत्त्व आपणच कमी करून टाकावयाचे असे होईल.

बालशिक्षणाच्या बाबतीत महात्मा गांधीजींचे विचार

(1) बालके पाठ्यपुस्तकाचे गुलाम नकोत : महात्मा गांधीजींच्या मते मुलांना अक्षर ओळख आधी करून देण्याऐवजी त्यांच्या मानसशास्त्राचा जो विकास झालेला असतो त्याचा विचार करावा. मुलांना अक्षर ओळख करून देण्यासाठी वर्ष वाया घालवू नयेत. हे ज्ञान आपण तोंडीसुद्धा देऊ शकतो. घाईघाईने अक्षरे शिकविण्याच्या नादात त्याचे अक्षर घाणेरडे करतो व लहानपणापासून पाठ्यपुस्तकाचे गुलाम बनवतो.

(2) ज्ञानेंद्रियामार्फत शिक्षण : त्यांच्या मते विद्यार्थ्यांना सर्वांत प्रथम वर्णमाला शिकविण्याऐवजी चित्रकला शिकविली पाहिजे. त्यामुळे मुले सुंदर आकृत्या, चित्रे काढतील. श्लोक शिकवून स्मरणशक्ती वाढवावी. जिभेला शुद्ध उच्चारांचे वळण द्यावे. ज्ञानेंद्रियांमार्फत दिले जाणारे शिक्षण हे टिकाऊ असते. म्हणून ज्ञानेंद्रियांचा उपयोग करून बालकांचा समतोल विकास साधण्याचा प्रयत्न केला पाहिजे.

शालेय शिक्षणात महात्मा गांधीजींनी लैगिंक शिक्षण दिले जावे अशीसुद्धा संकल्पना मांडली.

गांधीजींच्या मते तरुण म्हणजे किशोरवयीन मुलांना जननेंद्रियांचे कार्य व उपयोग याबाबत माहिती देणे आवश्यक आहे. ही माहिती शास्त्रोक्त पद्धतींनी शिक्षकाने किंवा पालकांनी सांगितली नाही तर मुले ती माहिती कोठूनही मिळवितात. त्याचा परिणाम असा होतो की मुले भलत्याच मार्गाला लागतात. त्यामुळे तरुण मुलामुलींना याबाबत माहिती द्यावी या गोष्टीला त्यांचा पाठिंबा होता.

कामवासनेवर जय मिळविणे हा प्रमुख हेतू लैगिंक शिक्षणाचा असला पाहिजे. या शिक्षणाने मुलांना पशू व मानव यातील भेद स्पष्टपणे माहिती होईल.

(1) चित्रकला व संगीत शिक्षण : प्रारंभिक शिक्षणात संगीताचे स्थान महत्त्वाचे आहे. लहानपणापासूनच संगीताचे शिक्षण द्यायला हवे, विद्यार्थ्यांच्या सुप्त शक्तींचा विकास करण्यासाठी चित्रकला, संगीत विषयाचे अध्यापन केले पाहिजे. त्यांच्या मते जीवनात शिस्तबद्धता असावी. नीटनेटकेपणा, सुसंगतपणा व सदृढता येण्यासाठी वरील विषय महत्त्वाचे आहेत.

(2) शारीरिक शिक्षण : यामध्ये प्राणायाम व आसने इ. व्यायाम विद्यार्थ्यांनी करावेत. व्यायामास शालेय शिक्षणात योग्य स्थान मिळाले पाहिजे असा महात्मा गांधीजींचा आग्रह होता. सदृढ शरीरात सदृढ मन वास करते. या उक्तीप्रमाणे विद्यार्थ्यांना व्यायामाची सवय लावावी. शाळेमध्ये शारीरिक शिक्षण हा विषय सक्तीचा केला जावा. वर्गातील इतर विषयाप्रमाणेच या विषयालाही अधिक महत्त्व द्यावे. विद्यार्थ्यांना पी.टीचा तास खूप आवडतो. त्यामुळे विद्यार्थ्यांच्या क्रियाशील शक्तीचा वापर करून घेता येईल.

(3) शिक्षण व श्रम : विद्यार्थ्यांच्या ठिकाणी असलेल्या आंतरिक शक्तीचा वापर करून घ्यावा. मेकॉलेप्रणालीत चांगले कारकून निर्माण व्हावेत अशी धारणा होती. परंतु ते त्यांना कडाडून विरोध करणारे होते. महात्मा गांधीजींच्या मते, श्रमातून विद्यार्थ्यांच्या स्वतंत्र शक्तीचा विकास करता येतो.

(4) पाठ्यपुस्तके : महात्मा गांधीजी असे म्हणायचे की, जी पाठ्यपुस्तके आता बाजारात उपलब्ध आहेत ती नुकसानकारक नसली तरी निरुपयोगी आहेत. असे बऱ्याचवेळा दिसून येते. शिक्षणक्षेत्रात ज्ञान मिळविण्यासाठी पाठ्यपुस्तके हे ज्ञानाचे मोठे साधन आहे. मग लहान मुलांसाठी जी पुस्तके बनवायची ती आकर्षक, सचित्र, सोपी भाषा, त्यांच्या अनुभव कक्षेतील विषय व जिज्ञासा वाढविणारे विषय असावेत. पाठ्यपुस्तक हे साधन आहे साध्य नव्हे. शिक्षक स्वत:च पुस्तकाच्या इतके अधिन झालेले आहेत की पाठ्यपुस्तक साध्य मानून ते वर्षभरात कसे संपवायचे याचा विचार चालू असतो. खरे पाहता शिक्षकच विद्यार्थ्यांचे खरेखुरे पाठ्यपुस्तक. जेव्हा होईल तेव्हाच खऱ्या अर्थाने चारित्र्यसंपन्न नागरिक तयार होईल.

(5) समाजशास्त्र : व्यक्तीचा विकास हा समाजात होत असतो. समाजविषयक ज्ञान मिळविण्यासाठी व सामाजिक विकास साधण्यासाठी इतिहास, भूगोल, नागरिकशास्त्र, अर्थशास्त्र इ. विषयांचा समावेश असावा. सामाजिक कर्तव्याची जाणीव यातून निर्माण व्हावी.

(6) सामान्यशास्त्र : शास्त्र अध्ययनाचे महत्त्व अनन्यसाधारण आहे. विद्यार्थ्यांमध्ये वैज्ञानिक दृष्टिकोन निर्माण होण्यासाठी शास्त्र विषयाचे अध्यापन आवश्यक आहे. त्याचप्रमाणे निसर्गातील ज्ञानही विद्यार्थ्यांना मिळते.

(7) अंकगणित : दैनंदिन व्यवहार समजण्यासाठी व्यवहारोपयोगी गणिताचा समावेश असावा.

(8) ललितकला : भावनिक विकासासाठी विविध कला विद्यार्थ्यांनी आत्मसात केल्या पाहिजेत या कलांमुळे विद्यार्थ्यांची सौंदर्यदृष्टी व भावनिक अभिव्यक्ती विकसित होते.

अशा प्रकारे विविध विषयांबाबत महात्मा गांधीजींनी आपले स्पष्ट मत मांडले. महात्मा गांधीजींची मूलोद्योगी शिक्षण पद्धती आज भारतात सर्वत्र बंद झालेली दिसून येत असली तरी बऱ्याच अंशी मूलोद्योगी शिक्षण पद्धतीमागील विविध कल्पना आज आपण स्वीकारल्या आहेत. कृतीद्वारा शिक्षणाचा आपण पुरस्कार करतो. व्यवसाय शिक्षणाला प्राधान्य दिले आहे. समवाय तत्त्वाचा वापर आपण आजही अभ्यासक्रमात करतो. शैक्षणिक सुधारणेला खरी गतिमानता आणण्याचे काम महात्मा गांधीजींनी केले. आज माध्यमिक व उच्च माध्यमिक स्तरावर कौशल्य शिक्षणाचा स्वीकार केला गेला आहे. खरेतर इ. 8 वी पासूनच यासंबंधी विद्यार्थ्यांना कौशल्य शिक्षण देऊन विद्यार्थ्यांना स्वावलंबी शिक्षणाची सवय लावता येईल. त्यामुळे विद्यार्थ्यांमध्ये श्रमप्रतिष्ठा हे मूल्य रुजण्यासाठी मदत होईल. आज प्रत्येक घरात 'हम दो हमारे दो' हे तत्त्व असल्याने मुलांना श्रम करण्याची सवय राहिली नाही. यामुळे महात्मा गांधीजींची सर्व तत्त्वे आजच्या काळात तंतोतंत लागू पडतात.

गुरुदेव रवींद्रनाथ टागोर

गुरुवर्य रवींद्रनाथ टागोर निसर्गसौंदर्याच्या कुशीत शांतिनिकेतन, विश्वभारती व श्रीनिकेतन या तीन विद्यामंदिरांची स्थापना करणारे अग्रदूत होते. 'जण गण मन अधिनायक जय हे' या आपल्या राष्ट्रगीताचा बहुमानही रवींद्रनाथ टागोरांना जातो. त्यांच्या मते भाव, भाषा आणि जीवन यांचा मेळ ज्यात नीट घातलेला आहे, असेच शिक्षण आपल्याला हवे. गीतांजली या काव्यसंग्रहाबद्दल साहित्यातील नोबेल पुरस्कारही त्यांना मिळाला.

गुरुदेव रवींद्रनाथ टागोरांचे शिक्षणविषयक तत्त्वज्ञान : गुरुदेव रवींद्रनाथ टागोरांचे शालेय अभ्यासक्रमाबाबत विचार अभ्यासताना रवींद्रनाथ टागोरांचे शिक्षणविषयक तत्त्वज्ञान जाणून घेणे महत्त्वाचे आहे, त्यांच्या मते,

- "Without freedom the schools become education factories, lifeless, colourless and dissociated from the conteset of universe and children within the bare white walls like the eyeballs of the dead."

स्वातंत्र्याचा अभाव असलेल्या आमच्या शाळा म्हणजे निव्वळ कारखाने, निर्जीव रंगहीन बाह्य विश्वातील जिवंतपणाचा कसलाही स्पर्श नसलेले आणि वर्गाच्या पांढऱ्या भिंतींनी वेढलेल्या वातावरणात निष्क्रिय स्वरूपात बसलेली मुले जणू मृत माणसाच्या डोळ्यांतील बाहुल्या हालचाल न करणाऱ्या भयाण, भेसूर अशा आहेत.

शिक्षण : विद्यार्थ्यांच्या निष्क्रियतेचा त्यांनी धिक्कार केला असून मुलांच्या मुक्त आत्मविष्काराला भरपूर वाव, स्वातंत्र्य दिले आहे या सुप्त जन्मजात शक्तीचा, प्रवृत्तींचा आत्माविष्कार म्हणजेच शिक्षण.

- "Education is permentant part of adventure of life."
- "True education consists in knowing the use of any useful material that has been collected, to know its real nature and to build along with life a real shelter for life."

शिक्षणाकडे त्यांनी भौतिक उपयोगितेच्या दृष्टिकोनातूनही बघितलेले आहे. एखाद्या वस्तूचा उपयोग कळण्यासाठी त्या वस्तूचे स्वरूप समजून घेण्यासाठी शिक्षण महत्त्वाचे ठरते. तसेच जीवनाचे रक्षण करण्यास ज्याचा उपयोग केला जातो ते खरे शिक्षण.

- "Highest education is that which is not only after giving knowledge but which makes the life of the individual in harmony with all experience."

शिक्षण हे केवळ ज्ञानच प्रदान करते असे नसून ते मनुष्याच्या जीवनाची संपूर्ण विश्वाशी सुसंगती लावून देते.

त्यांच्या मते, निरनिराळे हस्तव्यवसाय, कला, संगीत, चित्रकला इ. शिक्षणात अंतर्भाव करून मुलांच्या मुक्त आत्माविष्काराला भरपूर संधी दिली पाहिजे असे त्यांचे मत होते. रवींद्रनाथ टागोरांनी महात्मा गांधीजींप्रमाणेच हस्तव्यवसाय आणि कला म्हणजे आपल्या अंतर्मनातील स्वभावाचा आणि दैवी अंशाचा उत्स्फूर्त आविष्कार होय, असे सांगितले.

रवींद्रनाथ टागोरांनी शिक्षणविषयक जे विचार मांडले त्यातूनच शालेय अभ्यासक्रमाविषयी त्यांचे विचार अधिक स्पष्टपणे समजतील त्यांच्या मते, पूर्ण जीवन जगण्यास विद्यार्थ्याला समर्थ करणे हा शिक्षणाचा एक उद्देश आहे. शिक्षणातून विद्यार्थ्यांचा सर्वांगीण विकास झाला पाहिजे.

रवींद्रनाथ टागोरांचे शिक्षणविषयक तत्त्वज्ञान

(1) बालकाच्या सर्वांगीण विकासासाठी शिक्षण : बालकाचा शिक्षणातून सर्वांगीण विकास झाला पाहिजे. शारीरिक, मानसिक, बौद्धिक, नैतिक विकास यामध्ये समतोल असावा. हा विकास निसर्ग व मानवाशी सुसंवादी असला पाहिजे. समाजाची निर्मिती होत असताना सुसंवाद प्रस्थापित करण्याचे काम शिक्षणातून झाले पाहिजे. यामध्ये त्यांनी नैतिक शिक्षण व चारित्र्यसंवर्धन यावर अधिक भर दिला असल्याचे आढळते. मुलांना निसर्गात बागडू द्या. त्यांना स्वत:ला अनुभव घेऊ द्या. त्यातून त्याचे शिक्षण होईल तसेच आंतरराष्ट्रीय सामंजस्य, विश्वबंधुत्व, जग हे कुटुंब असल्याची भावना निर्माण करणे हे शिक्षणाचे कार्य आहे.

(2) शिक्षणाचे माध्यम मातृभाषा असावे : रवींद्रनाथ टागोर यांनी स्वत: मातृभाषेतून शिक्षण घेतले होते. व त्यांच्या या अनुभवातूनच त्यांनी सांगितले की मुलांना त्यांच्या मातृभाषेतून शिक्षण दिल्यास त्यास योग्य प्रकारे समजण्यास मदत होते. विद्यार्थी स्वत:ला वाटणाऱ्या भावना, कल्पना सहजपणे व्यक्त करू शकतात. मातृभाषेतून इतर विषय

शिकण्यास सुलभ जाते. कोणत्याही विषयाच्या संकल्पना मातृभाषेतूनच जास्त चांगल्या तऱ्हेने स्पष्ट होतात. त्यामुळे विद्यार्थ्यांना आत्मसात करणे सोपे जाते. पूर्वीच्या काळी इंग्रजीतून शिक्षण दिले जाई त्यामुळे सुशिक्षित लोक मातृभाषेची हेटाळणी करून इंग्रजीत बोलणे प्रतिष्ठेचे मानत. परंतु रवींद्रनाथ टागोरांनी शांतिनिकेतन येथे मातृभाषेतून शिकविण्यास सुरुवात केली.

(3) **अभ्यासक्रम :** रवींद्रनाथ टागोरांच्या मते, शालेय अभ्यासक्रम हा जीवनाभिमुख असला पाहिजे. अभ्यासक्रमात भाषा, साहित्य, मातृभाषा, परभाषा, गणित, विज्ञान, रसायन, वनस्पतिशास्त्र, धर्म, मानसशास्त्र, या विषयांप्रमाणेच नृत्य, नाट्य, संगीत, चित्रकला, समाजसेवा, स्वयंशासन इ. घटकांचा आवर्जून समावेश केलेला आहे.

- शांतिनिकेतनमध्ये रवींद्रनाथांनी उत्कृष्ट व सुसज्ज अशी प्रयोगशाळा उभी केली आहे.
- भूगोलासारखे शिक्षण सृष्टी निरीक्षणातून होण्यासाठी भरपूर प्रकारची झाडे तेथे लावली आहेत.
- इतिहासासारखा विषय कथा व गाणी या माध्यमातून शिकविला जातो.
- रवींद्रनाथ स्वत: वेगवेगळ्या प्रसंगावर आधारित गीते रचत, ती स्वरबद्ध करून मुलांकडून म्हणून घेत असत.
- ऐतिहासिक व पौराणिक प्रसंगाचे नाट्यीकरण केले जाई.
- हस्तव्यवसायाची योजना ही त्यांच्या अभ्यासक्रमातील महत्त्वाची बाब आहे. बागकाम, विणकाम, शिवणकाम, सुतारकाम, चर्मकाम, पुस्तकबांधणी, खेळणी तयार करणे, अशा कितीतरी व्यवसायांचे शिक्षण दिले जाते.
- पुस्तकी शिक्षणापेक्षा क्रियाशीलतेवर भर देऊन मुलांना स्वावलंबी बनवावे असे त्यांचे म्हणणे होते.
- रवींद्रनाथ टागोरांच्या मते अभ्यासपूरक कार्यक्रमांनादेखील अभ्यासाइतकेच महत्त्व आहे. मुलांनी निसर्गाच्या सहवासात राहून निसर्गक्रमानुसार शिकावे. हस्तव्यवसायाद्वारा शिक्षण घ्यावे असे त्यांचे मत होते.

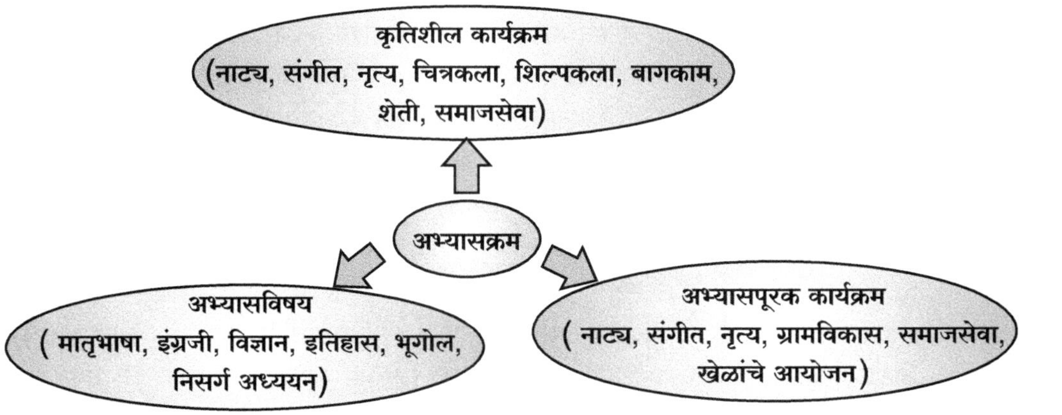

(4) **स्वातंत्र्य :** रवींद्रनाथ टागोर स्वत: कधीच शाळेत रमू शकले नाहीत. तुरुंगाप्रमाणे चार भिंतींच्या आत भरणारे वर्ग लाकडी बाके, फळे, वर्गातील नीरस वातावरण, हातात छडी घेतलेले शिक्षक यात त्यांचे मन कधी रमले नाही. निसर्गात मुक्तपणे फिरावे व त्यातून येणाऱ्या अनुभवातून शिकावे. त्यांच्या मते, शिक्षणाचा खरा उद्देश मानसिक स्वातंत्र्य व हे स्वातंत्र्य मुलांना स्वतंत्र वातावरणात ठेवले तरच होईल. पिंजऱ्यातल्या पोपटाप्रमाणे चार भिंतीतील शिक्षण त्यांना मान्य नव्हते.

शाळेतील चार भिंतीतील शिक्षणामुळे मुले पोपटपंची करतील परंतु जीवनातील समस्यांना ते तोंड देऊ शकणार नाहीत. जीवनात निर्भयपणे, स्वतंत्रपणे विचार करण्याचे सामर्थ्य त्यांच्यात कसे येणार? स्वातंत्र्याचा अभाव असणाऱ्या आमच्या शाळा म्हणजे निव्वळ विश्वातील कोणत्याही प्रकारचा जिवंतपणा त्यात नाही.

(5) निसर्ग हाच गुरू : भोवतालच्या झाडाझुडपात रवींद्रनाथ गुंग होऊन जायचे अंकुर कसा फुटतो यांची उत्कंठा त्यांना लागलेली असायची, गच्चीवर जाऊन निळे आकाश ते तासन्तास पाहत बसायचे. दुपारच्यावेळी फिरणारे फेरीवाल्यांच्या आरोळ्या ऐकणे, आकाशातील उंच उडणाऱ्या घारी पाहत बसणे हे त्यांचे छंद होते. त्यांच्या मते मुलांना निसर्गाचे बदलते रूप पाहू द्या. अनुभव द्या. यातूनच मुलांच्या संवेदनक्षमतेचा विकास होईल. मुलांना निसर्गात फिरत असताना पायात त्यांना पादत्राणेसुद्धा घालू देऊ नका, त्यांच्या पायांना मातीचा स्पर्श होऊ द्या. निसर्गाच्या सहवासात मनुष्याला आध्यात्मिक सत्याचा, परमेश्वराच्या आस्तित्वाचा साक्षात्कार होऊ शकतो. निसर्ग हा माणसाचा खरा मित्र आहे म्हणूनच मुलांच्या सर्वांगीण विकासात निसर्गाचे महत्त्वाचे स्थान आहे.

(6) बालकाचा आत्मिक विकास : रवींद्रनाथ टागोरांच्या मते, मानवी जीवनाचे उच्चतम उद्दिष्ट म्हणजे खुल्या वातावरणात आत्म्याचा विकास होऊन त्या माध्यमातून त्याचा पूर्णत: विकास घडून येतो.

- "Education is nothing short of the highest purpose of man the fullest growth and freedom of soul."

(Tagore : Thoughts on Education, Vishwa Bharti, Quasterly, vol xii-1946)

आत्म्याचा संपूर्ण विकास, अज्ञान व सर्व प्रकारच्या बंधनापासून मुक्ती हे जीवनाचे सर्वोच्च ध्येय. शिक्षणाचे ध्येय हे जीवनाच्या अंतिम ध्येयापेक्षा कोणत्याही प्रकारे कमी नाही. भौतिक समृद्धीऐवजी आध्यात्मिक प्रकाशने जीवन उजळून जाते. म्हणूनच रवींद्रनाथ टागोरांच्या मते, शिक्षण ही विकासाची प्रक्रिया ठरण्यासाठी परमोच्च स्थान गाठणे जास्त महत्त्वाचे आहे.

अध्यापन पद्धती

(1) कृतीतून अध्यापन : महात्मा गांधीजीप्रमाणे रवींद्रनाथ टागोरांनी कृतीतून अध्यापन करावे अशी कल्पना मांडली यात इंद्रियांचा विकास व्हावा असे त्यांचे मत होते. बालकांनी झाडावर चढणे, उतरणे, पळणे, फळे तोडणे, टाळी वाजविणे यांसारख्या कृतीला संधी दिली पाहिजे. यातून बालकाला बरेच अनुभव मिळतील त्यांच्या मते, सर्वोच्च शिक्षण म्हणजे जे केवळ माहितीच देत नाही तर आपल्या जीवनाचा या जगाशी समन्वय प्रस्थापित करते.

(2) सहलीद्वारे अध्यापन : विज्ञान, भूगोल यांसारखे विषय मोकळ्या वातावरणात जाऊन मुलांना शिकवावेत. यासाठी परिसर सहली काढाव्यात. सहलीमुळे वेगवेगळ्या ठिकाणच्या वनस्पती, प्राणी यांची विद्यार्थ्यांना माहिती होते. सहलीमुळे विद्यार्थ्यांना प्रत्यक्ष अनुभव मिळतो व अध्ययन चांगले घडते. त्याचप्रमाणे आपल्या सहकाऱ्यांशी कसे वागायचे याचेही ज्ञान मिळते.

(3) चर्चा व प्रश्नोत्तरे पद्धती : रवींद्रनाथ टागोरांच्या मते प्रश्न विचारून विद्यार्थ्यांच्या विचार प्रक्रियेला सतर्क करायला पाहिजे. विद्यार्थ्यांना प्रश्न विचारल्यामुळे त्यांना अध्यापन केलेला भाग समजला की नाही हेही समजते. व्याख्यान पद्धतीत मुले निष्क्रिय होतात, म्हणून त्यांना नैसर्गिक वातावरणात नेऊन त्यांच्यात चैतन्य व जिवंतपणा आणावा. 'मिलिंद प्रश्न' या ग्रंथात चर्चात्मक अध्यापन पद्धतीचा उल्लेख आढळतो. नागसेन भिख्खू आणि राजा मिलिंद यांच्यामध्ये वादविवाद होऊन समस्या निराकरण केल्याचा त्यात उल्लेख आढळतो.

(4) नाट्यीकरण : नाट्यीकरणाला रवींद्रनाथ टागोरांनी प्राधान्य दिले आहे. इतिहास या विषयातील कथा नाट्यीकरणाने विद्यार्थ्यांसमोर ठेवली तर त्याचे अध्ययन दीर्घकाळ स्मरणात राहते. नाट्यीकरण पद्धतीचा वापर केल्यामुळे विद्यार्थ्यांच्या सुप्त शक्तींचा परिचय होतो. रवींद्रनाथ टागोर यांच्या मते,

"Education is a permanent part of the adventure of life. It is not like a painful hospital treatment of curing students instincts". (Development of Education theory and practice, P.No-178)

शिक्षण म्हणजे काही हाडांत रुतून बसलेल्या अज्ञानाच्या रोगावर दवाखान्यात करण्यात येणाऱ्या तापदायक उपचारासारखा उपचार नाही. ती निकोपपणाची एक स्वभाविक क्रिया आहे.

'Highest education is that which is not only after giving knowledge but which makes the life of the invidual in harmony with all existance (Some foundations & guidelines of modem education p. No. 39)

रवींद्रनाथ टागोर यांच्या मते, खरे उच्च शिक्षण केवळ ज्ञानदानात नसून स्वत:ची विश्वाशी एकवाक्यता व सुसंगतता साधण्याच्या प्रयत्नात आहे. यावरून लक्षात येते की रवींद्रनाथ टागोरांनी शालेय अभ्यासक्रमाचा विचार करीत असताना विविध तत्त्वे मांडली यात प्रामुख्याने -

(अ) मातृभाषेतून शिक्षण, विद्यार्थ्यांना स्वातंत्र्य, त्यांना निसर्गाच्या सान्निध्यात शिक्षण, अध्यापनात स्वयंशिस्त, चारित्र्यसंवर्धन इ. बाबींचा पाठपुरावा केला.

(ब) रवींद्रनाथ टागोरांनी केवळ तत्त्वज्ञान सांगितले नाही ते आधी करून दाखविले. शांतिनिकेतन व विश्वभारती स्थापन करून कृतीत आणून दाखविले. त्यांनी पौर्वात्य व पश्चिमात्य संस्कृतीचा समन्वय घडवून आणण्याचा प्रयत्न केला.

(क) पारंपरिक अभ्यासक्रमातील कृत्रिमता व यांत्रिकता दूर करण्यासाठी निसर्गातून शिक्षण ही कल्पना मांडली.

(ड) विद्यार्थ्यांच्या स्वानुभवाला, रचनात्मक प्रवृत्तीला, कृतिशीलतेला अधिक महत्त्वाचे स्थान दिले त्यांच्या मते, शिक्षकाची भूमिका मार्गदर्शकाची व वाटाड्याची असावी. ज्याप्रमाणे एक दिवा दुसऱ्या दिव्यास प्रज्वलित करतो त्याप्रमाणे एक शिक्षक जोपर्यंत स्वत: ज्ञानार्जन करीत नाही तोपर्यंत बालकास योग्य ज्ञान देऊ शकत नाही.

(इ) शिक्षक व विद्यार्थी यांच्यातील नाते जिव्हाळ्याचे असावे. यासाठीच त्यांनी वसतिगृहात्मक शाळा काढल्या. त्यामुळे विद्यार्थी व शिक्षक हे परस्परांच्या सान्निध्यात राहत असल्याने विद्यार्थ्यांमध्ये भीतीचे वातावरण राहणार नाही व शिक्षक आई-वडिलांप्रमाणे आपली भूमिका स्पष्ट करेल.

(ई) यासाठीच काय शिकवायचे यापेक्षा कोणाला व कसे शिकवायचे यावर रवींद्रनाथांनी अधिक लक्ष दिले.

(उ) प्रत्येक विद्यार्थ्यांचे एक स्वतंत्र व विशिष्ट व्यक्तिमत्त्व असते. अशी त्यांची दृढ धारणा होती. विद्यार्थ्यांचा प्रत्यक्ष मातीशी, निसर्गाशी संबंध जोडला पाहिजे. शिक्षणाच्या काळात त्यांना कोणतीही चैनीची सवय जडू नये याची काळजी शिक्षकांनी घ्यावी. रवींद्रनाथांच्या मते खरा शिक्षक मुलांच्या गरजा जाणून घेऊन शिक्षण देतो.

(ऊ) त्यांचे स्पष्ट मत होते की, विद्यार्थ्यांना शारीरिक शिक्षा देणारा शिक्षक हा दुर्बल मनाचा असतो.

(ए) ज्ञानाच्या क्षेत्रात स्त्री व पुरुष यांना समान संधी असावी अशी त्यांची धारणा होती.

या सर्व विचारांद्वारे रवींद्रनाथ टागोर हे उच्च शिक्षणतज्ज्ञ होते हे सिद्ध होते.

माध्यमिक शिक्षणाचा अभ्यासक्रम याबाबत डॉ. बाबासाहेब आंबेडकर यांचा दृष्टिकोन

डॉ. बाबासाहेबांनी शिक्षणविषयक संकल्पना अतिशय मोजक्या शब्दात सांगितली आहे. या संकल्पनेचे वेगवेगळे अर्थ सुस्पष्ट होतात.

1. शिक्षण म्हणजे व्यक्तीला जाणीव करून देणे.
2. शिक्षण म्हणजे सर्वसामान्य माणसांचे प्रबोधन आहे. संघटन म्हणजे सर्वसामान्यांना एकत्रित आणणे, तर संघर्ष म्हणजे सर्वसामान्यांनी प्रस्थापित व्यवस्थेविरूद्ध पुकारावयाचे बंड होय.
3. शिक्षण किंवा विद्या हे एक शस्त्र आहे. ते ज्या व्यक्तीजवळ असते ती व्यक्ती शीलवान व स्वत:चे संरक्षण करू शकते.
4. शिक्षण हा शोषणमुक्तीचा मार्ग आहे. म्हणून 'शिका, संघटित व्हा आणि संघर्ष करा' असा संदेश डॉ. बाबासाहेब आंबेडकर यांनी दिला.

5. शिक्षण हे समान पातळीवर आणण्याचे शस्त्र आहे. त्यामुळेच असमानतेचे तत्त्व नाकारले जाते. समानतेचा अर्थ खालच्या वर्गातील जनतेला वरच्या स्तरातील जनतेपर्यंत आणणे हे होय.
6. शिक्षण हे अन्नासारखे आहे. ज्याप्रमाणे व्यक्तीला अन्नाची आवश्यकता जीवन जगण्यासाठी असते. त्याचप्रमाणे चांगले जीवन जगण्यासाठी विद्येची आवश्यकता असते.
7. मानवी सभ्यता व संस्कृतीचा पाया म्हणजे शिक्षण होय. चारित्र्यामुळे ज्ञानाचा उपयोग कळतो.

डॉ. बाबासाहेब आंबेडकरांनी सांगितलेले शिक्षणाचे महत्त्व :

- माणूस हा शिक्षणाशिवाय निव्वळ पशू आहे.
- उपासमारीने शरीराचे पोषण कमी झाल्यास माणूस बलहीन होतो. त्यामुळे तो अल्पायुषी राहतो. शिक्षणाअभावी निबुद्ध राहिल्यास जिवंतपणी दुसऱ्याचा गुलाम होतो.
- शिक्षणाद्वारे माणसाला अधिकार आणि कर्तव्याची जाणीव होते व चांगल्या-वाईट गुणांमधील फरक समजतो.
- अन्यायाविरुद्ध उठाव करण्याचे सामर्थ्य शिक्षणामुळे प्राप्त होते.
- शिक्षण हे आत्मस्वातंत्र्यासाठी वापरता येते.
- शिक्षण घेणारी व्यक्ती शीलवान नसेल तर विद्या किंवा शिक्षण या शस्त्राद्वारे दुसऱ्याचा घात केला जातो.
- शिक्षण हे जातीप्रथा व विषमता नष्ट करण्यासाठी आवश्यक आहे. शिक्षणातून सामाजिक लोकशाहीचा पाया घातला जातो.
- शिक्षण हे व्यक्तीच्या रक्तामध्ये भिनले तर व्यक्तीचे मन आणि शरीर सुदृढ राहते. शिक्षण ही संपूर्ण आयुष्यभर चालणारी प्रक्रिया आहे.
- व्यक्तीच्या सर्वांगीण विकासासाठी शिक्षणाची गरज असून शिक्षणामुळे जीवनात शिस्त निर्माण होण्यास मदत हाते. जीवनात शिस्त नसेल तर व्यक्तीचे जीवन अंधकारमय बनते. तसेच शिस्तीअभावी समाजात अराजकता निर्माण होते.
- शिक्षणातून चारित्र्य निर्माण होते. चारित्र्यामुळे ज्ञानाचा उपयोग कळतो. मानवी सभ्यता व संस्कृतीचा पाया म्हणजे शिक्षण होय.

संविधानाच्या माध्यमातून डॉ. बाबासाहेब आंबेडकर यांचे कार्य : डॉ. बाबासाहेब आंबेडकर हे 'भारतीय संविधानाचे शिल्पकार' समजले जातात. भारतीय संविधानाच्या माध्यमातून त्यांनी केलेल्या तरतुदी पुढीलप्रमाणे -

- भारतीय संविधानाच्या उद्घोषणेमध्येच स्वातंत्र्य, सार्वभौम, समाजवादी व धर्मनिरपेक्ष राष्ट्राची संकल्पना मांडली.
- जनतेला सामाजिक, आर्थिक, राजकीय न्याय, विचार, भाषण, मत आणि धार्मिक स्वातंत्र्य, संधी व सामाजिक प्रतिष्ठा देण्याबाबत अभिवचन देण्यात आले.
- स्वातंत्र्य, समता, बंधुता आणि न्यायाच्या माध्यमातून समान न्याय, स्वातंत्र्य हे केंद्रबिंदू आणि जन्तेच्या अधिकाराचे संरक्षण करण्याची भूमिका मांडण्यात आली.
- देशातील नागरिकांना समान संधीचा अधिकार मान्य करण्यात आला.
- व्यक्ती आणि समाजाच्या हितासाठी संसदीय शासनप्रणाली स्वीकारण्यात आली.

डॉ. बाबासाहेब आंबेडकर यांचा माध्यमिक शिक्षण अभ्यासक्रम याबाबत दृष्टिकोन : डॉ. बाबासाहेब आंबेडकरांचा शिक्षणाबाबत दृष्टिकोन अत्यंत व्यापक, विधायक आणि सार्वजनिक स्वरूपाचा होता. समाजातील वंचित, शोषित, पददलित आणि पीडित लोकांना शिक्षणाने प्रथम विभूषित केले पाहिजे असे बाबासाहेबांचे मत होते. म्हणून प्राथमिक शिक्षणाबरोबरच माध्यमिक शिक्षणाच्या प्रसारावर ते भर देत होते. यासाठी ते माध्यमिक शिक्षणाची जबाबदारी सरकार बरोबरच समाजावरही असली पाहिजे असे समजत होते. प्राथमिक शाळेपेक्षा एक पाऊल पुढे असलेले माध्यमिक शिक्षण मुलामुलींसाठी अत्यंत आवश्यक आहे असे ते मानत होते. डॉ. बाबासाहेबांच्या मते, 'शाळेमध्ये नुसत्या बाराखड्या

शिकवावयाच्या असत्या तर ती गोष्ट वेगळी पण शाळेत मुलांची मने सुसंस्कृत करून त्यांना समाजहितार्थ योग्य असे वळण लावावयाचे असते. शाळा म्हणजे उत्तम नागरिक तयार करण्याचे ठिकाण आहे.' असे उत्तम नागरिक तयार करण्याचे कार्य उत्तम शिक्षकच करू शकेल यावर बाबासाहेबांचा विश्वास होता. शिक्षण देणारा बदलला तरच शिक्षणाचा चेहरामोहरा बदलेल असे डॉ. बाबासाहेबांना वाटत असे.

डॉ. बाबासाहेब आंबेडकरांच्या मते, माध्यमिक स्तरावर शिक्षणाची संकल्पना म्हणजे विद्यार्थ्यांना स्वअस्तित्वाची जाणीव करून देणे होय. शिक्षण ही शोषणमुक्तीची पायवाट असून, शिक्षणाअभावी माणूस गुलाम होतो. गुलामीतून बाहेर पडण्यासाठी शिक्षण आवश्यक आहे. शिक्षणाद्वारे माणसाला चांगले आणि वाईट यातील फरक समजतो. म्हणून शिक्षणासंबंधित

डॉ. बाबासाहेब आंबेडकरांचा दृष्टिकोन –

(1) मूल्याधिष्ठित शिक्षण : डॉ. बाबासाहेब आंबेडकरांच्या शैक्षणिक विचाराच्या सर्वांत महत्त्वाचे तत्त्व म्हणजे शिक्षण हे मूल्याधिष्ठित असले पाहिजे. शिक्षणाद्वारे विद्यार्थ्यांच्या मनावर योग्य आणि सकारात्मक प्रभाव निर्माण झाला पाहिजे. विद्यार्थ्यांमध्ये इतरांबद्दल विनम्रता, त्याग, इतरांच्या हक्कांबद्दल आदर आणि नैतिकमूल्य रुजविण्याचे कार्य शिक्षणाद्वारे झाले पाहिजे. शैक्षणिक मूल्य शिकविली जात नाहीत. ती आत्मसात होतात. शिक्षण आणि मूल्य परस्परांशी निगडित आहे. लोकशाही यशस्वी करण्यासाठी नैतिक मूल्य महत्त्वाची आहेत.

(2) शिक्षणाचे सार्वत्रिकीकरण : कोणत्याही देशाचा पाया हा त्या देशाच्या सुसंस्कृत व सुजाण नागरिकांवर आधारलेला असतो. देशामध्ये सुजाण व सुसंस्कृत नागरिकांची निर्मिती करण्यासाठी शिक्षणाचे सार्वत्रिकीकरण केले पाहिजे. शिक्षण हे पूर्णपणे मोफत देऊ नये. ज्यांना शुल्क देणे शक्य आहे, त्यांनी शुल्क दिले पाहिजे. सर्व स्तरावर मुलांना शिक्षणाबाबत शाळेत पाठविण्याची सक्ती केली पाहिजे.

(3) स्त्री शिक्षण : स्त्री शिक्षण हे राष्ट्रप्रगतीचे कार्य आहे. स्त्रियांना शिक्षणाची समान संधी उपलब्ध करून दिली पाहिजे. नशीब, धर्मभोळेपणा, दैव, देव इत्यादी संकल्पनांमधून स्त्रियांची मुक्तता झाली पाहिजे. आई- वडिलांनी आपल्या मुलांना योग्य संस्कार व शिक्षण द्यावयास हवे. त्यामुळे मुलींना शिक्षण देऊन त्यांचा सन्मान केला पाहिजे. स्त्रियांना शिक्षण देणे ही काळाची गरज असून, मुलांना जसे शिक्षणाचे महत्त्व आहे तसेच मुलींच्या दृष्टीने शिक्षणाचे महत्त्व आहे.

(4) शिक्षण हे राष्ट्रउन्नतीचे पवित्र कार्य : शिक्षण हे देशाच्या प्रगतीचे आणि राष्ट्रनिर्मितीचे पवित्र कार्य करण्यासाठी आवश्यक आहे. शिक्षणामुळे स्वातंत्र्य, समता, बंधुता आणि न्यायाबाबत आग्रह प्रस्थापित होतो. अन्यायाविरुद्ध चीड निर्माण होऊन सामाजिक क्रांती घडून येते. सामाजिक अभियांत्रिकीचे शस्त्र म्हणून शिक्षण हे आवश्यक आहे. शिक्षणाद्वारे राष्ट्राची प्रगती घडून आणली जाते. ही बाब विचारात घेऊन बाबासाहेबांनी विविध शैक्षणिक संस्थांची व महाविद्यालयांची स्थापना केली ही महाविद्यालये आज मोठी शैक्षणिक केंद्रे म्हणून ओळखली जातात. शिक्षकांच्या हाती समाज आणि राष्ट्र उन्नतीचे कार्य आहे. शिक्षकांचे कार्य हे राष्ट्र उन्नतीचे व पवित्र कार्य आहे. म्हणून शिक्षकांनी आपल्या कार्यात पावित्र्यता ठेवली पाहिजे. तरच शिक्षणाचे ध्येय साध्य होऊ शकेल.

(5) शिक्षणाचा उद्देश समाजपरिवर्तन आणि क्रांती : शिक्षण हे शस्त्र आहे. शिक्षणाद्वारे प्रत्येकाच्या मनात समानतेचे, समाजपरिवर्तनाचे आणि सामाजिक क्रांतीचे विचार प्रगल्भ होतात. अन्यायाविरुद्ध आवाज उठविण्याची क्षमता निर्माण होते. सर्व जाती-जमातींना समान पातळीवर आणण्याचे कार्य शिक्षणाद्वारे होते. म्हणून शिक्षणाचा उद्देश समाजपरिवर्तन आणि क्रांती हा आहे. शिक्षण हा शोषणमुक्तीचा मार्ग समजला जातो. म्हणून शिक्षणाचा उद्देश बाबासाहेबांनी समाजपरिवर्तन आणि क्रांती असा स्पष्ट केला.

(6) शिक्षणामध्ये प्रज्ञा, शील, करुणा व मैत्रीचे महत्त्व : शिक्षणाचे ध्येय हे प्रज्ञा, शील, करुणा व मैत्रीचे महत्त्व जीवनात अंगीकारणे हे आहे. शिक्षणामुळे ही ध्येये आत्मसात झालीच पाहिजेत. असा दृष्टिकोन बाबासाहेबांनी मांडला. डॉ. बाबासाहेबांच्या शब्दांत, ''माझ्या मते केवळ विद्याच पवित्र असू शकत नाही. प्रज्ञा म्हणजे शहाणपणा, शील म्हणजे सदाचारयुक्त वर्तन, करुणा म्हणजे सर्व मानवजातीबद्दल प्रेम, मैत्री म्हणजे प्राणिमात्राविषयी आत्मीयता, विद्येसोबत या चार बाबी असल्या पाहिजेत तरच विद्येचा उपयोग आहे.''

(7) चारित्र्यसंवर्धन : शिक्षणविषयक ध्येयामध्ये सर्व शिक्षणतज्ज्ञांनी चारित्र्यसंवर्धन हे शिक्षणाचे ध्येय मांडले आहे. शिक्षणाने व्यक्ती शिक्षित, सुशिक्षित व चारित्र्यसंपन्न झालीच पाहिजे. चारित्र्य संपन्नतेमुळे व्यक्तीच्या अंगी चांगल्या वाईटाची जाणीव निर्माण होते, मानवी सभ्यता आणि सुसंस्काराची माहिती होते. म्हणून चारित्र्यसंवर्धन हे शिक्षणाचे ध्येय आहे. शिक्षण म्हणजे मानवी सभ्यता आणि संस्कृतीचा पाया आहे. चारित्र्यसंवर्धनामध्ये बाबासाहेबांनी पंचसूत्रीचा आग्रह धरला आहे. ही पंचसूत्री म्हणजे प्रज्ञा, शील, करुणा, मैत्री आणि चारित्र्य होय.

(8) शिक्षणातून समानता : शिक्षण हे समानता प्रस्थापित करण्याचे महत्त्वाचे साधन आहे. शिक्षणातून वेगवेगळ्या जाती-जमातींमध्ये निर्माण झालेली विषमतेची भावना दूर करता येते. सर्व जाती-जमातींना एका समान पातळीवर आणण्यासाठी शिक्षण हे महत्त्वाचे आहे. शिक्षणातून असमानतेची भावना दूर केली जाते. वेगवेगळ्या समाजात प्रेम, आस्था, आपुलकी व समानता प्रस्थापित करण्याचे कार्य शिक्षणाद्वारे होते. समानता म्हणजे समाजातील खालच्या वर्गातील स्तर उंचावून त्यांना उच्च स्तरातील व्यक्तींसोबत आणणे होय. म्हणजेच शिक्षणाचे ध्येय समानता प्रस्थापित करणे हे आहे.

(9) सामाजिक लोकशाही : शिक्षणाद्वारे वेगवेगळ्या समाजातील एकमेकांबद्दल असलेली कटुता, अविश्वसनीयता दूर होण्यास मदत होते. भारतातील वेगवेगळ्या जाती-धर्मातील असलेली विषमता दूर करण्याचे शिक्षण हे साधन आहे. जाती पंथांच्या बंधनातून समाजाची मुक्तता करण्याचे कार्य शिक्षणाद्वारे होते. शिक्षणातून सुशिक्षितांनी आपले व्यक्तिमत्त्व घडविले. देशात सामाजिक लोकशाही प्रस्थापित करण्यासाठी शिक्षण हे एक साधन आहे. म्हणून शिक्षणाचे ध्येय सामाजिक लोकशाहीचे प्रतिष्ठापन हे आहे. विषमता नष्ट करण्याचा राजमार्ग म्हणजे शिक्षण आणि शिक्षगातून सामाजिक लोकशाही निर्माण करणे हे ध्येय डॉ. बाबासाहेब आंबेडकरांना अभिप्रेत होते.

(10) शिका, संघटित व्हा आणि संघर्ष करा – शिक्षण हे शस्त्र आहे, ज्ञान हा तिसरा डोळा आहे. शिक्षणामुळे व्यक्ती शीलवान होते. शीलवान व्यक्ती स्वत:चे संरक्षण करते. म्हणून शिक्षण घेतलेल्यांसाठी डॉ. बाबासाहेब आंबेडकर यांनी मंत्र दिला आहे. ज्याप्रमाणे उपासमारीने मनुष्य अल्पायुषी होतो त्याचप्रमाणे शिक्षणाअभावी इतरांचा गुलाम होतो. गुलामीतून मुक्तता होण्यासाठी त्यांनी जनतेला ‘ शिका, संघटित व्हा आणि संघर्ष करा’ हा संदेश दिला.

डॉ. बाबासाहेब आंबेडकरांचे जीवन हेच या देशातील जनतेसाठी आदर्श आहे. जन्माला आलेल्या प्रत्येक व्यक्तीला ही न्यायप्रिय, स्वातंत्र्यप्रिय, संस्कारप्रिय होण्यासाठी त्या व्यक्तीला शिक्षण दिलेच पाहिजे.

2.4 अभ्यासक्रमाचे विकसन (Development of Curriculum)

अभ्यासक्रम विकसन

अध्ययनार्थीची अभिरुची, क्षमता आणि गरजा याच्या पायावर अध्ययन अनुभव निवडणे, त्यांची रचना करणे ते राबविणे आणि त्यांचे मूल्यमापन करणे म्हणजे अभ्यासक्रम विकसन होय.

- विद्यार्थ्यांचे सखोल आकलन होण्यासाठी त्यांना संधी देणे.
- अध्यापन-अध्ययन आणि मूल्यमापन यात एकरूपता येणे.
- खोलात न जाता केलेल्या अध्ययन उपक्रमांचे वैविध्य दूर करणे असावे.
- अध्ययनाद्वारे विद्यार्थी जे साध्य करणार त्यात सुधारणा करणे.

अभ्यासक्रम विकसन म्हणजे अभ्यासक्रमामध्ये सुधारणा. अभ्यासक्रम विकसन करताना विविध (Approaches) दृष्टिकोनांचा वापर केला जातो. (उदा., गरजेचे विश्लेषण, कामाचे विश्लेषण) डिझाईन (उद्दिष्ट डिझाईन) निवडणे, योग्य अध्ययन-अध्यापन पद्धती आणि योग्य मूल्यमापन पद्धती निवडणे. रचनात्मक अभ्यासक्रम वापरणारी समितीची रचना करणे किंवा अभ्यासक्रम मूल्यमापन समितीची रचना करणे आणि पुनर्निरीक्षण (अभ्यासक्रम पुनर्निरीक्षण समिती) अभ्यासक्रम तयार करणे. विद्यार्थ्यांना काय व केव्हा शिकवायचे हे ठरविण्यासाठी / पाहण्यासाठी अभ्यासक्रम वापरले

जाते. तसेच इतर गोष्टींमध्ये लाल रंगातील शीर्षक काय असावे, वर्कशीट आणि शिक्षक वर्कशिट्स कोणत्या प्रकारचे असावे. हे शीर्षक कसे तयार करायचे ते शिक्षकांवर अवलंबून असते. वर्कशीट कसे करायचे व कसे शिकवायचे तेही शिक्षकांवर अवलंबून असते. व्यवहारात कोणती एक विशिष्ट अध्यापन पद्धती वापरण्यास बरोबर असे सांगता येत नाही. पण एखादा घटक शिकवायची सवयीने एखादी पद्धत तयार होते. आणि त्याद्वारेच प्रत्यक्षात अभ्यासक्रमात फरक असतो. एक म्हणजे कार्यालयीन अभ्यासक्रम औपचारिक असतो आणि दुसरा जो प्रत्यक्षात वर्गात शिकविला जातो. दिलेल्या वर्षात, दिलेल्या वेळेत, शाळेत ज्या गोष्टींचे अध्यापन केले जाते त्याची रचना करणे म्हणजे अभ्यासक्रम विकसन. तो कार्यालयीन दस्तऐवज असतो तसेच शिक्षकांसाठी मार्गदर्शक असतो. शासकीय, न्यायालयीन खात्याद्वारे ते सक्तीचे केले जाते.

अभ्यासक्रम विकसनाच्या पायऱ्या

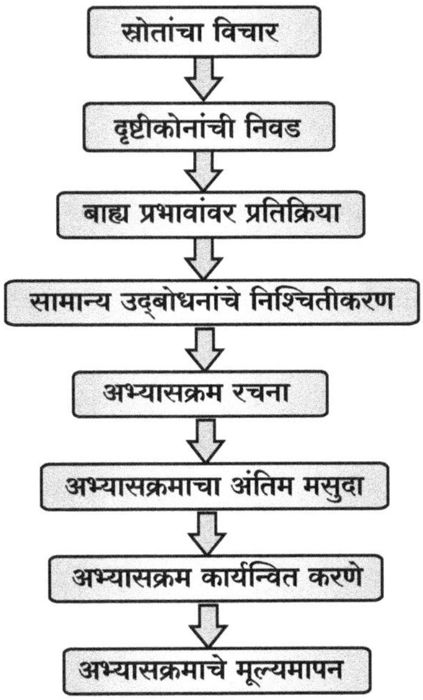

(1) स्रोतांचा विचार (Consideration of Sources) : अभ्यासक्रमासंदर्भात राल्फ टायलरने तीन प्राथमिक स्रोत लक्षात आणून दिले.

(अ) समाज (Society) : अभ्यासक्रम विकसित करताना समाजाला बाजूला ठेवून चालणार नाही. अभ्यासक्रमाबाबत काय महत्त्वाचे, कोणते सत्य याबाबत प्रत्येक समाजाचा दृष्टिकोन भिन्न असू शकतो. समाजाच्या गरजा लक्षात घेऊनच अभ्यासक्रमात तरतूद केली पाहिजे. म्हणजेच समाजाचे प्रतिबिंब त्या अभ्यासक्रमातून दिसले पाहिजे.

(ब) अध्ययन कर्त्याचे स्वरूप (Nature of Learner) : अध्ययन करणाऱ्या व्यक्तीच्या गरजा त्या संबंधित अभ्यासक्रमातून भागविल्या गेल्या पाहिजेत. यासाठी त्यांच्या शारीरिक, मानसिक व बौद्धिक विकासाच्या दृष्टीने अभ्यास करणे महत्त्वाचे ठरते.

(क) विषयज्ञान (Subject Matter Knowledge) : अभ्यासक्रम विकसनासाठी सर्वांत महत्त्वाचे म्हणजे विषयवस्तूचे ज्ञान. ज्ञानाची निर्मिती होत असताना विविध अंगांनी त्याची माहिति मिळत असते. त्या विषयाची विविध

उपांगे अध्ययन कर्त्यापर्यंत पोहोचविण्यासाठी अभ्यासक्रमांतर्गत विविध कार्यक्रम, योजना व उपक्रम विकसित केले जातात. अभ्यासक्रम विकसित करताना विविध शाखांमधून माहिती संकलित केली जाते. अद्ययावत माहिती अध्ययन कर्त्यापर्यंत पोहोचविली गेली पाहिजे.

(2) दृष्टिकोनांची निवड (Selection of Perspectives From Mediators) : अभ्यासक्रम विकसित करत असताना शिक्षणाच्या तत्त्वज्ञानाचा त्याचप्रमाणे मानसशास्त्रीय उपपत्यांचा स्वीकार केलेला असतो. साहजिकच त्यांचा अभ्यासक्रमाबद्दलच्या निर्णयावर प्रभाव पडतो. अभ्यासक्रमातील आशय ठरविणे, त्याची उद्दिष्टे ठरविणे याबाबत तत्त्वज्ञानविषयक व मानसशास्त्रीय दृष्टिकोनाशी सुसंगत, संबंधित अशाच आशयाची, पद्धतीची निवड करावी लागते. पुढे काही वैचारिक प्रणाली किंवा उपपत्तींचा विचार केला आहे.

(अ) आदर्शवाद (Idealism) : सत्य व चिरंतन मूल्ये ओळखण्याची व ती स्वीकारण्याची क्षमता हे या प्रणालीचे उद्दिष्ट असल्याने अर्थातच पोषक आशय अभ्यासक्रमात असण्यावर भर असतो.

(ब) कार्यवाद (Progmatism) : बऱ्याच वेळा केवळ आदर्श समोर ठेवून चालत नाही तर प्रत्यक्ष कृतीवर भर द्यावा लागतो. जॉन ड्युई, महात्मा गांधी यांनी कार्यवादाचा पुरस्कार केला. स्पष्ट विचार करण्याची क्षमता व समस्या निराकरण क्षमता विकसित करण्यात यांना अधिक रस असतो. म्हणूनच ज्या शालेय विषयांद्वारे हे साधता येईल अशा विषयांना ते प्राधान्य देतात.

(क) शाश्वतवाद (Perennialism) : यात नवीन समस्या खऱ्या अर्थाने कधीच उद्‌भवतच नाहीत. नवीन वाटणाऱ्या समस्या या जुन्या समस्यांचेच बदलते स्वरूप असते असे मानले जाते. त्यांच्या मते अभिजात वाङ्मय साहित्य व मानवशास्त्र यांचा अभ्यास केलेला विद्यार्थी जेव्हा शिक्षण पूर्ण करून शाळेतून बाहेर पडेल तेव्हा त्याला बाहेरील जगाशी यशस्वीरीत्या समायोजन साधता येईल.

(ड) पुनर्रचनावाद (Reconstructionism) : यांच्या मते आधुनिक तंत्रज्ञान व अर्थशास्त्र यांच्या विकासाला, उत्क्रांतीला मर्यादा नाहीत, त्यांच्यावर नियंत्रण अशक्य आहे. अभ्यासक्रमात समाजशास्त्राचा अंतर्भाव अनिवार्य आहे. अध्ययन कर्त्याच्या शालेय जाणिवेचा स्तर उंचावला पाहिजे. शाळेच्या प्रगतीची दिशाही समाजाला मार्गदर्शक ठरावी.

याचप्रमाणे प्रगतवाद वास्तववाद आवश्यकता वाद, आस्तित्ववाद यांचाही अंतर्भाव तत्त्वज्ञानात होतो व या प्रत्येकाचे अभ्यासक्रमाबाबत वेगवेगळा दृष्टिकोन आहे. त्याचप्रमाणे काही मानसशास्त्रीय उपपत्तींचा विचार करू.

(i) अध्ययन म्हणजे वर्तनातील बदल : अंतिम अपेक्षित वर्तन निश्चित करून ते साध्य करण्याचे साधन, एक मार्ग म्हणून अभ्यासक्रम तयार केला जातो.

- बक्षीस
- कौशल्यांची श्रेणीबद्ध मांडणी
- पुनरावृत्ती व सराव यांना महत्त्व

(ii) विकास म्हणजे अध्ययन (Learning as Developments) : व्यक्तीचा विकास म्हणजे अध्ययन होय. शारीरिक वाढीबरोबरच मानसिक व बौद्धिक विकासही महत्त्वाचा असतो. विशिष्ट वयोगटात विशिष्ट क्षमता निगडित असलेल्या आढळून येतात व त्यानुसार व्यक्तीचा विकास होतो.

(iii) अवबोध म्हणजे अध्ययन (Learning as Perception) : संग्रहित माहितीमध्ये बदल म्हणजे अध्ययन होय.

- प्रत्येक विद्यार्थ्यांचे अवबोध एकमेव स्वरूपाचे असतात.
- सामाजिक सहभागातून ज्ञानाची व्यक्तिगत उभारणी होते.
- अभ्यासक्रम काहीही असो प्रत्येक जण स्वतंत्ररीत्या अर्थ निर्माण करत असतो.
- सांस्कृतिकसंदर्भात इतरांशी होणाऱ्या आंतक्रियांतून स्वतःबद्दलचा अवबोध संपन्न होतो.

(3) बाह्य प्रभावांवर प्रतिक्रिया (Reaction to External Influences) : अभ्यासक्रमाचे विकसन करताना बाह्य गोष्टींचाही प्रभावाकडे दुर्लक्ष करून चालणार नाही. उदा., राष्ट्रीय एकात्मता, समानता यांना बाधा येईल असे काहीही अभ्यासक्रमांत समाविष्ट करता येत नाही. जातीयवादाला पोषक किंवा खतपाणी घालणारा घटक अभ्यासक्रमात नसावा. ग्रामीण भाग, शहरी भाग, आदिवासी भाग यांच्या गरजांचा विचार करून अभ्यासक्रम तयार केला पाहिजे. वास्तवाचे भान व दूरदृष्टी ठेवून अभ्यासक्रम तयार करावा लागतो.

(4) सामान्य उद्‌बोधनाचे निश्चितीकरण (Identification of General Orientation) : अभ्यासक्रम तयार करताना आशयाची व्याप्ती त्याचे स्वरूप ठरविणे महत्त्वाचे असते. विशिष्ट आशयाचे सापेक्ष स्वरूप विद्याशाखेच्या प्रकारानुसार बदलते. उदा., व्यवस्थापन हा विषय बी.एड. व एम.एड. अभ्यासक्रमात वैचारिक स्वरूपाचा व संपूर्ण अभ्यासक्रमातील 1/4 भाग व्यापणारा असू शकतो. परंतु शैक्षणिक व्यवस्थापनाच्या पदविकेच्या अभ्यासक्रमात या आशयाची व्याप्ती व खोली तितकीच मोठी असणार आहे.

- अभ्यासक्रमात अंतर्भूत होणारा आशय निश्चित केला तरी तो राबविण्याचे तंत्र व मांडणी यांच्यात समानता असेलच असे नाही.

(5) अभ्यासक्रम रचना (Prepation of the Curriculum) : अभ्यासक्रमाची रचना खालील अभिकल्पावर आधारित असते.

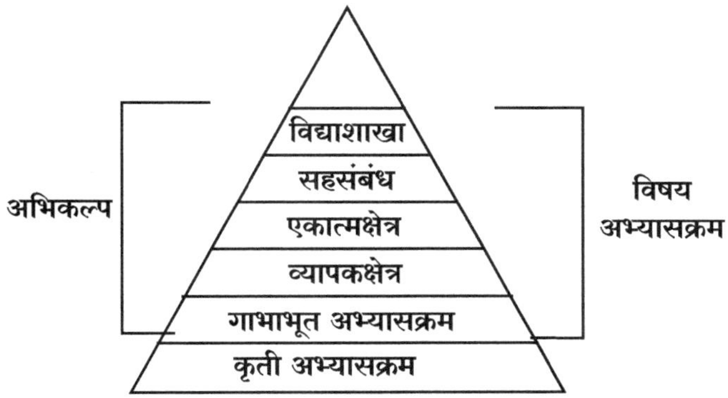

शिक्षणस्तरांसाठी तयार केले जाणारे अभ्यासक्रम हे परस्परावलंबी व परस्परपूरक असतात. त्यांच्यामध्ये पुढील अभ्यासक्रमांचा अंतर्भाव होतो.

(अ) विषय (Subject) अभ्यासक्रम (ब) गाभाभूत (Core) अभ्यासक्रम

(क) कृती (Activity) अभ्यासक्रम

विषय अभ्यासक्रमासाठी चार अभिकल्पांचा विचार करता येतो.

(i) विद्याशाखा : प्रत्येक विद्याशाखेला स्वतंत्र आस्तित्व असते. या गृहीतकावर हा अभिकल्प आधारलेला आहे. यात ज्ञानाचे कमी उपयोजन व अध्ययनाच्या अधिक अमूर्त समस्या येतात.

(ii) सहसंबंध अभिकल्प : विविध विषयात असलेले सामाईक संबंध लक्षात घेतले जातात. परंतु प्रत्येक विषयाचे स्वतंत्र आस्तित्व अबाधित राहते.

(iii) एकात्म क्षेत्र : काही विषयांचे एकत्रीकरण होऊन त्यातून काही नवीन विषयांची निर्मिती होते. उदा., शैक्षणिक व्यवस्थापन, शैक्षणिक मूल्यमापन, जीव-भौतिकशास्त्र.

(iv) व्यापक क्षेत्र : ज्ञानाच्या संपूर्ण शाखेमध्ये संश्लेषणाद्वारे एक नवीनच क्षेत्र तयार केले जाते. उदा., भूविज्ञान, पर्यावरणशास्त्र.

अभिकल्पाची निवड झाल्यानंतर अभ्यासक्रमाच्या आशयाची मांडणी करणे व या मांडणीसाठी खालील गोष्टी लक्षात ठेवल्या जाव्यात.

- शारीरिक वयाला सुसंगत आशयाची मांडणी करणे.
- गोष्टी, नाटिका, कविता यांच्या माध्यमातून आशयाची मांडणी करणे.
- अंशाकडून पूर्णाकडे अशी आशयाची मांडणी करणे.
- संपूर्णाकडून भागाकडे आशयाची मांडणी करणे.

(6) अभ्यासक्रमाचा अंतिम मसुदा (Curriculum Documents) : अभ्यासक्रमाच्या अंतिम मसुद्याची लेखी प्रत म्हणजे अभ्यासक्रमाच्या प्रसाराचे वाहन असे म्हटले जाते.

(अ) अभ्यासक्रमाच्या पायाभूत तत्त्वज्ञानाची विधाने आणि संपूर्ण कार्यक्रमाच्या उद्दिष्टांची स्पष्ट कल्पना या प्रकारात दिली जाते.

(ब) सामान्य व्याप्ती व क्रम या प्रकारात संपूर्ण कार्यक्रम तसेच प्रत्येक विषयाची प्रमुख वैशिष्ट्ये यांची माहिती समाविष्ट असते.

(क) अभ्यासक्रम मार्गदर्शक पुस्तिका तयार केली जाते याची व्याप्ती मर्यादित असते. एकाच विषयाच्या बाबतीतली सर्व इयत्तांसाठी माहिती किंवा एकाच इयत्तेच्या सर्व विषयांबाबतची माहिती अंतर्भूत असते.

(ड) **इयत्तावार योजना :** प्रत्येक विषयांतर्गत कोणता आशय आहे हे एका विशिष्ट इयत्तेपुरतेच दिलेले असते.

(इ) **अध्ययनासाठी घटक नियोजन :** प्रत्येक विषयातील घटकांची मांडणी, अध्ययन अनुभव, अध्ययन - निष्पत्ती अध्ययनासाठी संबंधित पूरक साहित्याची यादी दिलेली असते.

(ई) **अभ्यासाचे विषय :** अनिवार्य व वैकल्पिक विषयांची नावे व त्यांचे वर्णन यात दिलेले असते.

अशा प्रकारे अभ्यासक्रमाचा अंतिम मसुदा तयार केला जातो.

(7) अभ्यासक्रम कार्यान्वित करणे (Curriculum) : अभ्यासक्रम तयार करताना काही विषयांचा नव्याने अंतर्भाव केलेला असतो तर काही विषयांच्या आशयामध्ये भर घालून तर काही घटक कमी करून पुनर्मांडणी केलेली असते. बऱ्याच वेळा कोणताही अभ्यासक्रम हा बहुतांश वेळा जुन्या अभ्यासक्रमाचेच सुधारित रूप असते. प्रत्यक्ष कार्यवाही करताना संस्थाप्रमुख, शिक्षक व शैक्षणिक वातावरण या तिन्हींचा या अडथळ्यांमध्ये समावेश होतो. हे अडथळे दूर करता आले पाहिजेत.

(अ) जुन्याकडून नव्या अभ्यासक्रमाकडे संक्रमण अधिक सुलभपणे व्हावे यासाठी काही मध्यस्थांचा उपयोग करणे.

(ब) नवीन अभ्यासक्रम प्रत्यक्षात राबविणाऱ्या शिक्षकांसाठी तो अभ्यासक्रम किती लाभदायक ठरणार आहे हे त्यांना समजवून सांगणे.

(8) अभ्यासक्रमाचे मूल्यमापन (Curriculum Evaluation) : जी उद्दिष्टे डोळ्यांसमोर ठेवून अभ्यासक्रम तयार केला जातो. त्या उद्दिष्टांची पूर्तता होते आहे किंवा नाही हे तपासणे म्हणजेच अभ्यासक्रमाचे मूल्यमापन करणे होय. अभ्यासक्रमात अंतर्भूत असलेल्या संपूर्ण कार्यक्रमाचा त्याचप्रमाणे त्यांच्या भागांचा काय परिणाम होतो हे अभ्यासणे जरुरीचे असते. अभ्यासक्रमाच्या मूल्यमापनानंतर पुढील संदर्भात निर्णय घ्यायचे असतात. आशय व पद्धतीमध्ये सुधारणा करण्यासाठी विविध प्रतिमानांचा उपयोग केला जातो. अशा प्रकारे अभ्यासक्रम विकसन होते.

2.4.1 अभ्यासक्रमाचे नियोजन

अभ्यासक्रम तयार करण्यापूर्वी आधी शिक्षण तज्ज्ञांची बैठक होते व त्यात नवीन अभ्यासक्रमासंबंधी विचार केला जातो. सुरुवातीला अभ्यासक्रमाची विविध क्षेत्रे ठरविली जातात व त्यानुसार त्या-त्या क्षेत्राची उद्दिष्टे व त्यानुसार आशय अंतर्भूत केला जातो.

अभ्यासक्रम नियोजन

ज्या प्रक्रियेमध्ये अभ्यासक्रम नियोजनाची रचना किंवा अध्ययनाच्या संधी तयार होतील अशा प्रक्रियेला 'अभ्यासक्रम नियोजन' म्हणतात.

अभ्यासक्रमाचे नियोजन : अभ्यासक्रम नियोजन, अभ्यासक्रमाचे विकसन व सुधारणा इ. क्षेत्रात एकत्र येणाऱ्या व्याप्ती आणि समूह यातील परस्परसंबंध असणारी सातत्यपूर्ण प्रक्रिया म्हणजे शाळेद्वारे होणारे पर्यावरणाचे संपूर्ण नियोजन होय. नियोजन प्रक्रिया अध्यापनाचे कर्तव्य ठरविते, ध्येयनिश्चिती करते, अभ्यासक्रमातील आशय ठरविते. अध्ययनासाठी मार्ग निवडते. प्रगतीचे मूल्यमापन करते आणि पुढच्या पायरीकडे लक्ष ठेवते.

अभ्यासक्रम नियोजनात दोन गोष्टींचा समावेश असतो.

1. वर्गाचा अभ्यासक्रम शिक्षकांनी तयार करणे.
2. सर्वांगीण समान शिक्षणाचे ध्येय साध्य करण्यास शाळेच्या प्रशासकीय सभासदांनी विविध अभ्यासक्रमांचा समन्वय साधणे.

अभ्यासक्रम म्हणजे मूळ पाठनियोजन जो अध्ययनाच्या नकाशाप्रमाणे काम करतो. काळजीपूर्वक केलेल्या नियोजनात सर्वप्रथम सर्व आवश्यक घटकांचा विचार करायला पाहिजे तसेच मूलभूत शिक्षणाचे व शासकीय नियम त्याद्वारे पूर्ण झाले पाहिजेत.

नियोजनाचे ध्येय

आपले कोर्सेस कोठे लागू पडतात की, जेथे ते अत्यंत परिणामकारकपणे शिकविले जातील याची शिक्षकांना पूर्ण कल्पना असायलाच हवी. (सेमीस्टर) सत्रांत किंवा वार्षिक कोर्समध्ये अभ्यासक्रमामध्ये उद्दिष्टे डोळ्यांसमोर ठेवून शिक्षक काम करू शकतात. अभ्यासक्रमाद्वारे सुरुवातीपासून शेवटपर्यंत अत्यंत परिणामकारकपणे काम करता येते. बहुतेक वेळा शिक्षक एकटेच कधी काम करू शकत नाही. शालेय पातळीवर अनेकांचा सहभाग घेऊनच अध्यापनाचे काम होत असते. मोठ्या प्राथमिक शाळेत एका इयत्तेच्या चार तुकड्या असतात. अशावेळी त्या चारही तुकड्यांमध्ये एकच गोष्ट शिकविली गेली पाहिजे अशी शाळेची सर्वसामान्य अपेक्षा असते. अशा ठिकाणी शाळेचा / संस्थेचा अभ्यासक्रम कार्यरत असतो. शैक्षणिक ध्येय परिपूर्तीसाठी शिक्षकांनी अभ्यासक्रम नियोजनातील काही प्रमाणात समान नियम पाळावेत, अशी शाळेची अपेक्षा असते.

(1) अभ्यासक्रमाविषयी तत्त्वज्ञान : अभ्यासक्रम तयार करण्यापूर्वी विशिष्ट तत्त्वज्ञानाचा अभ्यास केला जातो. भारतीय व पाश्चात्त्य तत्त्वज्ञ यांनी शिक्षणाविषयी वेगवेगळी तत्त्वज्ञान मांडलेली आहेत. प्लूटो, सॉक्रेटिस, रवींद्रनाथ टागोर, महात्मा गांधी, स्वामी विवेकानंद, कर्मवीर भाऊसाहेब पाटील, जॉन ड्युई या सर्वांचा विचार एकाच अभ्यासक्रमात करणे शक्य नाही. त्यामुळे त्यातील निवडक तत्त्वज्ञांचा विचार सदर अभ्यासक्रमासंदर्भात केला जातो.

(2) उद्दिष्टे, समाजाच्या मागण्या व गरजा : दुसऱ्या पायरीत अभ्यासक्रमाची उद्दिष्टे ठरविली जातात. उदा., बी. एड. अभ्यासक्रमाची उद्दिष्टे ठरविली जातात व त्यानंतर क्षेत्र व्यापक स्वरूपात स्पष्ट करून आशय निश्चित केले जातात. उद्दिष्टे ठरविताना विद्यार्थ्यांचा वयोगट, त्यांचे पूर्वज्ञान याचाही विचार केला जातो.

समाजातील मागण्यानुसार व गरजांनुसार आपला अभ्यासक्रम परिपूर्ण आहे का? याचा विचार नियोजन करतानाच करावा. अभ्यासक्रम तयार करण्याचा कालावधी अंदाजे 6 महिने ते 2 वर्ष असू शकतो. या दरम्यान समाजात अनेक घडामोडी होतात. त्यानुसार त्या विशिष्ट क्षेत्राविषयीची जाणीव अभ्यासक्रमातून झाली पाहिजे.

उदा., आज संगणक क्षेत्रात झपाट्याने प्रगती होत आहे. आपण सादरीकरणासाठी केवळ पी.पी.टी. चा वापर करतो. परंतु भविष्यात इतर अनेक साधने उपलब्ध होऊ शकतील. त्याचाही उल्लेख अभ्यासक्रमात होणे आवश्यक आहे.

(3) ज्ञानावर केलेली उपाययोजना : अभ्यासक्रमाचे नियोजन करताना हे लक्षात ठेवले पाहिजे की अभ्यासक्रमाद्वारे केवळ भरमसाट माहिती विद्यार्थ्यांना मिळणार नाही तर ते ज्ञान प्रत्यक्ष व्यवहारात आपण कसे वापरणार आहोत याचाही विचार कळेल. विविध उपपत्तींचे आपल्या दैनंदिन जीवनात कसे महत्त्वाचे स्थान आहे हे समजण्याच्या दृष्टीने स्पष्टीकरण अभ्यासक्रमात असेल.

(4) मानवी विकास : अभ्यासक्रमाचा मुख्य उद्देश हा मानवाचा विकास हाच असला पाहिजे. अभ्यासक्रमाद्वारे कोणत्याही व्यक्तीच्या मनात राष्ट्रप्रेम, राष्ट्रीय एकात्मता याविषयीची भावना जागृत व्हायला हवी. शिक्षणाने मानवाचा विकास होतो. परंतु आज समाजातील परिस्थिती भिन्न दिसून येते. शिक्षणाने मनुष्य सुशिक्षित झाला पण शहाणा झाला नाही प्रत्येक क्षेत्रात व्यक्तीचा सर्वांगीण विकास झाला पाहिजे परंतु भावनिक विकासाला बाधा येते. त्यादृष्टीने मानवाचा विकास होत असताना अभ्यासक्रमातून शारीरिक, बौद्धिक व भावनिक या तिन्हींचा विकास होणे अपेक्षित आहे.

(5) अध्ययन-अध्यापन प्रक्रिया : अभ्यासक्रमाचे नियोजन करताना अध्ययन करणारा विद्यार्थी व अध्यापन करणारा शिक्षक या दोहोंचा विचार केला पाहिजे. त्याशिवाय ही प्रक्रिया सुलभ होणार नाही. विद्यार्थ्यांना अभ्यासक्रमाकडून कोणत्या अपेक्षा आहेत? तसेच शिक्षकांची काय मते आहेत याचा विचार नियोजन करताना व्हायला हवा.

उदा., एखाद्या पदवी/ पदव्युत्तर स्तरावरील अभ्यासक्रम तयार करताना जर सर्वांत प्रथम विद्यार्थी व शिक्षकांकडून या अभ्यासक्रमाच्या अपेक्षा प्रश्नावलीच्या स्वरूपात भरून घेतल्या तर त्यानुसार अभ्यासक्रमात सूचक असे बदल करता येतील.

(6) निर्णय : अभ्यासक्रमाचे नियोजन करताना अनेक व्यक्तींचे विचार ऐकून घेतले जातात, त्यावर विचार होतो. परंतु सर्वांत शेवटी अभ्यासक्रमाची व्याप्ती ठरविताना नक्की कोणता आशय त्यात अंतर्भूत करायचा यावर निर्णय घेता आला पाहिजे. अभ्यासक्रम तयार करण्याचा कालावधी अगदी एक-दोन मिटिंग झाल्या व अभ्यासक्रम तयार झाला असा होत नाही. तसेच जुन्या अभ्यासक्रमात काही घटक नव्याने अंतर्भूत केले असा होऊ नये. यासाठी विविध ठिकाणच्या अभ्यासक्रमांचा अभ्यास करूनच योग्य निर्णय घ्यावा.

अभ्यासक्रमाचे नियोजन करताना खालील प्रश्न शिक्षकाने स्वत:ला विचारावेत.

(अ) या अभ्यासक्रमाद्वारे आकलन व अनुभवाची कोणती पातळी विद्यार्थ्यांना लाभेल?

(ब) ज्ञान, कौशल्य, अभिवृत्ती यापैकी कोणत्या उद्दिष्टांची पूर्ती या अभ्यासक्रमाद्वारे होईल?

(क) हा अभ्यासक्रम तयार करण्यापूर्वी विद्यार्थ्यांना आधी कोणत्या अभ्यासक्रमाचा अभ्यास केला जाणे आवश्यक आहे? (विद्यार्थ्यांचे पूर्वज्ञान)

(ड) या अभ्यासक्रमात ते काय शिकतील व त्यासाठी शिक्षकाने कोणती योजना आखली पाहिजे.

(इ) अभ्यासक्रम तयार करताना त्याच्या, समाजाच्या गरजांचा मी विचार केला आहे का?

(ई) माझा अभ्यासक्रम पूर्ण झाल्यानंतर भविष्यात विद्यार्थ्यांना कोणत्या संधी उपलब्ध होतील? त्यादृष्टीने माझ्या अभ्यासक्रमात लवचीकता आहे काय?

(उ) या अभ्यासक्रमाचे प्रशिक्षण कसे ठरवायचे?

(ऊ) अभ्यासक्रमातील आशय, रचना व त्याची कार्यवाही करताना काय काळजी घ्यावी?

(ए) अभ्यासक्रमाच्या मूल्यमापनासाठी कोणती पद्धती वापरणार?

(ऐ) अभ्यासक्रम राबवित असताना येणारे अडथळे पार कसे पाडणार?

(जेव्हा अभ्यासक्रमामध्ये उत्तम नियोजन आणि एकरूपता असते तेव्हा तो अभ्यासक्रम चांगला समजावा. मध्यम प्रतिच्या अभ्यासक्रमामध्ये मध्यम प्रतिचे नियोजन असते.)

उत्तम नियोजनाची प्रक्रिया म्हणजे काय?

- यात नेतृत्वाचा उपयोग लोकांना प्रेरणा देण्यासाठी तसेच त्यांचे उपक्रमांमध्ये समन्वय साधण्यासाठी केला जातो.
- आगोदरचे नियोजन आणि त्याची कार्यपद्धती यावर याद्वारे प्रकाश टाकला जातो.
- भविष्यातील संदर्भासाठी नियोजनाचे कालबद्ध रेकॉर्डिंगचा यात समावेश असतो.
- विचारांची रचनात्मक मांडणी खालील घटकांसाठी उपयुक्त ठरते - काय करायला पाहिजे, ते कसे पार पडेल आणि ते कोण करेल.
- यात लोकसंख्या, पैसा, वेळ आणि साधने इ. प्रकारच्या संसाधनांना प्राधान्यक्रम दिला जातो.
- भविष्यकाळ ठरविण्याचा प्रयत्न केला जातो.
- जोपर्यंत अभ्यासक्रम विद्यार्थ्यांसाठी वापरला जातो तोपर्यंत त्यात नवीन घटकांचा समावेश केला जातो. आणि सुधारणा केल्या जातात.
- उत्तम नियोजन प्रक्रिया म्हणजे विद्यार्थ्यांचा अतिशय प्रमाणबद्ध विचार होय. ज्याचा उपयोग कोणत्या गोष्टी करायच्या व त्या प्रत्यक्षात कशा उतरावयाच्या व ते कोण करणार या प्रश्नांची उत्तरे मिळण्यासाठी होऊ शकेल.
- मनुष्यबळ, पैसा, वेळ आणि साहित्य यांसारख्या साधनांच्या उपयुक्ततेचे प्राधान्यक्रम ठरविणे म्हणजे प्रक्रियेचे उत्तम नियोजन होय.
- चांगले नियोजन म्हणजे भविष्यकाळाविषयीचे चांगले अंदाज बांधण्याचे प्रयत्न होय.
- प्रक्रियेचे उत्तम नियोजन म्हणजे जोपर्यंत तुमच्यासाठी ते काम करतात तोपर्यंत आवश्यक ते बदल आणि योग्य त्या गोष्टी समावेशीत केलेल्या पायऱ्या किंवा प्रक्रिया होय.

उत्तम नियोजन प्रक्रिया कशी असावी?

- याद्वारे बदल आणि सुधारणा उद्दीपित झाली पाहिजे.
- काय घडणार आहे आणि कसे घडणार आहे हे याद्वारे समजले पाहिजे.
- काय आणि का घडले पाहिजे याबाबतची जाणीवजागृती याद्वारे दिसली पाहिजे.
- याद्वारे अशा उपक्रमांची निर्मिती व्हावी की ज्याद्वारे काय चांगले घडेल व घडणार नाही हे समजेल.
- ज्याचा उपयोग करता येईल असा संविधान तक्ता, रस्त्याचा नकाशा आणि कृती तयार झाली पाहिजे.
- याद्वारे बदलाच्या प्रक्रियेची आणि त्याच्या निकालाची भीती कमी झाली पाहिजे.

अभ्यासक्रमाच्या नियोजनाचे महत्त्व : नियोजन न करता होणारे अध्यापन/ अध्ययन म्हणजे वेळ वाया घालविणे. अभ्यासक्रम उत्तम प्रकारचा समन्वय, दर्जात्मक अध्यापन ज्याद्वारे विद्यार्थ्यांच्या ज्ञानात वाढ होईल, कौशल्य आणि वर्तनात शिस्त येईल तसेच आंतर-शाखात्मक क्षमता आणि शारीरिक, वैयक्तिक आणि सामाजिक क्षमता यातसुद्धा शिस्त येईल.

अभ्यासक्रम नियोजन खालील गोष्टींची खात्री देते.

- दूरदृष्टीची विभागणी किंवा वाटणी
- शैक्षणिक समाजात आकलन आणि समान भाषेचा एकत्रित वापर
- अभ्यासक्रमामधील सर्व घटकांना जास्तीत जास्त स्थान
- अध्यापनातील सातत्य
- अध्ययनातील पूर्णत्वासाठी विद्यार्थ्यांची जरुरी

अभ्यासक्रमाची तयारी : अभ्यासक्रम तयार करताना खालील गोष्टींचा विचार करावा लागेल.

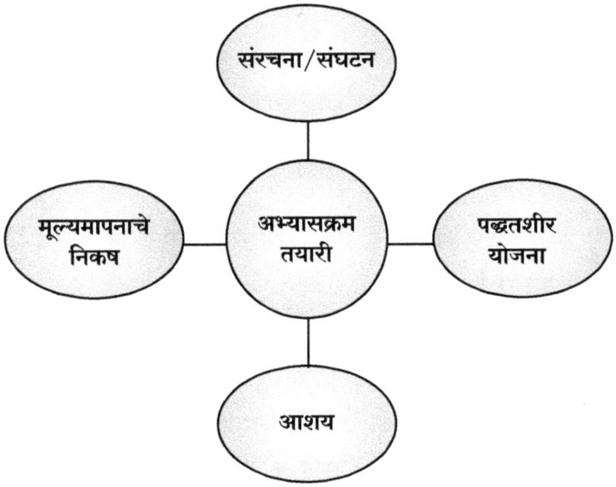

(1) पद्धतशीर योजना (Systematic Systems) : यामध्ये प्रथम अभ्यासक्रम तयार करताना कोणकोगत्या मुद्द्यांचा विचार करावा लागणार आहे. याची प्रथम यादी करावी लागली. अभ्यासक्रमाची उद्दिष्टे, द्यावयाचे विशिष्ट अध्ययन अनुभव, अध्यापन पद्धती, आशय व मूल्यमापनाची कोणती साधने वापरणार? याची पद्धतशीरपणे योजना तयार करावी.

(2) आशय (Content, Data) : यामध्ये अभ्यासक्रम तयार करताना नक्की कोणत्या आशयाचा विचार करावा याबाबत आपले मत मांडले जाते. उदा., बी.एड. अभ्यासक्रमाचा विचार करता विद्यार्थ्यांचे मानसशास्त्र, शिक्षणाचे तत्त्वज्ञान, शालेय व्यवस्थापन, माहिती संप्रेषण तंत्रज्ञानाचा वापर, सर्वसमावेशक शिक्षण, मूल्यमापनाच्या पद्धती तसेच शिक्षकाच्या दृष्टीने अद्ययावत असणारे ज्ञान, अध्यापनाची विविध तंत्रे व पद्धती या सर्वांचाच समावेश असणे आवश्यक आहे.

(3) मूल्यमापनाचे निकष : अभ्यासक्रमाचे मूल्यमापन कसे करणार आहोत याचाही विचार करावा. श्रेणी पद्धती व श्रेयांक पद्धतीचा वापर करणार आहोत हे लक्षात घ्यावे. मूल्यमापनाचे निकष ठरवावेत.

4) संरचना / संघटन : अभ्यासक्रमाची तयारी करताना संपूर्ण अभ्यासक्रमाची संरचना तयार करून त्याप्रमाणे सर्व घटक समावेश झालेले आहेत का? याबाबत विचार करावा.

अभ्यासक्रम नियोजनातील सदस्य : अभ्यासक्रम नियोजन करताना सदस्य खालील विविध उपक्रमांमध्ये एकरूप होतात.

- सर्वसामान्य समस्यांवर चर्चा
- निर्णय प्रक्रिया / निर्णय देणे.
- कार्यात्मक तत्त्वज्ञान विकसन
- पर्यावरण आणि अध्ययनार्थींचा अभ्यास
- ज्ञानातील नवीन घटकांशी परिचित
- अध्यापनात सुधारणा होण्यासाठी विविध मार्ग अभ्यासणे.
- संशोधन आणि मूल्यमापन करणे.

2.4.2 अभ्यासक्रमाचा आकृतिबंध (Curriculum Design)

अभ्यासक्रमाचे नियोजन झाल्यानंतर अभ्यासक्रमाचा आकृतिबंध तयार करावा. यामध्ये खालील बाबींचा विचार करावा.

1. सामाजिक गरजांचे विश्लेषण
2. उद्दिष्टांमध्ये परिवर्तन/ अभ्यासक्रमात गरजांनुसार बदल
3. विशिष्ट उद्दिष्टांमध्ये सामान्य उद्दिष्टांचा अंतर्भाव
4. प्रत्येक विषयाची घटकांमध्ये विभागणी करणे.
5. प्रत्येक घटकासाठी आवश्यक तासिका ठरविणे.
6. अभ्यासक्रम तयार करणे.

अभ्यासक्रमाचा आकृतिबंध

अभ्यासक्रमाचा आकृतिबंध म्हणजे हा शिक्षणातील असा घटक की ज्याद्वारे विद्यार्थ्यांच्या अभ्यासक्रमावर प्रकाश टाकला जातो. शिक्षण क्षेत्रात असे काही तज्ज्ञ असतात की जे आपला वेळ अभ्यासक्रम विकसनासाठीच वापरतात. (वर्गात शिकविण्यापेक्षा) काही वर्गात शिकविणारे शिक्षक स्वत:चा अभ्यासक्रम स्वत: तयार करतात. काही पालक घरीच मुलांना शिकविताना अभ्यासक्रमाची रचना करतात. त्यासाठी तज्ज्ञांचा सल्ला ते घेतात किंवा घरी शिकविणाऱ्या पालकांचा सल्ला घेतात. काही राष्ट्रांमध्ये समान अभ्यासक्रम राबविला जातो. उदा. शासन ठरविते की बेरीज / वजाबाकी कोणत्या इयत्तेत सुरू करायची इ.

अभ्यासक्रमाच्या आकृतिबंधाची तत्त्वे (Principles of Curriculum Design) : तत्त्वांच्या बाबतीत फिश (2003) यांनी असे म्हटले आहे की, आपल्या अभ्यासक्रमातील मूल्यांद्वारे आपल्या क्रिया, अभिवृत्ती, विचार आणि विश्वास स्पष्ट होतात. आपल्या व्यावसायिक जीवनात आपली जी प्राधान्य क्रमाने ठरलेली कामे असतात त्यांना ते आकार देत असतात आणि शैक्षणिक व उपचारात्मक बैठकीमध्ये आपले वर्तन काय असावे याचे निर्देश मूल्यांद्वारे होतात आणि त्या वर्तनाद्वारे आपल्या सहध्यायांना व विद्यार्थ्यांना आपली मूल्ये दिसून येतात. अभ्यासक्रमाचा आकृतिबंध ठरविताना टायलर, आर (1949) मध्ये पुढील चार प्रश्न अभ्यासक्रम रचनाकारांनी स्वत:ला विचारावेत असे सांगितले.

1. आपण कोणत्या शैक्षणिक हेतूचा शोध घेणार आहोत?
2. या हेतूसाठी कोणते शैक्षणिक अनुभव घ्यायला पाहिजेत?
3. ते अनुभव परिणामकारकपणे कसे आयोजित करता येतील?
4. आपण ठरविलेला हेतू साध्य झाला हे कसे ठरविणार?

अभ्यासक्रमाच्या आकृतिबंध तत्त्वांवर खालील घटकांची मूल्ये प्रभाव पाडतात.

1. अभ्यासक्रमाची रचना करणारे
2. शिक्षक
3. विद्यार्थी
4. समाज (ज्या ठिकाणी अभ्यासक्रमाचे प्रतिबिंब पडणार आहे.)

2.4.3 अभ्यासक्रम परावर्तन (Curriculum Transaction)

अभ्यासक्रमामध्ये जे ध्येय व उद्दिष्टे असतात त्यानुसार आशयाचा परिणामकारक वापर होय. विद्यार्थ्यांना अध्ययन अनुभव देण्याचे परिणामकारक नियोजन. नियोजनाची रचना करणे, रचना केलेले नियोजन कार्यरत करणे किंवा वापरणे आणि तज्ज्ञांद्वारे व वापर करणाऱ्याद्वारेच त्याचे मूल्यमापन करणे.

प्रक्रियेचे उत्तम नियोजन म्हणजे जोपर्यंत तुमच्यासाठी ते काम करतात तोपर्यंत आवश्यक ते बदल आणि योग्य त्या गोष्टी समावेशीत केलेल्या पायऱ्या किंवा प्रक्रिया होय.

2.5 अभ्यासक्रमाची प्रतिमाने (Models of Curriculum)

अभ्यासक्रम आणि अभ्यासक्रमाचा अर्थ - स्वरूप - रचनेची तत्त्वे, अभ्यासक्रमाचा विकास व विकासाची तात्त्विक भूमिका आणि विकासाची अंगे- घटक यांची थोडक्यात माहिती करून घेतली. अभ्यासक्रमाच्या रचनेची प्रतिमाने - (Models) थोडक्यात पाहू या -

अभ्यासक्रमाची रचना अध्यापन-अध्ययन परिणामकारक होण्यासाठी केली जाते. तसेच अध्यापनाची - प्रतिमाने (Models of teaching) देखील त्याच उद्देशाने वापरली जातात. अध्यापनाची प्रतिमाने आणि अभ्यासक्रमाची प्रतिमाने यामध्ये सारखेपणा राहतो. या ठिकाणी प्रमुख अभ्यासक्रमाच्या प्रतिमानांची थोडक्यात माहिती देत आहोत.

हिल्डा टाबा (Hilada Tada) प्रतिमान (1902-1967)

हिल्डा टाबा या अभ्यासक्रम विकसन तत्त्वज्ञ होत्या.प्राथमिक शिक्षणाच्या अभ्यासक्रम विकसनात त्यांचे प्रमुख कार्य आहे. त्यातही त्यांनी अध्यापन कार्यनीती व बोधात्मक कार्य यावर भर दिला आहे. सदर प्रतिमान हे उद्गामी अध्यापनाशी संबंधित आहे. त्याचा समाजशास्त्राच्या अभ्यासासाठी वापर केला जातो. ज्ञानात्मक संकल्पना तयार करण्यासाठी वापर होतो. अभ्यासक्रम उपपत्तीकार, अभ्यासक्रम रचनाकार, शिक्षक-प्रशिक्षक हिल्डा टाबा-सामाजिकशास्त्र अभ्यासक्रमाचे विश्लेषणात्मक विचार तसेच संकल्पनात्मक आणि अध्यापनशास्त्राचा पाया घालण्याच्या कामात हिल्टा टाबाने महत्त्वाचे योगदान दिले तसेच सामान्य मुलांपेक्षा वेगळ्या विद्यार्थ्यांसाठी शिक्षणाचा पाया घालण्यासाठी मदत केली.

हिल्टा टाबाने पुढील गोष्टी विकसित केल्या :

बहुउद्देशी दृष्टिकोन : ज्या पद्धतीचा तीन विविध पातळ्यांवर उपयोग केला जातो.

पहिली पातळी : यात विद्यार्थ्यांनी अनेक निरीक्षण करून त्यांचे एकत्रिकरण करून समान घटक एकत्र करायचे आणि शेवटी प्रत्येक वैशिष्ट्यांना नावे द्यायची.

दुसरी पातळी : त्या वैशिष्ट्यांच्या समूहामध्ये विद्यार्थ्यांची विभागणी करून त्यांना त्यांच्या विषयाचे संशोधन करायला लावणे.

शिक्षक भूमिका : विद्यार्थ्यांना विविध मार्ग / साहित्य उपलब्ध करून देणे.

तिसरी पातळी : विविध अहवाल लेखनाची जी तंत्रे आहेत त्यापैकी एक तंत्र वापरून शेवटचा अहवाल तयार करणे.

हिल्टा टाबाच्या म्हणण्यानुसार विद्यार्थी माहिती संरचित करून त्यातून सामान्यीकरण करतात.

हिल्डा टाबाचा खालील गोष्टींवर विश्वास होता :

- जेव्हा माहिती योग्य प्रकारे संकलित केली जाते तेव्हाच विद्यार्थी त्या माहितीचे सामान्यीकरण करू शकतात.
- संकल्पना विकसन आणि संकल्पनानिर्मितीच्या योजनेद्वारे विद्यार्थी सामान्यीकरणाच्या प्रक्रियेपर्यंत जाऊ शकतात.

- हिल्डा टाबाच्या मतानुसार ज्ञानात संवर्धन करण्यासाठी सर्वोत्तम मार्ग म्हणजे साध्य करणे आकलन आणि फक्त वास्तवापेक्षा कल्पना आणि संकल्पनांचाही वापर होय.

हिल्डा टाबा या प्रतिमानामध्ये चार पायऱ्या प्रमुख मानल्या जातात.

- उद्दिष्टांची निश्चिती करणे, उद्दिष्ट स्थिर करणे.
- अध्यापन - अध्ययनाचे प्रसंग निर्माण करणे.
- अध्ययनावर परिणाम करणारे घटक शोधणे.
- विद्यार्थ्यांवर होणारा परिणाम पाहणे.

हिल्डा टाबा प्रतिमान हे डॉ. ब्लूम (Dr. Bloom) यांच्या मूल्यमापन कार्यपद्धतीवर अवलंबून आहे. विविध पायऱ्यावर (Steps) अभ्यासक्रमाचे गुणदोष शोधले जातात. त्याचे पुढे गृहीतकांत रूपांतर केले जाते किंवा गृहीत धरले जाते. (Assumption) सदर गृहीतके अभ्यासली (Hypothesis or Assumption) जाऊन त्या आधारे अभ्यासक्रमाच्या रचनेत बदल केला जातो. अशा प्रकारे प्रत्यक्षात येऊ शकेल असा बदल करण्याचा प्रयत्न या प्रतिमानाच्या अभ्यासातून होतो. अभ्यासक्रमातील सुधारणा या प्रत्यक्ष पुराव्यावर आधारित व कृतीत येणारा होऊ शकतो. अध्यापन - अध्ययन प्रसंग - विद्यार्थी बदलाचे प्रसंग हे उद्दिष्टांशी पडताळून पाहून अभ्यासक्रमाच्या संरचनेत बदल करण्याची पद्धती म्हणजे - हिल्डा टाबा प्रतिमान होय.

हिल्डा टाबा प्रतिमानाचे उपयोजन : सध्याच्या काळात अभ्यासक्रम रचना करताना टाबा प्रतिमानाचा खूपच उपयोग होताना दिसत आहे. खालील पायऱ्या त्यासाठी वापरल्या जातात.

- विद्यार्थ्यांची गरज ओळखणे.
- उद्दिष्टे विकसन
- अध्यापन पद्धती निवडणे.
- अध्यापन अनुभव संरचित करणे.
- मूल्यमापन

हिल्डा टाबा प्रतिमान : हिल्डा टाबाच्या म्हणण्यानुसार अभ्यासक्रम रचना करताना विशिष्ट क्रमाचा वापर होणे जरूरी तसेच त्या रचनेच्या प्रक्रियेत शिक्षकांचा सहभाग असणे अगत्याचे. हिल्डा टाबाच्या अभ्यासक्रम विकसन प्रतिमानाचे टप्पे / पायऱ्या पुढीलप्रमाणे -

- विद्यार्थ्यांची गरज ओळखा.
- उद्दिष्टे तयार करा.
- उद्दिष्टानुसार आशय निवडा.
- अध्ययनार्थीचे अनुभव आणि पार्श्वभूमी याचा विचार करून आशयाची रचना करा.
- विद्यार्थी सहभागी राहतील अशी अध्यापन पद्धती निवडा.
- क्रमवार आशयानुसार अध्ययन अनुभव रचना करा.
- विद्यार्थ्यांचे प्रभुत्व ठरविण्यासाठी मूल्यमापन शिक्षक ज्ञान आणि क्रम हे तपासा.

हिल्डा टाबाचे सामाजिक अभ्यास प्रतिमान (H. T. S. S. Model)

महत्त्वाचा घटक	कार्यकारण संबंध.
हेतू	काय योग्य ठरेल याचे स्पष्टीकरण शोधणे.
बहिर्गत तज्ज्ञ	संशोधन तज्ज्ञ, संख्याशास्त्रीय विश्लेषण तज्ज्ञ.
सदस्य सहभाग	प्रायोगिक बंधने स्वीकारतात.
मर्यादा	कृत्रिमता निर्माण होते, मानवी मूल्यांकडे दुर्लक्ष होण्याची शक्यता.
फायदा	नवीन कार्यक्रम विकसित करण्यासाठी नियम प्रस्थापित करता येतात.

(1) प्रशासकीय प्रतिमान (Administration Model) : प्रशासकीय अभ्यासक्रम प्रतिमान प्रतिमा व प्रशासनाशी संबंधित आहे. (Administrative Model is related to management Technology) व्यवस्थापकीय प्रतिमानामध्ये खालील पाच प्रमुख गोष्टींचा समावेश होतो. • नियोजन (Planning) • संयोजन (Organization) • प्रशासन (Administration) • अंमलबजावणी (Execution) • Controlling and feed back मूल्यमापन करून सुधारणा करणे.

डॉ. आय. के. देवीस (I. K. Devies) यांनी अध्यापन-अध्ययनाच्या व्यवस्थापकीय पद्धतीमध्ये खालील चार बाबींचा समावेश केला आहे.

(अ) अध्यापनाचे नियोजन (planning of Teaching)

(ब) अध्यापनाचे संयोजन कृती (Organisation of Teaching)

(क) अध्यापनाचे मार्गदर्शन (Leading of Teaching)

(ड) अध्यापनाचे निरीक्षण व सुधारणा (Controlling of Teaching)

निरनिराळ्या शैक्षणिक आयोगांनी अभ्यासक्रमाच्या रचनेच्या व विकासाच्या संदर्भात खालील बाबींचा समावेश केला आहे.

- समाज व सामाजिक तत्त्वज्ञान
- राष्ट्रीय गरज / राज्याची गरज
- अभ्यासक्रमाचे स्वरूप
- मूल्यमापन किंवा परीक्षा पद्धती
- मानसशास्त्रीय अधिष्ठान
- विद्यार्थ्यांची शारीरिक वाढ व अवस्था
- शैक्षणिक आयोगांनी केलेल्या शिफारशी
- शासकीय धोरण इत्यादी.

आपल्या देशात प्रत्येक राज्यशासनाला स्वतंत्र अभ्यासमंडळ आहे. (State Board of Education) या मंडळाची अभ्यासक्रमाची रचना व विकास करण्याची जबाबदारी आहे. (CBSE and ICSE) याचेमार्फत अभ्यासक्रम तयार केला जातो. प्रत्येक विद्यापीठाला स्वतंत्र अभ्यासमंडळ असते. त्यांच्याकडे पदवी व पदव्युत्तर अभ्यासक्रमाची सर्व जबाबदारी येते. तांत्रिक व व्यावसायिक शिक्षणासाठी स्वतंत्र मंडळ आहे. बी.एड./एम.एड.साठी आणि इतर व्यावसायिक शिक्षणासाठी पुढील मंडळे जबाबदार आहेत. • N.C.T.E - National Council for Teacher Education • मेडिकल सायन्स C.M.J. • ICSSR • IARI (Indian Agri. Research Institude) • लॉ कौन्सिल • इंजिनिअरिंग कौन्सिल • NCERT B.

(1) राल्फ टायलरचे प्रतिमान - साधे/ सुलभ प्रतिमान (R. T. Evalutation Model)

महत्त्वाचा घटक	अध्यापनाची उद्दिष्टे
हेतू	उद्दिष्टांच्या संदर्भात विद्यार्थ्यांच्या प्रगतीचे मापन
कृती	उद्दिष्टांचे निश्चितीकरण, विद्यार्थ्यांच्या संपादनाचे मापन
बहिर्गत तज्ज्ञ	उद्दिष्टे निश्चिती करणारे, मापनतज्ज्ञ
सदस्य सहभाग	उद्दिष्टांचे आकलन करून घेणे व विद्यार्थ्यांना कसोट्या देणे.
मर्यादा	प्रक्रियांकडे दुर्लक्ष
फायदा	विद्यार्थ्यांच्या प्रगतीचे मापन

शिक्षणात अशा गोष्टी समाविष्ट असतात. ज्याचे शिक्षण केले जाऊ शकते. रॉजर्स (Director of Advisory Center for uni. Edu. Uni of Adelaide) ने खालील गृहीतके सांगितली आहेत.

(अ) विषय निवडणे आणि त्यात शिक्षणाचे उद्दिष्ट ओळखणे यासाठी परीक्षा पास होणे.

(ब) मूल्यमापन म्हणजे शिक्षण आणि शिक्षण म्हणजे मूल्यमापन.

(क) आशय आणि माहितीची जडणघडण म्हणजे ज्ञान.

आकृती क्र. 1

वरील तीनही गृहीतके आकृती नं. 1 मध्ये आहेत. परंतु ते अपुरे आहे. म्हणून 2 प्रश्न विद्यापीठीय शिक्षकांनी विचारले.

(A) हे मी का शिकवितो? (B) मी किती यशस्वी झालो ते मला कसे समजेल?

पहिला प्रश्न आशयाशी संबंधित तर दुसरा अप्रत्यक्षपणे परीक्षेशी आहे. त्या प्रश्नांची उत्तरे देताना आपणास जे शिकवायचे त्याची मर्यादा आणि महत्त्व पहावे लागेल. खालील प्रश्नांची उत्तरे देण्यासाठी वरील घटक वगळून चालणार नाही. (C) या प्रकारे मी हे का शिकवितो? (D) माझ्या कोर्सचे घटक मी कसे एकत्रित करू? आकृती 2 मध्ये 'C' व 'D' हे दोन प्रश्न येतात.

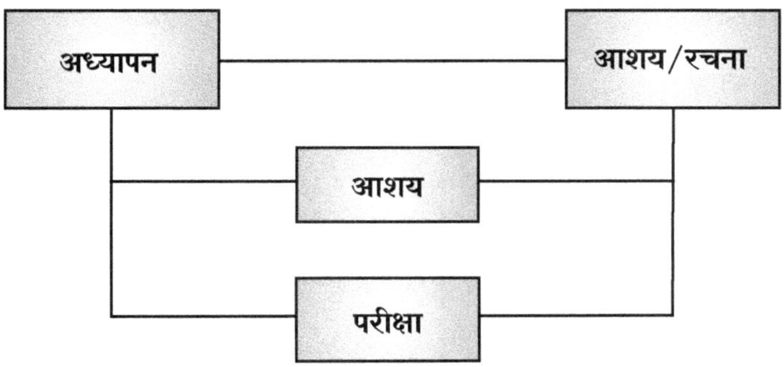

आकृती क्र. 2

सुधारीत आकृतीत 2 मध्येसुद्धा खालील प्रश्नांची उत्तरे मिळाली नाहीत म्हणून आकृती 3 निर्माण झाली.

(E) कोर्समध्ये कोणती पुस्तके वापरावी? (F) कोणती दृक्श्राव्य साधने उपयुक्त ठरतील?

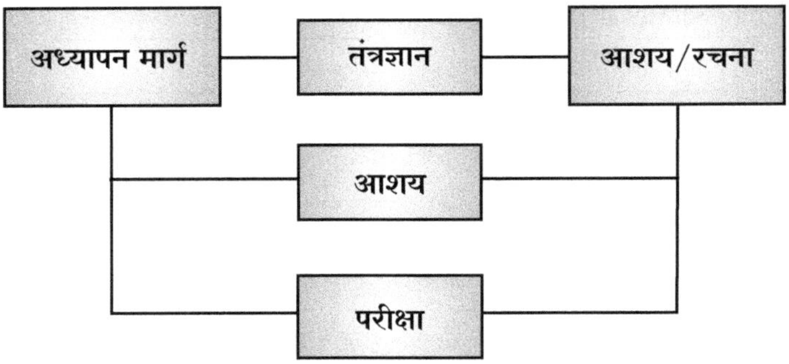

आकृती क्र. 3

तरीही अनेक शिक्षकांना पुढील प्रश्नांची उत्तर मिळाले नाही. माझ्या कोर्सचा निकाल म्हणून विद्यार्थ्यांच्या कोणत्या क्षमतांची मी अपेक्षा करावी? किंवा विद्यार्थ्यांच्या कोणत्या क्षमतांवर मी विश्वास ठेवावा? हे प्रश्न दुर्लक्षित राहिले आणि खरे म्हणजे या प्रश्नाचे उत्तरे मिळू शकतील आणि आता उद्दिष्टांवर भर दिला गेला व त्यासाठी सुधारित आकृती 4 दिली गेली.

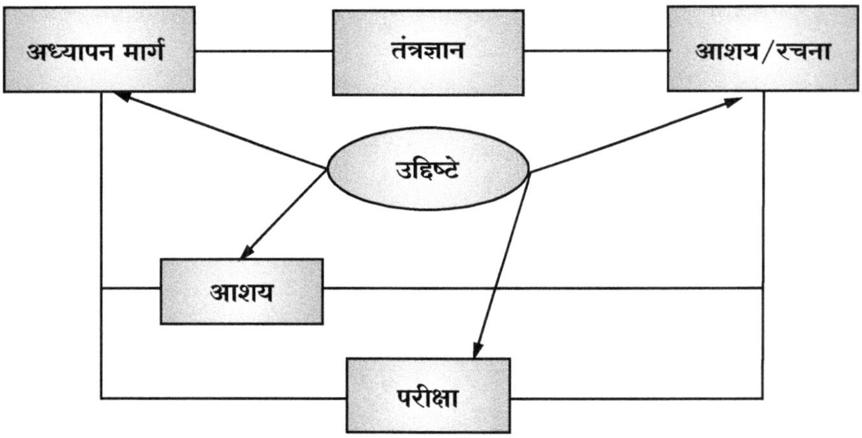

आकृती क्र. 4 अभ्यासक्रम प्रतिमान

वरील प्रतिमानामध्ये अध्यापन, आशय, रचना व परीक्षा ही पूर्णपणे उद्दिष्टांवर अवलंबून आहे हे सांगितले आहे.

वरील आकृती क्र. 4 मधील प्रतिमान राल्फ टायलर (Ralph Tyler) च्या कामावर अवलंबून आहे. 25 वर्षापूर्वी अभ्यासक्रमाची मूलभूत तत्त्वे आणि सूचना (Basic Principles of C & Instruction) या पुस्तकात 4 प्रश्न प्रामुख्याने मांडली आहेत.

1. शिक्षण घेण्याचा हेतू काय?
2. हेतू पूर्ण करण्यास कोणते शैक्षणिक अनुभव द्यावेत?
3. शैक्षणिक अनुभव परिणामकारक कसे होतील?
4. शैक्षणिक हेतू पूर्ण होतील हे आपण कसे निश्चित करणार?

सध्याच्या अभ्यासक्रम विकसनातसुद्धा टायलरची तत्त्वे दिसून येतात. अभ्यासक्रम प्रक्रियेची प्रवासाबरोबर तुलना करून खालील प्रश्न विचारले.

1. प्रवास गरजेचा आहे?
2. आपण कुठे चालला (हेतू व उद्दिष्टे)
3. कोणता मार्ग निवडला ? (विषय)
4. प्रवासाचे वाहन कोणते? (आशय)
5. वाहन कसे चालविणार? (अध्ययनाचा दृष्टिकोन)
6. कोणता नकाशा वापरणार? (शैक्षणिक तंत्रज्ञान)
7. आपले सहप्रवासी कोण? (अभ्यासक्रमाचे इतर क्षेत्र)
8. आपण बरोबर मार्गावर आहोत हे कसे कळणार? (मूल्यमापन)
9. आपण कसे पोहोचणार? (तपासणी)
10. इतरांना कसे सांगणार? (Dissemination)
11. आपल्या काय चुका झाल्या? (Feedback)

या प्रतिमानाचा अवलंब केला असता, विद्यार्थ्यांच्या वर्तनातील त्रुटीसंबंधी प्रत्याभरण होते. अपेक्षित उद्दिष्टांपर्यंत विद्यार्थी पोहोचण्यासाठी काय करावे याबद्दल सूचना दिल्या जातात.

(2) सदस्य स्वाध्याय प्रतिमान (Staff Self Study – S.S.S. Model) :

महत्त्वाचा घटक	सदस्य स्वाध्याय
हेतू	अध्यापनाचा आशय व पद्धती यांचे पुनरावलोकन करणे.
कृती	कार्यक्रमावर चर्चा करून व्यावसायिक शेरे व निर्णय देणे.
बहिर्गत तज्ज्ञ	कोणी नाही.
सदस्य सहभाग	समिती सदस्यांची आपापसात चर्चा
मर्यादा	बहिर्गत तज्ज्ञांची मते व मूल्ये विचारात घेतली जात नाहीत.
फायदा	सदस्यांचे नेतृत्व व जबाबदारी यांचे संवर्धन

गटाची गतिमानता (Group Dynamics) या तत्त्वावर हे प्रतिमान आधारलेले आहे. मूल्यमापनाच्या अंतर्गत क्षमतांचे त्यामुळे संवर्धन होते.

(3) रॉबर्ट स्टेकचे आधारदायी प्रतिमान (R.S. Coutenance Model) :

महत्त्वाचा घटक	माहितीचे वर्णन व तिच्याबद्दलचा निर्णय
हेतू	अभ्यासक्रमाबद्दलच्या विविध लोकांच्या मतांचा अहवाल तयार करणे.
कृती	निरीक्षण करणे, मते संकलित करणे.
बहिर्गत तज्ज्ञ	सामाजिक मानसशास्त्र, पत्रकार
सदस्य सहभाग	मते प्रदर्शित करणे.
मर्यादा	मूल्य संघर्षाला वाव दिला जातो व कारणांकडे दुर्लक्ष केले जाते.
फायदा	अभ्यासक्रमाचे आणि परस्पर विरोधी अपेक्षांचे समग्र व्यापक चित्र मिळते.

या प्रतिमानात औपचारिक तसेच अनौपचारिक मूल्यमापनांचाही समावेश होतो. सहज निरीक्षण व व्यक्तिनिष्ठ निर्णय यांच्यामार्फत अनौपचारिक मूल्यमापन केले जाते. पडताळासूची व प्रमाणित कसोटीच्या साहाय्याने विद्यार्थ्यांचे

मापन या बाबींमुळे औपचारिक मूल्यमापन साध्य होते. या प्रतिमानात केवळ विद्यार्थ्यांच्या अध्ययनाचाच विचार होतो असे नाही तर प्रत्यक्ष अध्यापन प्रक्रिया प्रक्रियापूर्व घटक आणि प्रक्रियोत्तर घटक यांचाही विचार केला जातो.

(4) डॅनिअल स्टफल बीमचे प्रतिमान यालाच 'CIPP' प्रतिमान असे संबोधले जाते. (Context, Input, Process and Product Evalution) : या प्रतिमानाचा खूप मोठ्या प्रमाणावर वापर केला जातो.

महत्त्वाचा घटक	निर्णय घेणे
हेतू	निर्णयाच्या तर्कशुद्ध आणि सातत्यपूर्ण क्रियेचे सुलभीकरण
कृती	पर्यायी मार्ग शोधणे, परिणामांचा अभ्यास करणे, गुणवत्ता नियंत्रण राखणे.
बहिर्गत तज्ज्ञ	व्यवहार विश्लेषण तज्ज्ञ (Operations Analysts)
सदस्य सहभाग	निर्णयांचे व आकस्मिकतेचे भाकीत करणे.
मर्यादा	कार्यक्षमतेला अवाजवी महत्त्व, विद्यार्थ्यांच्या ध्येयांना कमी महत्त्व
फायदा	अभ्यासक्रमाबद्दल संवेदनशील

ज्या विद्यार्थ्यांसाठी अभ्यासक्रम तयार केलेला असतो त्यांच्याच संदर्भात उद्दिष्टांचे परीक्षण केले जाते. अध्यापनाच्या अभिकल्पाची पर्याप्तता तपासण्याचा प्रयत्न केला जातो. कार्यक्रमांचे अवलंबन करणाऱ्यांना सतत व वारंवार प्रत्याभरण मिळते. या प्रतिमानात अध्यापन निष्पत्तीचे अंतिम मूल्यमापनही केले जाते.

(5) मायकेल थ्रिवेनचे ध्येयमुक्त प्रतिमान (Goal Free Model) :

महत्त्वाचा घटक	मूल्यमापन करणाऱ्याने तयार केलेली ध्येयमुक्त पडताळा सूची
हेतू	कार्यक्रमाचा परिणाम तपासणे.
कृती	आक्षेपांकडे दुर्लक्ष करून पडताळा सूचीचा अवलंब करणे.
बहिर्गत तज्ज्ञ	अभ्यासक्रम विश्लेषण तज्ज्ञ
सदस्य सहभाग	कार्यक्रमाची स्वीकृती वाढविण्यास हातभार
मर्यादा	पत्रके व नोंदपत्रके यांना अवाजवी महत्त्व
फायदा	अपेक्षित व अनपेक्षित परिणामांसंबंधी माहिती प्राप्त होते.

या प्रतिमानात उद्दिष्टे, ध्येये यांना महत्त्व देण्याऐवजी त्या अभ्यासक्रमाच्या प्रत्यक्ष परिणामाला महत्त्व दिले जाते. उद्दिष्टाभिमुख मूल्यमापनात मूल्यमापनाच्या मार्गावर मर्यादा येते तसे ध्येयमुक्त मूल्यमापनात होत नसल्याने परिणामांचा अधिक विस्तृत व सखोल अभ्यास करता येतो. अभ्यासक्रम विकसन प्रक्रियेविषयी उच्च शिक्षणातील शिक्षकांना अधिकाधिक रस वाटू लागला आहे. अभ्यासक्रमातील घटकांचा अभ्यासक्रम विकसनात विचार होऊ लागला आहे. त्यावर विश्लेषणात्मक चर्चा/ चिकित्सात्मक चर्चा होऊ लागली आहे. त्या ज्याद्वारे अभ्यासक्रम या घटकावर शिक्षक विविध संशोधने करू शकणार आहेत.

(6) सिलर, अलेक्झांडर आणि लेविस प्रतिमान (Selor, Alexander and Lewis Model) : अभ्यासक्रमाच्या नियोजकांनी सुरुवातीलाच शैक्षणिक हेतू आणि विशिष्ट उद्दिष्ट ज्याची त्यांना पूर्ती करायची हे ठरवायलाच पाहिजे. सिलर, अलेक्झांडर आणि लेविस यांनी व्यापक शैक्षणिक ध्येयांना चार प्रकारात विभागले आहेत. ज्या प्रकारात शैक्षणिक अनुभव घेतले जातात- वैयक्तिक विकास, सामाजिक सामर्थ्य, सातत्यपूर्ण अध्ययन कौशल्य आणि वैशिष्ट्यपूर्णता (Specialization).

(अ) प्रथम अध्ययन ध्येय, उद्दिष्ट आणि घटक ठरवल्यानंतर नियोजनकार अभ्यासक्रमाचे नियोजन करण्यास सुरू करतात.

(ब) पहिली पायरी : अभ्यासक्रम डिझाईन हे नियोजनकारांच्या समुहाद्वारे होते. येथे प्रत्येक घटकासाठी योग्य अध्ययन संधी नियोजनकार ठरवतात तसेच या संधी कशा आणि केव्हा उपलब्ध होतील तेही ठरवितात.

(क) अभ्यासक्रम डिझाईन तयार झाल्यानंतर अभ्यासक्रम वापर सुरू होतो. अभ्यासक्रमानुसार शिक्षक विद्यार्थ्यांनुसार योग्य अध्यापन पद्धती ठरवितात. शिक्षक अभ्यासक्रम वापराअगोदर उद्दिष्टांवर आधारित विशिष्ट सूचनांचा अभ्यास करतात.

(ड) शेवटी शिक्षक व अभ्यासक्रम नियोजक अभ्यासक्रमाचे मूल्यमापन करतात. पूर्ण शैक्षणिक कार्यक्रमांचे आणि मूल्यमापनाचे मूल्यमापन ते करतात. शैक्षणिक ध्येय आणि अध्ययन उद्दिष्टे यांचा मेळ बसतो की नाही हे शिक्षण तज्ज्ञांना या प्रक्रियेद्वारे ठरविता येणे शक्य होते. तशी या प्रक्रियेत सोय असते.

इतर अभ्यासक्रम प्रतिमाने : Kerr & Halliwell यांनी जे प्रतिमाने सांगितली ती टायलरच्या प्रतिमानातून तयार झाली आहेत.

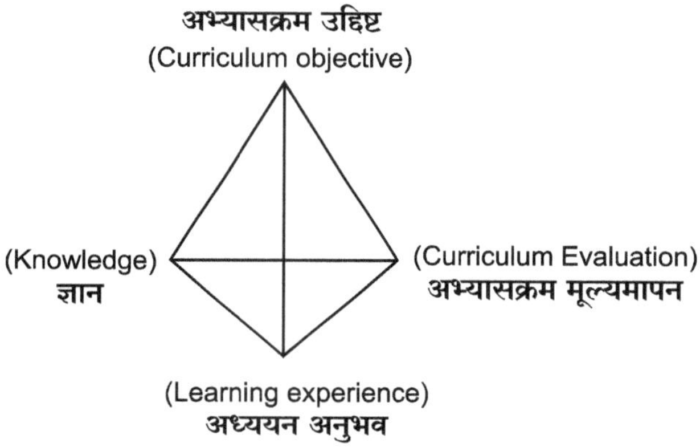

आकृती क्र. 5 : केर (By Kerr) (1968)

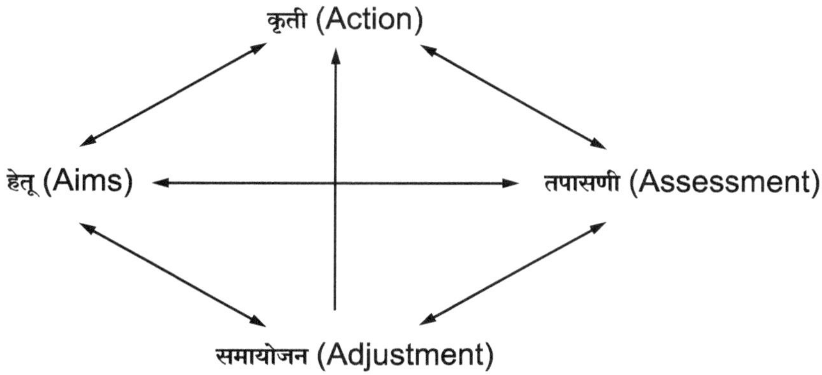

आकृती क्र. 6 : हॅलिवेल (Halliwell) (1968)

हॅलिवेलच्या प्रतिमानाचे वैशिष्ट्य म्हणजे अभ्यासक्रम विकसन हेतू पासूनच सुरू व्हायला पाहिजे असे नाही वापर करणे हे वरील दोन्ही (5, 6) प्रतिमाना Weakness आहे. कारण केवळ परीक्षेद्वारे अभ्यासक्रमाचे मूल्यमापन होऊ शकेल ही गोष्ट यांनी सांगितली. परंतु आज ती गोष्ट पूर्ण अमान्य ठरली आहे. कारण अभिवृत्तीवर आधारलेला हेतू अनेकदा तपासता येत नाही. तसेच अनेक कोर्सचे साध्य/लक्ष्य हे काही काळानंतर दिसून येतात. विद्यापीठाच्या परीक्षेत काही प्रमाणातच ते साध्य होतात. परंतु पुढच्या आयुष्यात मोठ्या प्रमाणात साध्य होऊ शकतात म्हणून खऱ्या अर्थाने वास्तव प्रतिमान आकृती 7 मध्ये आली आहे.

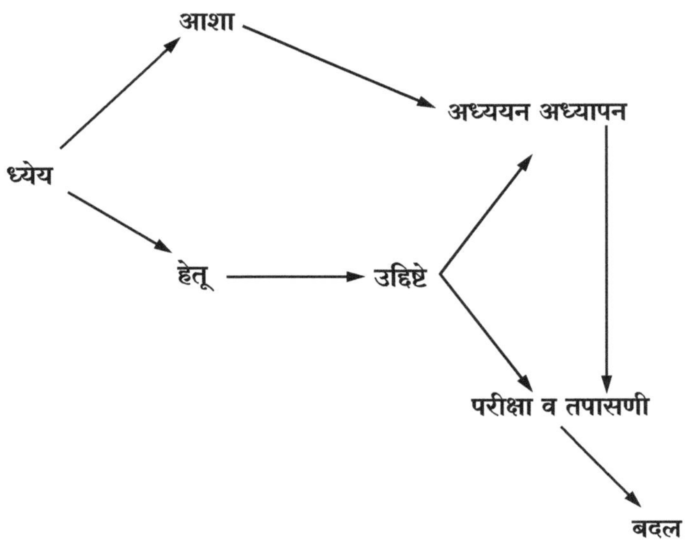

आकृती 7 अभ्यासक्रम प्रक्रियेचे प्रतिमान : आकृती 7 असे मानते की ध्येय हे अभ्यासक्रमाचे सर्वसामान्य साध्य आहे त्यालाच काहीजण आशय म्हणतात. काही पूर्ण कोर्ससाठी हेतू ही संकल्पना वापरतात हे हेतू परीक्षेद्वारे तपासता येतात. याद्वारे असे विधान केले जाते की विद्यार्थ्यांनी किती यशस्वीपणे हा कोर्स पूर्ण केला आहे. अध्यापनाचे Efficacy मूल्यमापनातून दिसते. विद्यार्थ्यांचा feedback आणि मूल्यमापन पद्धतीतून कोर्सची यशस्विता ठरते. बऱ्याचशा अध्यापन कार्यक्रमात उद्दिष्टे औपचारिकपणे क्वचितच तपासली जातात. परीक्षेवर कोर्सचे हेतू पाहिले जातात.

कोर्सचे हेतू : हेतू निवडले की त्याबरोबर अनेक दबाव येतात.

1. विद्यार्थ्यांची सत्ता, मानसिक, शारीरिक, भावनिक विकास
2. अध्यापन विषयाचे स्वरूप
3. ग्राहकाची गरज (व्यवसाय व काटकसर)
4. सांस्कृतिक व आर्थिक स्रोत
5. अध्यापकांची क्षमता

वरील दबाव जर दुर्लक्षिले तर अभ्यासक्रमावर परिणाम होणार नाही आणि विद्यार्थ्यांना उपयुक्त ठरणार नाही. अशा प्रकारे शिक्षकाने अभ्यासक्रमाचे नियोजन करताना वरील गोष्टींचा विचार करूनच पुढे जावे.

2.6 राष्ट्रीय अभ्यासक्रम आराखडा-2005 (National Curriculum Framework)

पार्श्वभूमी : राष्ट्रीय शैक्षणिक संशोधन व प्रशिक्षण परिषदेच्या (NCERT) कार्यकारी समितीने जुलै 2004 मध्ये झालेल्या तिच्या बैठकीमध्ये राष्ट्रीय अभ्यासक्रम आराखड्याची पुनर्रचना करण्याचा निर्णय घेतला. त्यानंतर शिक्षण सचिव, मानव संसाधन विकास मंत्रालय यांनी राष्ट्रीय शैक्षणिक संशोधन व प्रशिक्षण परिषदेच्या संचालकांना 1993 च्या 'ओझ्याविना शिकणे' (Clearing without Burden) या अहवालानुसार शालेय शिक्षणासाठीच्या शैक्षणिक अभ्यासक्रम आराखड्याच्या (NCFSE 2000) पुनर्विलोकनाची गरज कळविली होती. या संदर्भात प्रा. यशपाल यांच्या नेतृत्वाखाली समिती नेमण्यात आली.

सुधारित राष्ट्रीय अभ्यासक्रम आराखड्याच्या मसुद्याची सुरुवात रवींद्रनाथ टागोरांच्या 'संस्कृती अन प्रगती' या निबंधातील पुढील एका अवतरणाने होते.

''सर्जक वृत्ती आणि निस्वार्थीपणाचा निखळ आनंद हे बालपणी कळीचे असतात आणि हे दोन्हीही अविचारी प्रौढ जगामुळे विकृत होऊ शकतात.''

1. पहिल्या प्रकरणात स्वातंत्र्यापासून आजतागायत अभ्यासक्रमातील सुधारणांसाठी करण्यात आलेल्या प्रयत्नांची चर्चा केली आहे.
2. राष्ट्रीय शैक्षणिक धोरणाने (1986) शिक्षणाची राष्ट्रीय व्यवस्था विकसित करण्याचे माध्यम म्हणून ही कल्पना याद्वारे पुढे ठेवण्यात आली.
3. 1992 च्या कृतिकार्यक्रमाने हाच दृष्टिकोन सविस्तर स्पष्ट करताना त्यात लवचीकता, गुणवत्ता आणि समर्पकता यावर भर दिला आहे.
4. सामाजिक न्याय, समानता या मूल्यावर आधारित धर्मनिरपेक्ष, समताधिष्ठित आणि बहुविध भारतीय समाजाच्या संविधानात्मक दृष्टीपासून मार्गदर्शन घेऊन या दस्तावेजात शिक्षणाची काही व्यापक ध्येये समोर ठेवण्यात आली आहेत.
5. कृती व विचारांचे स्वातंत्र्य इतरांच्या भावना व स्वास्थ्य या विषयीची संवेदनशीलता नव्या परिस्थितीला लवचीक व सर्जकपणे प्रतिसाद देण्यास शिकणे, लोकशाही प्रक्रियांमध्ये सहभागी होण्याची भूमिका असणे यांचा यात समावेश आहे.
6. 'शिकणे' हे मुलांवरील बोजा व ताणाचा स्रोत बनले आहे. ही शिक्षणाची ध्येये आणि गुणवत्ता यात गंभीर विकृती निर्माण झाल्याचेच द्योतक आहे. या विकृती दुरुस्त करण्यासाठी राष्ट्रीय अभ्यासक्रम आराखड्यात पुढील मार्गदर्शक तत्त्वे सांगितली आहेत.

    (अ) ज्ञानाचे नाते शाळेबाहेरील जीवनाशी जोडणे.

    (ब) 'शिकणे' हे घोकंपट्टी पद्धतीपासून फारकत घेईल याची खात्री करणे.

    (क) अभ्यासक्रम असा समृद्ध करणे की ज्यामुळे तो पाठ्यपुस्तकांच्या मर्यादेपलीकडे जाईल.

    (ड) परीक्षा जास्त लवचीक करणे व वर्गातील नित्य जीवनाचा तो एक भाग होतो.

राष्ट्रीय अभ्यासक्रमाच्या आराखड्यानुसार शालेय अभ्यासक्रमात पुढील बदल सुचविले आहेत.

(एक) राष्ट्रीय अभ्यासक्रमाचा आराखडा विषयांतील भेदरेषा पुसट करण्याची शिफारस करतो. त्यामुळे मुलांना एकात्मिक ज्ञानाचा आस्वाद घेता येईल आणि आकलनाचा आनंद मिळविता येईल.

(दोन) स्थानिक ज्ञान व पारंपरिक कौशल्यांच्या समावेशासह बनविलेली पाठ्यपुस्तके व इतर साहित्याची बहुविधता आणि अशा शाळेतील रसरशीत जिवंत वातावरणाची गरजही सुचविण्यात आली.

(सहा) भाषाभ्यासात त्रिभाषा सूत्र लागू करण्यासाठी पुन्हा प्रयत्न करावेत असे सुचविले.

(सात) मुलांची मातृभाषा शिक्षणाचे सर्वोत्कृष्ट माध्यम म्हणून मान्यता देण्यावर भर दिला आहे.

(आठ) भारतीय समाजाचे बहुभाषिक स्वरूप हेच प्रत्येक मुलात बहुभाषिक नैपुण्य रुजविण्याचा स्रोत आहे. यात इंग्रजीतील नैपुण्याचादेखील समावेश आहे.

(नऊ) शालेय शिक्षणासाठी प्रत्येक मुला/मुलीला भक्कम पाया मिळवून द्यायचा असेल तर सर्व प्राथमिक वर्गांमध्ये वाचनावर भर देणे आवश्यक आहे.

(दहा) गणिताच्या अध्यापनामुळे विद्यार्थ्यांच्या विचार व तर्क करण्याच्या, अमूर्त गोष्टी पाहण्याच्या व हाताळण्याच्या, प्रश्नांची सूत्रात मांडणी करणे व त्यांचे निरसन करणे यासाठीच्या साधनांमध्ये वाढ झाली पाहिजे.

(अकरा) प्रत्येक शाळेला संगणकसंच साहित्य, सूचनावली संपर्क सुविधा पुरविण्याच्या आव्हानांचा पाठपुरावा केला पाहिजे.

(बारा) विज्ञान अध्यापनाची पुनर्बांधणी अशा प्रकारे केली पाहिजे की, विद्यार्थ्यांना त्यांच्या दैनंदिन अनुभवाचे परीक्षण व विश्लेषण करता येईल.

(चौदा) पर्यावरणासंबंधी जाणीव प्रत्येक विषयात आणि वर्गाबाहेरील प्रकल्प कार्यासह विविध उपक्रमांमध्ये असे यावर भर दिला पाहिजे.

(पंधरा) सामाजिक शास्त्रांचा अभ्यास करताना लिंगभावात्मक न्याय, दलित व आदिवासी प्रश्न आणि अल्पसंख्याकांच्या जाणीवांसंबंधी संवेदनशीलता हे सर्व क्षेत्रांत समाविष्ट केले जावेत.

(सतरा) या अभ्यासक्रमांच्या आराखड्यात काम, कला व पारंपरिक हस्तकला आरोग्य व शारीरिक शिक्षण आणि शांतता या क्षेत्रांकडेसुद्धा लक्ष दिले आहे.

(वीस) शाळेच्या वेळेचे एक संसाधन म्हणून लवचीकपणे नियोजन करण्याची गरज आहे म्हणून ज्यांचे नियोजन स्थानिक पातळीवर केले जाईल अशा लवचीक शालेय दिनदर्शिका व वेळापत्रके यांची शिफारस केली आहे.

(बावीस) उच्च माध्यमिक स्तरावर हा आराखडा बहुविध व गतिमान पर्यायांच्या महत्त्वावर भर देतो.

(तेवीस) सेवापूर्व प्रशिक्षण कार्यक्रम अधिक सर्वसमावेशक व दीर्घ असायला हवे आहेत. म्हणूनच बी.एड. व एम.एड. अभ्यासक्रमांचा कालावधी 2 वर्षांचा आहे.

(चोवीस)(अ) **सर्वांत महत्त्वाचा बदल :** परीक्षा पद्धतीतील सुधारणा विशेषतः 10 वी व 12 वीतील विद्यार्थी व त्यांचे पालक यांना जाणवणाऱ्या वाढत्या मानसिक तणावांवर उपाय करण्याच्या दृष्टीनेदेखील महत्त्वाचे आहे.

मुलांवर अभ्यासक्रमाचे किती ओझे आहे याचा विचार करण्यासाठी राष्ट्रीय अभ्यासक्रम आराखडा, 2000 चा पुनर्विचार करण्यात आला. 'ओझ्याविना शिकणे' हे या आराखड्यात स्पष्टपणे मांडले आहे. राष्ट्रीय अभ्यासक्रम आराखड्यात 1986 चे राष्ट्रीय शैक्षणिक धोरण व 1992 चा कृतिकार्यक्रम यांच्या शिफारशी एकत्रितपणे मांडल्या आहेत.

सर्वांना प्रवेश आणि 14 वर्षापर्यंतची सर्व मुले शाळेत शिकत राहतील याची हमी घेण्यासाठी बालककेंद्री शिक्षण आणि शालेय शिक्षणाच्या गुणवत्तेत भरीव सुधारणा ही राष्ट्रीय शैक्षणिक धोरण आणि कृतिकार्यक्रमाची उद्दिष्टे होती. तसेच 1992 च्या कृतिकार्यक्रमाने राष्ट्रीय अभ्यासक्रम हा अर्थपूर्ण, लवचीक आणि गुणवत्तापूर्ण असायला हवा असे स्पष्ट केले होते.

(तीन) ज्ञानाची निर्मिती करण्यासाठी व सृजनशीलतेला उठाव देण्यासाठी उपक्रमात विद्यार्थी गुंतलेले राहतील असे पाहणे.

(चार) अनुभवाधिष्ठित पद्धतीतून क्रियाशील शिक्षण.

(पाच) ज्ञानाच्या आशयाइतकेच विद्यार्थ्यांना गुंतवून ठेवणाऱ्या कृतींचे निरीक्षण, शोधक वृत्ती, संशोधन, विश्लेषण; चिकित्सक चिंतन इ. गोष्टींना महत्त्व देणे.

(तेरा) विद्यार्थ्यांचा वयोगट आणि आकलनाचा आवाका यांच्याशी विज्ञान अध्यापनाचा आशय प्रक्रिया आणि भाषा सुसंगत असावी.

(सोळा) नागरिकशास्त्राची राज्यशास्त्र म्हणून पुनर्मांडणी करण्यात यावी आणि मुलांच्या मनातील भूतकाळातील संकल्पना व नागरी अस्मिता यांना आकार देण्याच्या दृष्टीने इतिहासाचे महत्त्व ओळखायला हवे.

(अठरा) कार्यानुभवाला केंद्रस्थानी ठेवून दहा-बारा वर्षांच्या कालावधीवर आधारित व्यावसायिक शिक्षण व प्रशिक्षण कार्यक्रमांची निर्मिती करण्यात यावी. त्यामध्ये खालील बाबी अंगभूत असाव्यात.

- वेगवेगळ्या कालावधीचे लवचीक व खास अभ्यासक्रम.
- अभ्यासक्रमात प्रवेशाच्या अनेकविध संधी व बाहेर पडण्याची मुभा.
- गावापासून जिल्ह्यापर्यंत सर्व स्तरांना अशा प्रशिक्षणाची उपलब्धता.
- शालाबाह्य यंत्रणांसाठी विकेंद्रित परंतु अधिकृत आणि समकक्ष दर्जा देण्यासाठी मान्यता यंत्रणा.

(एकोणिस) शांतता शिक्षण हा शिक्षकांच्या शिक्षणाचा एक भाग बनावा.

(एकवीस) शिक्षकांचे अध्यापन सुधारायचे असेल तर किमान आवश्यक पायाभूत सुविधा व साहित्य आणि दिवसभराच्या कामाचे नियोजन करण्याची लवचीकता निर्णायक ठरेल.

(चोवीस) (ब) यशाची व्याप्ती वाढविणे आणि ताण कमी करणे यासाठी आवश्यक बाबी -

- आशयावर आधारित उत्तरांच्या परीक्षणापेक्षा प्रश्न सोडविणे आणि आकलनावर भर द्यावा. हे प्रत्यक्षात आणण्यासाठी सध्याची प्रश्नपत्रिकेची रचना बदलायला हवी.
- छोट्या-छोट्या परीक्षांकडे वळवायला हवे.
- प्रवेश परीक्षांची रचना आणि कार्यवाहीच्या सुसूत्रीकरणाकरिता एका मध्यवर्ती केंद्राची उभारणी करावी.

2.7 अभ्यासक्रम, पाठ्यक्रम व पाठ्यपुस्तके यांच्या माध्यमातून ज्ञाननिर्मिती

ज्ञाननिर्मिती होत असताना ती अभ्यासक्रमात, पाठ्यक्रमात व पाठ्यपुस्तकातून प्रतिबिंबित व्हावी लागते. भारतीय राज्यघटनेनुसार 1976 पर्यंत शिक्षणासंबंधीचे अभ्यासक्रमासहित सर्व निर्णय राज्य सरकार घेत असत. केंद्र केवळ धोरणात्मक बाबींमध्ये मार्गदर्शन करीत असे. सन 1976 मध्ये शिक्षण हे राज्य व केंद्र यांच्या सामाईक यादीत समाविष्ट करण्यासाठी 42 वी घटनादुरुस्ती करण्यात आली. 1986 च्या राष्ट्रीय शैक्षणिक धोरणात संपूर्ण देशात शालेय स्तरावर अभ्यासक्रमाचा एकच गाभा असावा, अशी शिफारस करण्यात आली होती, त्यानंतर 1992 चा कृतिकार्यक्रम. अशी विविध धोरणे अभ्यासक्रमाबाबत आखली गेली. सन 1993 मध्ये प्रा. यशपाल यांच्या अध्यक्षतेखालील समितीने 'ओझ्याविना शिकणे' याबाबत अहवाल मांडला. अभ्यासक्रमाने आपली सार्वत्रिक प्राथमिक शिक्षणाशी बांधीलकी आहे हे दाखवायला हवे. अभ्यासक्रमाने केवळ सांस्कृतिक विविधतेचाच नव्हे तर मुलांच्या सामाजिक, आर्थिक पार्श्वभूमीचा, त्यांच्या शारीरिक, मानसिक, बौद्धिक वैशिष्ट्यांचा व वेगळेपणाचा विचार करावयास हवा. शिक्षणाच्या सार्वत्रिकीकरणासाठी अभ्यासक्रमाची व्याप्ती वाढवून त्यात ज्ञानाच्या, कामाच्या आणि कारागिरीच्या विविध समृद्ध परंपरा आणि वारसा अंतर्भूत करायचे भान ठेवायला हवे.

आजच्या परिस्थितीत जागतिकीकरणांमुळे ज्ञानाचे रूपांतर क्रयवस्तूत होत आहे. बाजारपेठेचे आक्रमण होत आहे. त्यामुळे लोकांमधील ज्ञान, परंपरा, आणि कौशल्ये यांना धोका निर्माण झाला आहे. यासाठी मुलांची सर्जनशीलता नैतिकता जोपासण्यासाठी सर्वांत जास्त महत्त्व दिले पाहिजे. ज्ञानाची ओळख अभ्यासक्रमाद्वारे करून दिली जाते. 1986 च्या राष्ट्रीय शैक्षणिक धोरणात पर्यावरणविषयक समस्या व्यक्त करून त्याचे शिक्षण सर्व शैक्षणिक स्तरांवर समाजाच्या सर्व घटकांना दिले जावे असे मत मांडले होते. शालेय अभ्यासक्रमातील कोणताही विषय समाजातील विविध आव्हानांच्या व्यापक गोष्टींपासून दूर राहू शकत नाही. प्रत्येक अभ्यासक्रमात कोणते ज्ञान समाविष्ट करावयाचे आहे याविषयी काळजीपूर्वक सामाजिक, सांस्कृतिक उद्दिष्टांच्या बाबतीत विचार करावा लागतो. ज्ञानाची नवी क्षितिजे आणि नवे अनुभव सामावून घेण्यासाठी 'ज्ञान' या संकल्पनेचाच विस्तार झाला पाहिजे. शिकण्यात मुलांचा सहभाग वाढेल अशा पद्धतींचा निवड कृतींची निवड व विद्यार्थ्यांमध्ये चिकित्सक दृष्टी निर्माण होईल असे पाहिले पाहिजे.

नव्या आणि बदलत्या परिस्थितीशी जुळवून घेण्यासाठी शिकणे, शिकायचे कसे हे शिकणे आणि 'विसरणे ' व पुन्हा शिकणे आवश्यक आहे. यातूनच लवचीक आणि सर्जनशील शिक्षण होते. अभ्यासक्रमाने अशा तऱ्हेने ज्ञान निर्माण करण्यावर भर द्यायला हवा.

पाठ्यपुस्तकाद्वारे ज्ञाननिर्मिती : विद्यार्थी पाठ्यपुस्तकातून आशयाच्या माध्यमातून नवीन ज्ञान प्राप्त करीत असतो. जुन्या ज्ञानाशी नवीन ज्ञानाची सांगड घालत असतो. शिकण्याच्या प्रक्रियेत मूल स्वत:चे ज्ञान निर्माण करीत असते. पाठ्यपुस्तकातील आशयाची मांडणी अशा पद्धतीने असावी की विशिष्ट टप्प्यांवर विद्यार्थ्यांना प्रश्न विचारण्यास प्रोत्साहित करावे. ज्याद्वारे ते शाळेत जे शिकत आहेत त्याचा बाहेरील घडामोडींशी संबंध जोडतील. विद्यार्थ्यांनी केवळ लक्षात ठेवून एकाच प्रकारचे योग्य उत्तर देण्यापेक्षा त्यांना त्यांच्या शब्दात अनुभवांच्या आधारे उत्तरे देण्यास प्रोत्साहन द्यावे.

1. विद्यार्थी दैनंदिन जीवनात विविध अनुभव घेत असतात व त्यातून ज्ञाननिर्मिती होत असते. परंतु शिक्षकांना पाठ्यपुस्तकात दिलेला आशय प्रश्नोत्तरांच्या माध्यमातून संपवायचा असल्याने त्यांच्या या ज्ञानाला ते पुरेसे स्थान देऊ शकत नाही.
2. विद्यार्थ्यांच्या दैनंदिन अनुभवातून वा माध्यमांशी येणाऱ्या संपर्कातून काही कल्पना तयार झालेल्या असतात परंतु शिक्षक त्याची नोंद घेतील व त्या विद्यार्थ्याचे कौतुक करतील अशा पद्धतीने ते व्यक्त होऊ शकत नाहीत कारण पाठ्यपुस्तकात त्याला स्थान नाही.
3. पाठ्यपुस्तकातून ज्ञाननिर्मिती होण्यासाठी शिक्षकाने केवळ आशयावर केंद्रित होण्यापेक्षा विद्यार्थ्यांचा चौकसपणा, शोध, प्रश्न विचारणे, वादविवाद, उपयोजन, संकल्पना तयार करणे, नव्या कल्पना तयार करणे या बाबी उपक्रमांतर्गत दिल्या जाव्यात.
4. पाठ्यपुस्तकातून खऱ्या अर्थाने ज्ञाननिर्मिती व्हावे असे वाटत असेल तर दरवेळेस प्रत्येक पाठाखाली प्रश्नांची उत्तरे लिहिण्यापेक्षा दिलेल्या उत्तरांसाठी प्रश्नांचा संच तयार करा असेही म्हणता येईल.
5. बऱ्याच वेळा शिक्षक पुस्तकात दिलेलेच उत्तर बरोबर असा आग्रह धरतात. मुलांनी उत्तरे लिहिण्यासाठी पुस्तकातील भाषेचाच वापर करावा असा आग्रह धरतात. अशा वेळेस ज्ञाननिर्मिती होणार कशी ?
6. शिक्षकांच्या आशयाकडे पाहण्याचा सुजाण दृष्टिकोन विकसित करण्यासाठी आवश्यक घटक म्हणून ज्ञान व आकलनाचे स्वरूप मांडले गेले.
7. ज्ञान म्हणजे ज्याद्वारे अर्थनिर्मिती होते व आपण राहात असलेले जग समजून घेण्यासाठी मदत होते.
8. ज्ञान म्हणजे विविध कृती/पद्धती/उपक्रम किंवा विचारांबरोबरच शारीरिक कौशल्ये, जगातील घडामोडींमध्ये सहभाग, नवनिर्मिती वा वस्तू घडविणे असेदेखील म्हणता येईल.
9. ज्ञानाची तपासणी केवळ फलनिष्पत्तीच्या रूपात न करता ते कसे निर्माण होते, त्याचा लाभ कोणाला मिळतो आणि त्याचा उपयोग कशासाठी होतो यामागील मूळ तत्त्वे लक्षात घेण्याचे महत्त्व लक्षात येते. अभ्यासक्रमात फक्त विषय व त्याचा आशय यावर जितके लक्ष केंद्रित करतो तितकेच लक्ष. शिकण्याच्या प्रक्रियेवर विद्यार्थी कशा प्रकारे ज्ञानाशी जोडून घेतात व ज्ञाननिर्मिती करतात याकडे लक्ष द्यावे.
10. अभ्यासक्रमाची रचना करताना पारंपरिकपणे केवळ ज्ञानशाखांवर आधारित विषयाधिष्ठित दृष्टिकोन वापरत आलो आहोत. या ज्ञानाला आपण पाठ्यपुस्तकात बंदिस्त केल्याप्रमाणे सादर करतो. शिवाय मूल्यमापनासाठी परीक्षा आहेच. विद्यार्थ्यांना मिळालेल्या गुणांवरून त्यांची हुशारी ठरवितो.
11. कौशल्ये, सौंदर्यशास्त्र, सर्जनशीलता, कल्पकता सांघिक कार्याच्या क्षमता विकसित करण्याचे सामर्थ्य असलेली हस्तकला, क्रीडा यांसारखी ज्ञानक्षेत्रे बाजूला पडतात. परिणामी ज्ञान एकात्म व परस्परसंबंधित असण्याऐवजी खंडित, तुकड्या-तुकड्यात असल्याचे भासते. शाळेतील ज्ञान व बाहेरील ज्ञान यात विभाजक भिंती उभारल्या जातात.

12. ज्ञाननिर्मिती करण्याची व जाणून घेण्याचे नवे-नवे मार्ग शोधण्याची क्षमता मारली जाऊन जो आधीच ज्ञात आहे त्यावरच भर दिला जातो. ज्ञानापेक्षा माहितीला प्राधान्य मिळते. आकलन आणि समस्या सोडविण्यापेक्षा 'प्रश्नमंजूषा' आणि यांत्रिक उत्तरे महत्त्वाची ठरतात.

अभ्यासक्रमात समाविष्ट करण्यासाठी ज्ञानाची निवड करण्याची तत्त्वे सुनिश्चित नाहीत. विकासात्मक, औचित्य, वेगवेगळ्या श्रेणीतील तात्त्विक क्रमवारी व परस्परसंबंध आणि एकंदर गती ज्यामध्ये आधीच्या संकल्पनाकडे परतून येण्याच्या फार थोड्या संधी उपलब्ध असतात. जोवर शिकणारा त्याच्या व्यक्तिगत भूमिका पाठ्यपुस्तकात मांडलेल्या संदर्भांशी ताडून पाहात नाही आणि त्या ज्ञानाची समाजाबाबतच्या त्याच्या अनुभवांशी सांगड घालत नाही तोपर्यंत ज्ञान हे फक्त माहिती या पातळीपुरतेच मर्यादित ठेवले जाते.

अशा प्रकारे ज्ञाननिर्मिती अभ्यासक्रम, पाठ्यक्रम व पाठ्यपुस्तकातून होत असते.

स्वाध्याय

दीर्घोत्तरी प्रश्न

1. अभ्यासक्रम म्हणजे काय? अभ्यासक्रम तयार करताना कोणकोणती तत्त्वे विचारात घ्याल ते सोदाहरण स्पष्ट करा.
2. अभ्यासक्रमाचे विविध प्रकार उदाहरणासह स्पष्ट करा.
3. अभ्यासक्रम निर्मितीची प्रमुख तत्त्वे स्पष्ट करा.
4. माध्यमिक स्तरावरील अभ्यासक्रम तयार करताना अभ्यासक्रम रचनेची कोणती तत्त्वे वापरली आहेत ते सोदाहरण स्पष्ट करा.
5. महात्मा गांधीजींची मूलोद्योगी शिक्षणाची योजना स्पष्ट करा.
6. महात्मा गांधीजींच्या मते शिक्षणाची ध्येये कोणती?
7. रवींद्रनाथ टागोरांचे शैक्षणिक तत्त्वज्ञान स्पष्ट करा.
8. रवींद्रनाथ टागोर यांनी अभ्यासक्रम, अध्यापन पद्धती यावर मांडलेले मत स्पष्ट करा.
9. म. गांधी व रवींद्रनाथ टागोर यांच्या शैक्षणिक विचारातील साम्य व भेद स्पष्ट करा.

लघुत्तरी प्रश्न

1. अभ्यासक्रम संकल्पना स्पष्ट करा.
2. अभ्यासक्रमाबाबत विविध तज्ज्ञांच्या व्याख्या लिहा.
3. अभ्यासक्रमाचे घटक स्पष्ट करा.
4. **टीपा लिहा.**

(अ) अभ्यासक्रमाची नियोजन प्रक्रिया
(ब) राल्फ टायलरचे प्रतिमान
(क) हिल्डा टाबाचे सामाजिक अभ्यास प्रतिमान
(ड) मूलभूत अभ्यासक्रम
(इ) अनुभवाधिष्ठित अभ्यासक्रम
(ई) क्षमताधिष्ठित अभ्यासक्रम
(उ) स्वाश्रयी शिक्षण
(ऊ) मूलोद्योगी शिक्षणाची तत्त्वे

✦✦✦

प्रकरण 3

बहुभाषिकता

महत्त्वाचे मुद्दे

3.1 भाषा : अर्थ

3.2 भाषेचे स्वरूप

3.3 भाषेची उद्दिष्टे

3.4 भाषेचे महत्त्व

3.5 भाषेच्या संदर्भातील बुलक रिपोर्ट - (1975)

3.6 भाषा आणि अध्ययन

3.7 विकास प्रक्रिया व शिक्षण

3.8 विकासाची अंगे

3.9 भाषा अध्ययनातील अडसर

3.10 भाषा कौशल्यांचा विकास

3.11 श्रवण कौशल्ये

3.12 वाचन कौशल्ये

3.13 लेखन कौशल्य

3.14 संभाषण कौशल्य

3.15 भाषण कौशल्य

3.16 बहुभाषिक : अर्थ आणि संकल्पना, बहुभाषेचे महत्त्व आणि वर्गात बहुभाषिकता रुजविणे.

3.1 भाषा : अर्थ

जीवनात अनुभवाला अनन्यसाधारण महत्त्व आहे. माणसाने जीवनात घेतलेले अनुभव त्याला जतन करता येऊ लागले. जतन केलेले अनुभव एका पिढीकडून दुसऱ्या पिढीला मिळू लागले. या अनुभवाच्या देवाण-घेवाणीत अखंडता निर्माण झाली, सातत्य साधता आले. हे अनुभव जतन करण्याचे प्रमुख साधन म्हणजे भाषा होय. भाषा नसती तर अनुभवाला काडीइतकी किंमत राहिली नसती ! अन्य प्राण्यांपेक्षा मानवाचा विकास झपाट्याने झाला, त्याला नेत्रोद्दीपक प्रगती साधता आली त्याचे मुख्य कारण म्हणजे त्याला बोलता येऊ लागले. त्याला भाषेचे साधन हस्तगत करता आले नसते तर त्याची अवस्था अन्य प्राण्यांसारखी झाली असती.

आपल्या जीवनात अनेक अडचणी सोसून, संकटांवर मात करत-करत, परिस्थितीशी संघर्ष करत-करत माणसाने अनेक अनुभव गोळा केले. अत्यंत प्रयत्नपूर्वक गोळा केलेले अनुभव भाषेमुळे त्याला लक्षात ठेवता आले. भाषाशक्ती ही माणसाला लाभलेली एक विशेष प्रवृत्ती होय. भाषेच्या आधारे माणसाला विचार करता येऊ लागला. भाषेच्या आधारे माणसाला सामाजिकता साधता आली. एवढेच नव्हे तर माणसाला सुसंस्कृत करण्याचे बरेचसे श्रेय भाषेला द्यावे लागेल. या चराचर सृष्टीत मानवाचे श्रेष्ठत्व भाषेमुळेच प्रस्थापित झाले. सृष्टीच्या घडामोडीत माणूस केवळ वाढत जाऊन नाहीसा झाला नाही तर तो जे-जे भाषेच्या आधारे प्रकट करू लागला त्यातून त्याने एका नव्या सृष्टीला जन्म दिला. निसर्गाच्या पार्श्वभूमीवर ही मानवनिर्मित नवी सृष्टी अधिक तेजस्वी बनली. या नवसृष्टीला स्थिरता प्राप्त झाली व त्यातून संस्कृतीचा उदय झाला.

संस्कृतीत मानवाचे आचार-विचार, कला, साहित्य, शास्त्र, धर्म, तत्त्वज्ञान, इतिहास, जीवनमूल्य, जीवनदृष्टी इत्यादी अनेक गोष्टींचा अंतर्भाव होतो. यासाठी आवश्यक असणारा पूर्वजांच्या ज्ञानाचा आणि अनुभवाचा वारसा भाषेच्या माध्यमातूनच आपणास प्राप्त होतो. संस्कृतिनिर्मिती, संस्कृतिरक्षण आणि संस्कृतिसंवर्धन या दृष्टीने भाषेचे महत्त्व प्रचंड आहे. आई-वडील, आजी-आजोबा, पणजी-पणजोबा यांच्याकडून आपणास जशी आनुवंशिकता प्राप्त होते तसा नव्या पिढीला सांस्कृतिक वारसा भाषेद्वारे प्राप्त होतो. हा सांस्कृतिक वारसा जर नवीन पिढीला मिळाला नाही तर ती पिढी खुरटलेल्या गवतासारखी खुजी राहील. भाषेद्वारे लाभलेल्या सांस्कृतिक वारशाच्या आधारे नवी पिढी संस्कृतिसंवर्धनाचे काम उत्तम प्रकारे करू शकेल.

अर्थ : 'भाषा' हा संस्कृत शब्द आहे. भाष् या धातूपासून बनला आहे. भाष् याचा मूळ अर्थ 'बोलणे' असा होतो. भाषेचे मूळ स्वरूप म्हणजे बोलणे वा भाषण. हे बोलणे वा भाषण प्रत्येक भाषेत वापरण्यात येणाऱ्या विशिष्ट ध्वनींच्या माध्यमाने होत असते. या ध्वनींना वर्ण म्हणतात. या सर्व ध्वनीस दृश्य चिन्हे देण्यात येतात. ही ध्वनिचिन्हे म्हणजेच प्रत्येक भाषेतील अक्षरे होय.

व्याख्या

- ''भाषा म्हणजे माणसाने परस्परांत विचारांची देवाण-घेवाण करण्यासाठी प्रतीकात्मक ध्वनिसमूहांची रूढ केलेली सर्वसंमत व्यवस्था होय.''
- ''भाषा म्हणजे सांकेतिक परंतु परंपरागत मौखिक प्रतीकांचा सामाजिक आंतर-व्यवहारासाठी उपयोगात आणलेला आकृतिबंध होय.''
- ''भाषा ही ध्वनियुक्त चिन्हांची अशी स्वैच्छिक पद्धती आहे की, जिच्या मदतीने आपण सामाजिक गटसंप्रेषण तसेच एकमेकांशी सहकार्य करू शकतो.'' **- ब्लॉक आणि ट्रॅगर**
- ''भाषा ही ध्वनिचिन्हांची एक व्यवस्था असते. ती बोलणाऱ्याची परिस्थिती, गरजेनुसार बदलणारी तसेच सातत्याने प्रगत होणारी असते. भाषा ही स्वैर संकेतांवर आधारलेली असते.'' **- आर. एच. रॉबिन्सन**
- ''स्वत:चे विचार, भाव तसेच इच्छा, कल्पनेद्वारे निर्मित ध्वनिचिन्हांच्या माध्यमाने संप्रेषित करण्यासाठी मानवाने पूर्णपणे प्रयत्नपूर्वक निर्माण केलेली, उपजत नसलेली पद्धती म्हणजे भाषा होय.'' **- सेपिर**
- "Language is a system of arbitrary vocal symbols by which members of a social group cooperate and interact." **- E.H. Sturtvart**
- "Language is a system of arbitrary vocal symbols used for human communication." **- Ronald Wardhalf**

भाषा म्हणजे ध्वनींचा समुच्चय ! ध्वनी उत्पन्न करण्याची शक्ती तशी सर्व प्राणिमात्रांत आहे. पशू-पक्षीही ध्वनी उत्पन्न करतात. परंतु मानवाने उत्पन्न केलेला आवाज व इतर प्राण्यांनी उत्पन्न केलेला आवाज यात खूप फरक आहे. माणसाने निर्माण केलेल्या ध्वनीला किंवा आवाजाला अर्थ प्राप्त करून देण्याचे सामर्थ्य फक्त माणसालाच अवगत झाले आहे. इतर मानवेतर प्राण्यांना ती गोष्ट साध्य झाली नाही. या सामर्थ्यामुळेच माणूस आपले जीवन इतर प्राण्यांपेक्षा वेगळे, सुखकर व आनंददायी करू शकला.

भाषेचा दुसरा विशेष अर्थ असा आहे की, भाषेमुळे आपण आपले विचार व्यक्त करू शकतो. तसेच दुसऱ्यांचे विचार जाणून घेऊ शकतो. भाषेच्या माध्यमातून आपणास विचारांची देवाण-घेवाण करता येते. विचारांचे आदानप्रदान हा एका अर्थाने सामाजिक जीवनाचा पाया आहे. समाजातील अनेक घटकांचे विचार आपणास भाषेच्या म्हणजेच शब्दांच्या माध्यमातून समजावून घेता येतात. विचार म्हणजे तरी शेवटी काय ? आपण जे विविध अनुभव घेतो त्याचे आपण विश्लेषण करीत असतो, नंतर वर्गीकरण करून निरीक्षण, परीक्षण आणि शेवटी समीक्षण करतो. यासाठी शब्दांच्या माध्यमाची अत्यंत जरुरी असते.

शब्दाअभावी आपणास सुचलेला साधा विचारही प्रकट करता येणार नाही, व्यक्त करता येणार नाही ! शब्द जेवढा महत्त्वाचा आहे तेवढाच त्याला प्राप्त झालेला अर्थ मोलाचा आहे. अनुभवाचे शब्द हे शरीर मानले तर अर्थ हा त्याचा आत्मा होईल.

3.2 भाषेचे स्वरूप

मानव हा एक सामाजिक प्राणी आहे. समाजाशिवाय मानवाचे अस्तित्व नाही कारण तो समाजापासून उत्पन्न होतो, वाढतो व विकसित होत असतो. समाजात वावरत असताना त्यास समाजातील इतर सदस्यांसोबत विचारविनिमय करण्यासाठी भाषेची आवश्यकता असते.

माणूस स्वत:चे भाव, विचार मुख्यत्वे बोलण्याच्या माध्यमातून व्यक्त करतो. तसेच इतरांच्या भावना व विचार समजावून घेतो. बोलण्याबरोबरच माणूस चिन्हे व देहबोलीचा उपयोग करून हावभाव, अंगविक्षेप, भाव, कृती इत्यादी मार्गांनीही स्वत:ला व्यक्त करण्याचा, प्रकट करण्याचा प्रयत्न करतो. कोणत्याही भाषेचे मूळ स्वरूप म्हणजे बोलणे. भाषेच्या वापरात येणाऱ्या विशिष्ट ध्वनींच्या आधारे बोलणे शक्य होते. या ध्वनींनाच वर्ण म्हणतात. प्रत्येक ध्वनीस स्वतंत्र चिन्ह असते. ही ध्वनिचिन्हे म्हणजेच अक्षरे होत. स्वर, स्वरादी आणि व्यंजने हे ध्वनींचे प्रकार होत. स्वरांचा उच्चार स्वतंत्रपणे करता येतो. व्यंजनांचा उच्चार करण्यासाठी स्वरांची मदत घ्यावी लागते. स्वर, स्वरादी व व्यंजने मिळून भाषेची वर्णमाला तयार होते.

भाषेमुळे विचार जागृत होतात तसेच भाषेच्या माध्यमातून भावना उद्दीपित होतात. भावना चेतावल्या जातात. भावनाविकास साधला जातो, रसिकत्व निर्माण करता येते. मानवाचा बुद्धिविकास हा जसा एक पैलू आहे तसाच भावविकास हा दुसरा पैलू आहे. नुसता बुद्धिविकासही उपयोगाचा नाही व भावविकासही उपयुक्त ठरणार नाही. या दोन्हींचा संतुलित विकास माणसाला खऱ्या अर्थाने घडवित असतो. भाषेमुळे आपण सुसंस्कृत बनतो, संवेदनक्षम बनतो, रसिक बनतो, विचारी बनतो. भाषेमुळे आपणास माणूस जाणून घेता येतो. भाषा हा व्यक्तिमत्त्व विकासाचा आरसा आहे. आशा-आकांक्षा, अभिवृत्ती, श्रद्धा, निष्ठा, जीवनमूल्ये या सर्वांचा उल्लेख व्यक्तिमत्त्व विकासाच्या संदर्भात केला जातो. या सर्व गोष्टींचा आविष्कार भाषेच्या माध्यमातूनच होत असतो.

3.3 भाषेची उद्दिष्टे

1. लक्षपूर्वक श्रवण करणे व त्याचे आकलन होणे.
2. आपले विचार, भावना, इच्छा स्पष्ट व योग्य शब्दांत व्यक्त करणे.
3. योग्य उच्चार करणे, आशयानुसार आवाजात योग्य तो चढ-उतार करून, योग्य गतीची जाण ठेवून बोलणे.
4. मनोमन वाचन करणे व त्याचे आकलन होणे.
5. सुवाच्य व वळणदार अक्षरात लेखन करणे.
6. उच्चार, स्वराघात आणि योग्य अभिव्यक्ती यांचा मेळ घालून अस्खलितपणे, भावपूर्ण प्रकट वाचन करणे.
7. आपले विचार, भावना, कल्पना, अनुभव लेखनाद्वारे प्रकट करण्याचे कौशल्य प्राप्त करणे.
8. विरामचिन्हांचा वापर करून नीटनेटके लेखन करणे.
9. विविध प्रकारच्या साहित्यप्रकारांचा आस्वाद घेण्याची क्षमता प्राप्त करून घेणे.
10. वृत्तपत्रे, नियतकालिके, रंगभूमी, चित्रपट, आकाशवाणी, दूरदर्शन यांच्या माध्यमातून भाषिक अनुभव विकसित करणे.
11 राष्ट्रीय एकात्मता, सर्वधर्मसमभाव, विज्ञाननिष्ठा, सामाजिक बांधीलकी, मानवता, निसर्गप्रेम, शुचिता, न्याय, समता, बंधुभाव, निर्भयता, स्वावलंबन, श्रमप्रतिष्ठा, नैतिक मूल्ये इत्यादी गुणांची जोपासना करणे.
12. इतर भाषा व भाषिकांविषयी आदर निर्माण होणे.
13. प्रादेशिक भाषा, बोलीभाषा यांच्याविषयी आपुलकीची भावना निर्माण होणे.

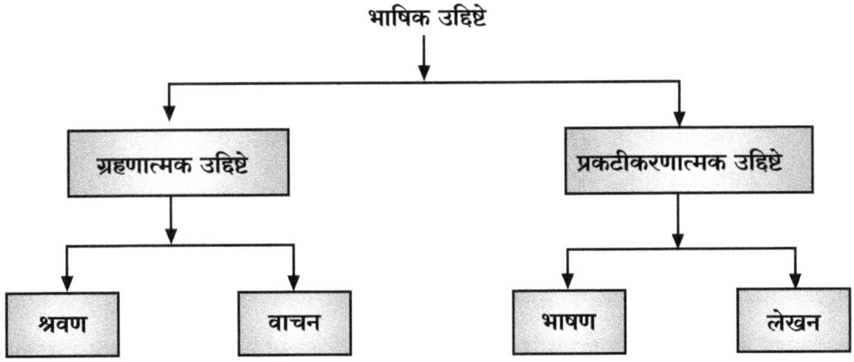

कोणत्याही भाषेची दोन प्रमुख कार्ये असतात. एकतर ती भाषा आपणास समजावी लागते आणि समजल्यानंतर त्या भाषेचा वापर करून आपले विचार व आपल्या भावना व्यक्त करण्यासाठी आपण भाषेचा उपयोग करीत असतो. भाषा समजण्याच्या बाबतीत दोन मूलभूत कौशल्यांचा अंतर्भाव होतो. भाषा समजण्यासाठी भाषा ग्रहणशक्ती विकसित व्हावी लागते. भाषा ग्रहणशक्तीच्या बाबतीत श्रवणक्षमता आणि वाचनक्षमता यांचा विचार आपणास करावा लागतो. भाषा समजल्यानंतर भाषेचा उपयोग आपण करतो.

दुसऱ्या शब्दांत भाषेचा उपयोग म्हणजे आपले आत्मप्रकटीकरण होय. भाषा प्रकटीकरणाच्या बाबतीत आणखी दोन क्षमता आपल्याला विचारात घ्याव्या लागतील. त्या क्षमता म्हणजे भाषण आणि लेखन या होत. एकूण भाषिक उद्दिष्टांच्या बाबतीत आपणास चार मूलभूत कौशल्ये किंवा क्षमता विकसित करावयाच्या असतात. दररोजच्या जीवनात आपण भाषेच्या माध्यमातून दुसऱ्यांचे विचार ऐकून ग्रहण करतो. तसेच आपले विचार प्रकट करण्याचे सामर्थ्य आत्मसात करतो. भाषेच्या अध्यापनाचे हे मूलभूत कार्य आहे. भाषा येण्यासाठी या चार मूलभूत क्षमता विकसित होणे अगत्याचे आहे.

3.4 भाषेचे महत्त्व

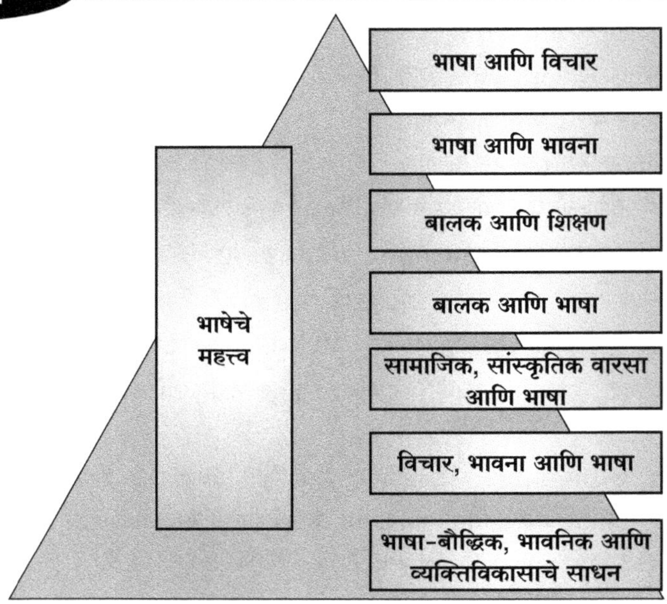

(1) भाषा आणि विचार : माणूस हा विचार करतो म्हणून तर तो इतर प्राण्यांपेक्षा वेगळा मानतात. ही विचार करण्याची क्षमता माणसाला भाषेमुळेच प्राप्त झाली आहे. विचार हे मूक भाषणच असते. माणूस स्वत:च स्वत:शी बोलत असतो. शब्दांचा आधार घेऊन त्याचे हे मूकभाषण मनातल्या मनात चालूच असते. शब्द हे प्रतीकात्मक व सांकेतिक असतात. या शब्दांच्या मदतीने माणूस अमूर्त पातळीवर विचार करू शकतो. ज्यांना भाषा येत नाही त्यांना विचारही करता येत नाही ज्यांची शब्दसंपत्ती भरपूर नसते त्यांच्या विचारांना अर्थातच मर्यादा पडतात. शब्दसंपत्ती आणि बुद्धीचा संबंध असल्याचा निर्वाळा अनेक मानसशास्त्रज्ञांनी दिला आहे. मूकबधिरांनाही शब्द आणि भाषेअभावी विचार करताना मर्यादा पडतात. अमूर्त पातळीवर विचार करण्यासाठी भाषा भक्कम असली पाहिजे. शब्दांची श्रीमंती असली पाहिजे; ती असली की आकलन आणि प्रकटीकरण आपोआपच प्रभावी होते. बौद्धिक विकास हा शेवटी भाषाविकासांशी निगडित असतो. माणसाच्या वैचारिक विकासात भाषेचा वाटा महत्त्वपूर्ण आहे.

(2) भाषा आणि भावना : मानव हा भावनाप्रधान प्राणी आहे. माणसाच्या जीवनात जसे विचारांना महत्त्व आहे तसेच भावनांनाही अनन्यसाधारण महत्त्व आहे. माणसाच्या जीवनसागरात भावनांच्या लाटा सतत निर्माण होत असतात. मानवाच्या जीवनात भावनांचे पोषण होणे तसेच भावनांचा विकास होणे हे मानसिक स्वास्थ्य मिळण्याच्या दृष्टीने आवश्यक असते. आपल्या नित्य जीवनात वेगवेगळ्या प्रसंगांतून आपण आपल्या भावना व्यक्त करीत असतो. जे जीवन तुम्ही-आम्ही जगतो ते एका अर्थाने भावजीवनच असते. समृद्ध भावजीवन जगणारी व्यक्ती जीवनाचा आस्वाद खऱ्या अर्थाने घेऊ शकते. आपल्या जीवनात रसिकता, अभिरुची, सद्भावना, सत्प्रवृत्ती, सौंदर्य, चारित्र्य इत्यादी गोष्टींना विलक्षण महत्त्व आहे. हे सर्व घटक भावनांवर आधारलेले आहेत. भाषेच्या माध्यमातून माणसाला विविध प्रकारच्या भावनांचा अनुभव येतो.

आपण आपले प्रेम, वात्सल्य, दु:ख इत्यादी भावना भाषेतून व्यक्त करीत असतो. दुसऱ्यांनी शब्दांच्या माध्यमातून व्यक्त केलेल्या भावना जाणून घेतो आणि सहानुभूती व्यक्त करतो. भाषेने निर्माण केलेल्या साहित्यातूनही भावजागृती होते. साहित्याच्या वाचनातून भावनांचे भरणपोषण होते. साहित्य माणसांच्या जीवनात आनंदाचे मळे फुलवते. उजाड माळरानाचे नंदनवन व्हावे तसे रूक्ष व नीरस जीवनाचे भावपूर्ण जीवन घडवून त्यात अलौकिक आनंद निर्माण करण्याचे कार्य साहित्य करते. जीवनाची अनुभवगाथा माणसाने भाषेच्या माध्यमातून लिहिली. काळाच्या ओघात प्रवाहपतित न होता जे जीवनानुभव चिरंजीव झाले ते साहित्य अभ्यासून आजही कितीतरी प्रकारांनी मानवाचे जीवन समृद्ध होत आहे.

(3) बालक आणि भाषा : बालकाच्या आत्मप्रकटीकरणाचा श्रीगणेशा त्याच्या घरी बोलल्या जाणाऱ्या भाषेतून होतो. बालकाच्या मुखातून जो पहिला शब्द उच्चारला जातो त्याचे माध्यम भाषा असते. आपली भाषा जिवंत ठेवण्याचा माणूस आटोकाट प्रयत्न करीत असतो. माणसाचे कर्तृत्व, अभिमान, महानता त्या-त्या भाषेतून व्यक्त होत असते. आपल्या आईचा, आपल्या भूमीचा आणि आपल्या भाषेचा अभिमान बाळगणे आणि तिचे पांग फेडणे यांत माणुसकी आणि जिवंतपणा असतो. बालकाच्या व्यक्तिमत्त्वाच्या विकासाची सुरुवात भाषेतून होते, यात मातृभाषेला अनन्यसाधारण असे महत्त्व आहे. बालवयात मातृभाषा सहज शिकली जाते, परंतु पुढे ती सहेतुक शिकवावी लागते. बालकाच्या वैचारिक व भावनिक बैठकीचा पत्ता आपणास त्याच्या भाषेमुळे लागतो. बालकाच्या भाषेतून त्याच्या व्यक्तिमत्त्वाचा विकास आविष्कारित होत असल्यामुळे त्याची मातृभाषा त्याच्या व्यक्तिमत्त्वाचा आरसा असतो. बालकाच्या ज्ञानाची व अनुभवांची व्याप्ती व परिपक्वता भाषेद्वारे होत असते म्हणून बालकाच्या जीवनात त्याच्या मातृभाषेचे विलक्षण महत्त्व आहे.

(4) भाषा आणि शिक्षण : बालक जेव्हा प्राथमिक शाळेत प्रवेश करते तेव्हा त्याला त्याची मातृभाषा येत असते. भाषेची विविध अंगे, विविध छटा, विविध प्रकारचे सौंदर्य या गोष्टींशी त्याचा परिचय झालेला नसतो. त्याच्या कौटुंबिक वातावरणात तसेच भोवतालच्या परिसरात दैनंदिन व्यवहारापुरती त्या बालकाची भाषा सहजपणे अवगत होते. पण त्याचा स्तर जसजसा उंचावत जाईल तसतशी भाषेची प्रगल्भता त्याला जाणवली पाहिजे. प्राथमिक शाळेत विद्यार्थ्यांचे श्रवण-

भाषण हे व्यवहार भाषेतून होत असतात. भाषेबरोबरच निरनिराळ्या विषयांतील संकल्पनाही त्याला स्पष्टपणे समजतात, त्याचे पायाभूत ज्ञान स्पष्ट व अचूक झाल्यास पुढील ज्ञान मिळविण्यासाठी त्याला पक्का आधार मिळतो. मातृभाषा हे शिक्षणाचे नैसर्गिक माध्यम आहे. आपल्या भाषेतून आपले विचार प्रकट करणे, भावना व्यक्त करणे सुलभ जाते. मातृभाषा हे व्यक्तिगत व सामाजिक विकासाचे समर्थ माध्यम आहे. बालकांच्या व्यक्तिमत्त्वाचा विकास त्यांच्या मातृभाषेतून होतो. भाषा हे संस्करणाचे प्रभावी साधन आहे.

(5) सामाजिक, सांस्कृतिक वारसा आणि भाषा : मानवाचे वर्णन करताना 'मानव हा एक सामाजिक प्राणी आहे' असे म्हटले जाते आणि ते योग्यच आहे. मानवाच्या जीवनात प्रगती घडून आली ती भाषेमुळेच. म्हणजेच भाषा नसती तर कुटुंब, समाज, शासन, राष्ट्र यांसारख्या संस्था निर्माण झाल्या नसत्या ! एक व्यक्ती दुसऱ्या व्यक्तीजवळ भावना व्यक्त करते. आत्मप्रकटीकरण करते. या सर्व गोष्टींसाठी माणसाला भाषेची गरज असते. माणसाने स्व-प्रयत्नातून प्रतीकात्मक आणि सांकेतिक स्वरूपाची भाषा घडविली. भाषेच्या माध्यमातून माणसाचे विविध व्यवहार सुरू झाले. आचार-विचार, राहणीमान, धर्म, संस्कृती व मूल्ये यांचा अभ्यास सुरू झाला. भाषा नसती तर यासंबंधी विचार करता आला असता का ? भाषेमुळे ज्ञान साठविले जाऊ लागले. ग्रंथांची निर्मिती झाली. विचारांची देवाण-घेवाण झाली. सामाजिक दळणवळण केवळ भाषेमुळे शक्य झाले. भाषेमुळे समाज एकत्र आला. सामाजिक संस्था निर्माण झाल्या. एका पिढीचे ज्ञान, विचारधन, संशोधन दुसऱ्या पिढीस सुपूर्द करणे भाषेमुळे शक्य झाले. अशा प्रकारे भाषा हे सामाजिक वारशांच्या प्रसारणाचे प्रभावी साधन बनले. भाषा हा सामाजिक वारशांचा प्राण ठरला. भाषासाहित्य, धर्म, इतिहास, तत्त्वज्ञान, विज्ञान इत्यादींचा जन्म भाषेतून झाला. या प्रवासात माणसाला भाषेची सोबत लाभली. मानवी सनाजात आचार-विचार, धर्मकल्पना, तत्त्वज्ञान, कला, जीवनमूल्ये निर्माण झाली. या सर्वांचा समावेश संस्कृतीत झाला. या संस्कृतीचा वारसा मानवास भाषेच्या माध्यमातून प्राप्त झाला. मानवी जीवनात अशा प्रकारे भाषेमुळे संस्कृती निर्माण झाली. एकूणच मानवाच्या सांस्कृतिक जीवन जडणघडणीत भाषेचा सिंहाचा वाटा आहे. संतांनी आणि विचारवंतांनी जे साहित्य निर्माण केले, जे विचार मांडले, जे आचार सांगितले, जी जीवनमूल्ये दाखवून दिली त्या सर्वांचा अमूल्य ठेवा भाषेच्या माध्यमाने आपणास मिळाला आहे. या अमूल्या वारशातून नवीन पिढीची जडणघडण होत असते.

भाषा नसती तर हे सारे आपणास मिळाले नसते. भाषेच्या माध्यमातून ज्ञान आणि परंपरा जोपासण्याचा आणि वाढविण्याचा एक अखंड प्रवाह सुरू झाला. सांस्कृतिक जीवनात भाषेचे हे सर्वांत मोठे योगदान होय. भाषेने संस्कृतीचा पाया घातला. याचे भाषेने सांस्कृतिक विकासाचा मार्ग अधिक सोपा केला. मानवी जीवनाच्या या सांस्कृतिक कार्याला भाषा हीच विशेषत्वाने साहाय्यभूत झाली आहे. सांस्कृतिक वारशांच्या प्रसारणाला भाषा हे प्रभावी साधन ठरले आहे.

(6) विचार, भावना आणि भाषा : माणूस हा अनुभवातून शिकत असतो. भाषेशिवाय अनुभवांची देवाण-घेवाण शक्य होत नाही. मानव हा वैचारिक व भावनाशील जीव आहे. विचार करणे म्हणजे मनातल्या मनात बोलणे होय. मनातल्या मनात बोलण्यासाठी म्हणजेच विचार करण्यासाठी भाषा ज्ञात असणे आवश्यक आहे. भाषेची आयुधे चांगली नसतील तर आपल्याला विचारही चांगल्या प्रकारे करता येणार नाही. शब्दांच्या मदतीने अमूर्त पातळीवर माणूस विचार करीत असतो. भाषाप्रभुत्व हा बुद्धीचा एक मुख्य घटक मानला जातो. म्हणजेच विचार करण्याची क्षमता ही भाषिक विकासावर अवलंबून असते. माणसाच्या मनात भावनांचे तरंग सतत उठत असतात. माणसाच्या मनात निर्माण होणाऱ्या भावनांचे स्वरूप कधी छोटे तर कधी प्रचंड असते, तर कधी मनात राग, लोभ, मत्सर, मद, मोह, प्रेम, वात्सल्य, संताप, शांतता असे वेगवेगळे भाव निर्माण होत असतात. भावनांचे प्रकटीकरण करण्यासाठी भाषा या माध्यमाचा आपण आधार घेत असतो. दैनंदिन व्यवहारात सामूहिक जीवन जगत असताना आपल्याला दुसऱ्या अनेक व्यक्तींना समजावून घ्यावे लागते. दुसऱ्यांच्या भावजीवनाशी एकरूपता साधावी लागते. यासाठी भाषा हे माध्यम महत्त्वपूर्ण ठरते.

(7) भाषा-बौद्धिक, भावनिक आणि व्यक्तिविकासाचे साधन : व्यक्तीचा समतोल किंवा सर्वांगीण विकास साधणे हे शिक्षणाचे ध्येय आहे. ते ध्येय गाठण्यासाठी आपण सारे प्रयत्नशील असतो. या सर्वांगीण विकासात बौद्धिक विकास, भावनिक विकास आणि कार्यात्मक विकास अंतर्भूत आहेत. हे तिन्ही विकास प्रामुख्याने भाषेच्या विकासावर अवलंबून आहेत. व्यक्तीच्या सर्वांगीण विकासात बौद्धिक विकासाला विशेष महत्त्व आहे. प्रत्येक व्यक्तीच्या बुद्धीचा विकास साधावयाचा म्हणजे अनेक घटकांचा विकास आपणास करावयाचा असतो. त्यात विचार प्रक्रिया अत्यंत महत्त्वाची आहे. भाषेशिवाय विचार प्रक्रिया पूर्ण होऊ शकत नाही. विचार प्रक्रियेचा विकास होत असताना त्याबरोबर संबोध निर्मिती आणि भाषिक कौशल्यांचाही विकास होत असतो.

शब्द हे संकेतात्मक आणि प्रतीकात्मक असतात. या संकेतांच्या आणि प्रतीकांच्या मदतीने अमूर्त पातळीवर आपण विचार करू शकतो. हा सारा वैचारिक विकास भाषिक विकासावरच प्रामुख्याने अवलंबून आहे. शब्दसंपत्तीच्या विकासाच्या माध्यमाने विचारक्षमता चांगल्या प्रकारे विकसित होते म्हणजेच विद्यार्थ्यांचा बौद्धिक विकास त्यांच्या भाषिक विकासाशी निगडित आहे. मानवास आपले जीवन सुखदायक करण्यासाठी सतत धडपड करावी लागते. प्रत्येक गोष्ट मिळविण्यासाठी प्रयत्न करावे लागतात. सामाजिक जीवन व्यवस्थितपणे जगायचे असेल तर भाषेशिवाय दुसरा पर्याय नाही.

भाषा - अर्थ, घरची भाषा आणि शाळेची भाषा, प्रमाणित भाषा, परदेशी भाषा

भारतासारख्या खंडप्राय देशात अनेक समाजाचे लोक राहतात. समाजात वावरताना प्रत्येकाला दैनंदिन व्यवहार सुरळीतपणे पार पाडण्यासाठी एखाद्या माध्यमाची गरज पडते. ते माध्यम म्हणजे भाषा. परंतु विविधतेने नटलेल्या या देशाची एकच भाषा नाही. सर्वजण जरी भाषेमार्फत आपले व्यवहार करीत असले, तरी प्रत्येकाची भाषा वेगळी आहे; आणि हाच नेमका भाषा व मातृभाषा यांच्यातील फरक आहे.

समाजात एकमेकांशी संवाद साधताना भाषेला अनन्यसाधारण असे महत्त्व आहे. समोरील व्यक्ती कोणत्या भाषेत संवाद करीत आहे यावर पुढील संवाद अवलंबून असतो. असे म्हणतात की दर सहा मैलावर भाषा ही बदलत असते. त्या-त्या ठिकाणावरील भौगोलिक परिस्थिती, प्रथा, परंपरा यावर भाषेची शैली व भाषा अवलंबून असते. जसे कोल्हापुरी लोकांची कोल्हापुरी भाषा, सोलापूरच्या लोकांची सोलापुरी भाषा, पुण्याची पुणेरी भाषा, मुंबईची मुंबई भाषा, नागपूरची नागपुरी भाषा, इत्यादी.

घरची भाषा अथवा बोलीभाषा : आपण जसे लिहितो; तंतोतंत तसेच बोलतो असे नाही. आपली बोलण्याची भाषा थोडी वेगळी, ती बोली भाषा होय. बोलीभाषा समजून घेताना बदलत्या समाज मनातील वास्तव समजून घेण्यासाठी भाषिक व्यवहार हा कशा पद्धतीने परिवर्तनशील राहिला याचा आढावा घेतल्यास, मातृभाषेचे कार्य जीवनातील विविध क्षेत्रात कसे-कसे बदलत गेले याचा अंदाज सहजपणे घेता येऊ शकतो. घरातल्या घरात भाषा बदलते. भाषेतील अंतर पाहताना भौगोलिक परिस्थितीचा विचार करावा लागतो. तेथे मात्र कौशल्य अपेक्षित असते. अधूनमधून म्हणींचा वापर करून नीतिमूल्यांची केलेली जपणूक किंवा मोडतोड ही लवचीक अंगाने अपेक्षित असते. बोलीभाषेतील सौंदर्य आणि गोडवा एकत्र आणला की, निर्माण होणारा जिव्हाळा हा माणसाला 'अरे-तुरे' च्या भाषेपासून 'अहो-जाहो' च्या शैलीचा आधार घेत पारंपरिक आणि अपारंपरिक शब्दांनी निवड करत करावा लागतो. ज्या शब्दांचा वापर वारंवार होत नाही, त्याचा अर्थही सहजतेने लक्षात येत नाही, व्यवहार क्षेत्र लक्षात घेऊन आशय आणि अभिव्यक्ती यांचा विचार करून त्यात सहजता आणण्यासाठी वाक्प्रचार आणि म्हणींचा विचार करावा लागतो. एकाच अर्थाचे अनेक शब्द हाताशी असतील, तर त्यातून समोरच्या व्यक्तीला समजून घेणे सोयीचे होते.

लोकवाङ्मय हे मौखिक परंपरेतून आलेले असल्यामुळे गाव बदलेल तसा शब्दाचा अन्वयार्थ बदलतो. म्हणून भाषेचा वापर हा अनेक छटा घेऊन येतो. गौळण, अभंग, ओव्या, जात्यावरची गाणी यावर नजर टाकल्यानंतर वरील म्हणणे लक्षात येते. बोली भाषा किंवा संवादासाठी स्वीकारलेली भाषा कशी-कशी वाकविता येते, हे काटेकोरपणे बघावे लागते.

समाजभाषा : भाषा एकच असते. ती भाषा बोलणारे वेगवेगळे समूह असतील तर, ती वेगवेगळ्या प्रकारे बोलली जाते. जसे भाषा मराठीच, पण शहरात बोलली जाणारी मराठी व ग्रामीण भागात बोलली जाणारी मराठी यात फरक पडतो. ग्रामीण भागातील जसे धनगर मंडळींची भाषा वेगळी असते, तसे त्याच भागातील दुसऱ्या समूहाची भाषा वेगळी असते. प्रत्येक समाजाचे काही वेगवेगळे व्यवसाय पूर्वी होते, त्या व्यवसायासंबंधित शब्दांचे प्रतिबिंब त्यांच्या भाषेत पडत असते.

प्रमाणित भाषा : एखादी भाषा वेगवेगळ्या ठिकाणी वेगवेगळ्या प्रकारे बोलली जात असते. त्यामुळे कोणती भाषा योग्य समजावी, त्यामुळे त्या भाषेचे प्रमाणीकरण करणे आवश्यक असते. जसे सांगली, कोल्हापूरकडील मराठी भाषा, कोकणातील मराठी भाषा, विदर्भातील मराठी भाषा अशी मराठी भाषेची विविध रूपे दिसतील. तरीही आपण पुण्याचे नराठी हे प्रमाण मानतो. प्रमाणभाषा बऱ्याचवेळा साहित्यिक भाषाही असते, प्रमाण भाषा ही लिखित भाषाही असते.

राष्ट्रभाषा : एखादे राष्ट्र आकाराने मोठे असेल तर, त्या राष्ट्राच्या विविध भागात वेगवेगळ्या भाषा बोलल्या जाण्याची शक्यता असते. राज्यकारभाराकरिता त्यातील कोणत्यातरी एकच भाषेची निवड काही निकषांवर करावी लागते. ती भाषा त्या राष्ट्राची राष्ट्रभाषा असते. जसे भारतात वेगवेगळ्या प्रांतात वेगवेगळ्या आणि काही ठिकाणी एकापेक्षा अधिक भाषा बोलल्या जातात. अशावेळी जास्तीतजास्त लोक बोलत असलेली हिंदी ही भाषा भारताची राष्ट्रभाषा झाली.

मातृभाषा : प्रत्येकाच्या घरात बोलली जाणारी भाषा ही त्या कुटुंबातील माणसांची मातृभाषाच असते. विचार अभिव्यक्तीमध्ये मातृभाषेचे महत्त्व अनन्यसाधारण असते.

शाळेची भाषा : घरात बोलली जाणारी बोलीभाषा व समाजात वावरत असताना बोलली जाणारी सामाजिक भाषा असते. शालेय वातावरणात वावरताना विद्यार्थ्यांना बोलीभाषेचा वापर करून शालेय शिक्षण घेणे योग्य ठरत नाही. बोलीभाषेत अथवा घरातील वातावरणात बोलली जाणारी भाषा ही प्रत्येक विद्यार्थ्यांची वेगवेगळी असते. बोलायची ढप अथवा शैली ही त्या त्या कुटुंबाच्या राहणीनुसार अथवा वातावरणानुसार असते. शालेय वातावरणात एकच प्रकारच्या भाषेचा वापर असणे किंवा बोलले जाणे आवश्यक आहे. शालेय अभ्यासक्रमात मूल्य, गाभाघटक, जीवनकौशल्ये व इतर कौशल्यांच्या विकासाच्या हेतूने अभ्यासक्रमाची रचना करण्यात आलेली आहे. शाळेत प्रवेश घेतलेल्या प्रत्येक मुलाने शालेय वातावरणात शालेय प्रमाणित भाषेचा वापर करून शिकणे अथवा बोलणे आवश्यक आहे. ज्याप्रमाणे मुलांमध्ये समानता येण्याच्या हेतूने गणवेश ही संकल्पना आलेली आहे, त्याचप्रमाणे शाळेत एकाच प्रकारच्या भाषेचा वापर अनिवार्य आहे.

शाळेत वावरताना शिक्षकांनीही मुलांसोबत संवाद साधताना शालेय प्रमाणित भाषेचा वापर करूनच अध्यापन कार्य करणे अपेक्षित आहे. मुलांची प्रगती होण्याच्या दृष्टीने, समाजात वावरताना, दुसऱ्यांशी संवाद साधताना एकाच प्रकारच्या भाषेतून संवाद होणे आवश्यक आहे. शालेय भाषेत एका विद्यार्थ्याने दुसऱ्या विद्यार्थ्याशी, एका शिक्षकाने दुसऱ्या विद्यार्थ्याशी, एका शिक्षकाने दुसऱ्या शिक्षकाशी, एका विद्यार्थ्याने आपल्या शिक्षकांशी बोलताना शालेय प्रमाणित भाषेचा वापर करूनच बोलणे आवश्यक आहे. म्हणजेच लहानांनी मोठ्यांचा तर मोठ्यांनी लहानांचा आदर करणे अपेक्षित आहे. आदरपूर्वक संवाद व अभ्यास यामार्फत दुसऱ्यांशी बोलताना कसे बोलावे याचे शिक्षण शालेय भाषेच्या माध्यमातून विद्यार्थ्यांना प्राप्त होत असते.

परदेशी भाषा : कोठारी आयोगाने शिक्षणात त्रिसूत्री भाषेचा वापर अशी शिफारस केली होती. त्यानुसार शाळांमध्ये मातृभाषा, राष्ट्रभाषा व परदेशी भाषा म्हणून इंग्रजी भाषेचा समावेश करण्यात आला. विद्यार्थ्यांनी शिक्षण घेत असताना मातृभाषेतून शिक्षण व त्याचबरोबर भारतात मोठ्या प्रमाणात बोलली जाणारी हिंदी या भाषेचा अभ्यास अभिप्रेत आहे. तसेच स्पर्धेच्या युगात टिकून राहण्यासाठी इंग्रजी या परदेशी भाषेचा अभ्यासही अनिवार्य आहे. प्रत्येक विद्यार्थ्यांस किमान तीन भाषेचे ज्ञान आवश्यक बाब आहे. इतर भाषिक व्यक्ती अथवा मुलांसोबत संवाद साधताना तो जर आपल्या भाषेचा नसेल, तर त्याच्या सोबत संवाद होऊ शकत नाही. म्हणून किमान हिंदी भाषेचे ज्ञान असल्यास हिंदी भाषेतून संवाद अथवा इंग्रजी भाषा समजणारे असल्यास इंग्रजी भाषेतून संवाद साधणे शक्य होते. आपल्या भाषेव्यतिरिक्त इतर भाषा अवगत झाल्यास विद्यार्थ्यांमध्ये आत्मविश्वास निर्माण होतो. म्हणून आपल्या भाषेच्या वापराबरोबरच परदेशी भाषेचे ज्ञान व संवाद विद्यार्थ्यांना शालेय स्तरावरच प्राप्त होणे आवश्यक आहे. भावना, संस्कृती, धर्मसंस्था, अध्यात्म आणि विज्ञान त्यांचे स्वरूप आणि व्याप्ती यांच्यातील शब्दशैलीचा विकास बघण्यासाठी भाषेच्या उत्कर्षाकडे नव्या-नव्या धाटणीतून बघावे लागते. एका विचारवंताने भाषेचे सारतत्त्व सांगताना असे म्हटले आहे की, कुठलाही ज्ञानव्यवहार हा भाषेच्या खिडकीतून होत असतो. तो होताना प्रकृती संकल्पना समजून घ्यावी लागते. विचारसौंदर्य आणि त्याची परिणामकारकता एका विशिष्ट मापदंडाने तोलायची असेल तर सर्वप्रथम भाषेचा सृजनशील वापर एवढाच विचार करावा लागेल.

3.5 भाषेच्या संदर्भातील बुलक रिपोर्ट -(1975)

पार्श्वभूमी : विल्टशर येथे ॲलन बुलक यांचा जन्म 13 डिसेंबर, 1914 रोजी झाला. वडील माळीकाम व आई घरकाम करायची. सन 1952 मध्ये ते प्रथम प्रकाशझोतात आले निमित्त होते त्याने लिहिलेले **'हिटलर -एक क्रुरकर्मा'** हे चरित्र. लेबर पक्षाचा युद्धोधर परराष्ट्रमंत्री अर्नेस्ट बेविन यांचे ते चाहते होते. त्यांच्यावर त्यांनी तीन ग्रंथ सन 1952 मध्ये लिहिले.

ऑक्सफर्ड येथे 1960 साली त्यांनी सेंट कॅथरिन कॉलेजची स्थापना केली. 'द आब्सर्वर 'चा ते 1957 ते 1961 पर्यंत ट्रस्टी होते व 1977 ते 1981 पर्यंत संचालक. 1969 मध्ये ते ऑक्सफर्डचे कुलगुरू होते.

1972 मध्ये नेमलेल्या समितीने पुढील बाबी अधोरेखित केल्या.

- इंग्रजी शिकण्याशी निगडित सर्व बाबी.
- सद्यः शिक्षणप्रणालीत कोणते बदल व्हावेत?
- सुधारित शिक्षणपद्धतीचे मूल्यमापन कसे व्हावे?

या संदर्भात 22 सदस्यीय समितीने पुढील अहवाल दिला.

1. साक्षरतेची नव्याने व्याख्या व्हावी व साक्षरतेचे निकष बदलावेत.
2. बालवाडी स्तरावरच बालकाला भाषेत समृद्ध करावे.
3. सूत्रबद्ध वाचनप्रणाली प्रत्येक शाळेत असावी.
4. सूत्रबद्ध भाषा शिकण्यासाठी प्रत्येक शाळेत नियोजन असावे.
5. यासाठी प्रत्येक शाळेत पात्र शिक्षक असावेत.
6. वेगवेगळ्या शाळांमध्ये एकमेकांशी सुसंवाद व संपर्क असावा.
7. माध्यमिक शाळांमध्ये पुरेसा शिक्षक वर्ग असावा.
8. इंग्रजी भाषेसाठी प्रत्येक शाळेने सल्लागार नेमावा.
9. प्रत्येक इयत्तेत परीक्षा व्हावी जेणेकरून अपात्र विद्यार्थी पुढे जाणार नाहीत. अपात्र विद्यार्थ्यांना पुरेसे समुपदेशन केले जावे.

10. शाळांमध्ये वैद्यकीय व मानसोपचार तज्ज्ञ असावेत.
11. प्रौढ निरक्षरांसाठी वर्ग चालवावेत.
12. परकीय भाषा ज्यांची मातृभाषा इंग्रजी नाही अशा विद्यार्थ्यांकडे विशेष लक्ष द्यावे.
13. शाळांना या कामासाठी मदत करावी.
14. प्रत्येक शिक्षकाच्या प्रशिक्षणामध्ये भाषा प्रभुत्वास महत्त्व द्यावे.
15. इंग्रजी भाषा शिकून करिअर संधी निवडण्याची संधी उपलब्ध व्हावी.
16. राष्ट्रीय भाषा केंद्राची स्थापना करावी.या केंद्राने बालवाडी ते पदव्युत्तर स्तरापर्यंतच्या इंग्रजी भाषा अध्ययनाचा आढावा घ्यावा.

अशा प्रकारे भाषा अध्ययनाच्या बाबतीतील हा 'बुलक रिपोर्ट' डेरिक गिलार्ड (Derek Gillard) याने 28 नोव्हेंबर, 2006 रोजी वेबसाईटवर सादर केला.

3.6 भाषा आणि अध्ययन

भाषा शिक्षणाच्या माध्यमाने विद्यार्थ्यांना भाषा व्यवहारामध्ये कुशल बनविणे होय. यात श्रवण, भाषण, पाठांतर आणि लेखन यांचा समावेश होतो. भाषेवर प्रभुत्व मिळविण्यासाठी त्याचा वेगवेगळ्या व्यवहार क्षेत्रामध्ये कौशल्यपूर्वक वापर होणे आवश्यक आहे. शिक्षकांनी विद्यार्थ्यांच्या बौद्धिक व मानसिक विकासानुसार भाषेचे अध्यापन कार्य करणे आवश्यक आहे. भाषा संपादन करण्याचा मनोवैज्ञानिक क्रम आहे तो म्हणजे - ऐकणे, बोलणे, वाचणे व लिहिणे.

बाल्यावस्थेतील सहा महिन्यांच्या बालकास भाषेचे ज्ञान होण्यास सुरुवात होते. आपल्या जवळपास वावरणाऱ्या व्यक्ती कशा प्रकारे बोलतात, हालचाल करतात, हावभाव करतात त्या पद्धतीने अनुकरण करण्याचा प्रयत्न लहान मुले करीत असतात. संपर्क व अनुकरण या माध्यमाने बालकाचा मानसिक विकास सूक्ष्म निरीक्षणाद्वारे होतो. शिक्षकांनी बालकाच्या मानसिक विकासाबरोबरच त्याच्या स्तरानुसार भाषा अध्यापन करणे गरजेचे आहे.

भाषा शिक्षणात भाषिक कौशल्यांना विशेष महत्त्व आहे. भाषा शिक्षण म्हणजे भाषा विषयामध्ये शिक्षण नव्हे, तर भाषिक कौशल्यांचे शिक्षण होय. मातृभाषेचे मुख्य कौशल्य बालक सहजपणे आणि स्वाभाविकपणे कुटुंबातून शिकते. परंतु इतर भाषांना शिकण्यासाठी श्रवण, भाषण, पठण व लेखन ही चार कौशल्ये आत्मसात करणे आवश्यक आहे.

(1) भाषेची अनुभूती : भाषा अध्ययनातील महत्त्वाचा घटक म्हणजे कुटुंब व सामाजिक परिसर यांचा होणारा परिणाम. शाळेत येण्यापूर्वी बालकाने प्रथम कुटुंबातून व त्याच्या भोवतालच्या सामाजिक परिसरातून भाषेचे ग्रहण केलेले असते. त्यामुळे त्याचा भाषेच्या ज्या नमुन्याशी परिचय झालेला असेल त्यानुसार भाषेचा वापर करीत असते.

(2) भाषा संपादन : प्रत्येक व्यक्ती बुद्धी, भावना, अभिवृत्ती, रुची, ग्रहणशक्ती इत्यादी बाबतीत दुसऱ्याहून भिन्न असते. हे मानसशास्त्राचे तत्त्व प्रत्येक शिक्षकाने लक्षात ठेवावे. वर्गातील सर्व विद्यार्थ्यांसाठी अभ्यासक्रम सारखा असला तरी प्रत्येक जण भिन्न गतीने अध्ययन करीत असतो व भाषा संपादन करतो.

(3) सर्जनशीलता : भाषा शिक्षकाने भाषेचे अध्ययन योग्य दिशेने होण्यासाठी प्रथम श्रवण-वाचन-लेखन या क्रमाने अध्यापन करावे. या क्षमतांचा उपयोग सर्जनशीलता वा नवनिर्मितीकडे कसा करता येईल याचा विचार करावा.

(4) शिक्षक : जे अध्ययन सुखकर वाटते तेच अध्ययन करण्याकडे विद्यार्थ्यांची प्रवृत्ती असते. अध्ययन सुखकर कसे होईल यासाठी शिक्षकांचे विशेष प्रयत्न आवश्यक आहेत.

(5) सामाजिक परिस्थिती : भाषा अध्ययनावर अनेक विचलने वेगवेगळ्या प्रमाणात परिणाम करीत असतात. या विचलनात कौटुंबिक वातावरण, सामाजिक परिसर, शाळा, शिक्षकाचे व्यक्तिमत्त्व व अध्यापन कौशल्य, विद्यार्थ्यांची परिपक्वता, प्रेरणा इत्यादी विचलनांचा समावेश होतो.

(6) **प्रेरणा :** कोणतेही काम करावयाचे झाले तर ते काम करण्याची तीव्र इच्छा वा प्रबळ भावना असणे आवश्यक असते. या तीव्र इच्छेस 'प्रेरणा' असे संबोधले जाते. बरेलसन व स्टेनर यांच्या मते जी आंतरिक स्थिती विशिष्ट उद्दिष्ट प्राप्त करण्यासाठी शक्ती प्राप्त करून देते वा कृती करण्यास भाग पाडते वा कृती करविते वा वर्तनास विशिष्ट दिशा दाखविते वा वळण लावते ती आंतरिक स्थिती म्हणजे कार्यप्रेरणा होय. विद्यार्थ्यांचे अध्ययन चांगल्या प्रकारे होण्यासाठी चांगल्या कृतीबद्दल शिक्षकांनी शाबासकी दिली की विद्यार्थ्यांच्या आत्मसन्मानाच्या भावनेचे समाधान होते व ते अधिक कार्य करण्यास प्रेरित होतात. भाषेच्या शिक्षकांनी विद्यार्थ्यांमध्ये वाचनाची आवड निर्माण केल्यास ती आवड त्यांना मराठीचा अभ्यास करण्यास प्रेरणा देते.

(7) **कृतीद्वारे शिक्षण :** शिक्षण म्हणजे सुयोग्य दिशेने झालेला वर्तनातील बदल होय. अनुभव अनेक मार्गांनी देता येतो. त्यापैकी शाब्दिक अनुभव हा सर्वांत कमी प्रभावपूर्ण व प्रत्यक्ष अनुभव हा सर्वांत प्रभावपूर्ण समजला जातो. प्रत्यक्ष अनुभवात स्वत: कृती करून प्राप्त केलेला अनुभव सर्वांत जास्त महत्त्वाचा असतो. शिक्षण याचा अर्थ केवळ शाब्दिक शिक्षण नव्हे. कृती करीत शिकले म्हणजे ते पक्के होते व ज्ञानाचा व्यावहारिक पातळीवरही उपयोग करता येतो. प्रकल्प पद्धती, डाल्टन प्लॅन, मूलोद्योगी शिक्षण इत्यादींमध्ये कृतीला खूप महत्त्व देण्यात आले आहे. अभ्यासक्रमातही विविध क्षमतांचा विकास करण्यासाठी कृतीचे शिक्षणातील महत्त्व मान्य करण्यात आले आहे. भाषेच्या अध्ययनासाठी शिक्षकांनी विद्यार्थ्यांना शब्दकोश व अन्य कोशांतून संदर्भ शोधण्याची सवय लावावी. अभ्यासपूरक कार्यक्रमांचा उपयोग केल्यास या तत्त्वाचे पालन होते. अभ्यासक्रमातील कवितांचे पाठांतर करणे व कथा वाचणे अशा उपक्रमांचा समावेश करावा.

(8) **प्रत्यक्ष अनुभूती :** शिक्षणामुळे जीवनाचा विकास होतो व विकसित जीवनाचा शिक्षणावर परिणाम होत असतो. केवळ पुस्तकी शिक्षण दिले तर ते प्रत्यक्ष जीवनापासून दूर राहते. केवळ पुस्तकी ज्ञान नाही तर त्याला प्रत्यक्ष अनुभूती याची जोडही महत्त्वाची असते. प्रत्यक्ष अनुभवाच्या माध्यमाने दिलेले ज्ञान कायम स्मरणात राहते.

3.7 विकास प्रक्रिया व शिक्षण

बालकाचा विकास हा मातेच्या गर्भातच सुरू झालेला असतो. जन्मापासून ते विशिष्ट वय होईपर्यंत शरीराच्या निरनिराळ्या अवयवांची वाढ होत असते. वाढत जाणारे वय व त्यात होत गेलेला बदल हा त्यांच्या स्वाभाविक पूर्णावस्थेच्या दिशेने होत असतात. अशा रीतीने बदल होण्याच्या प्रक्रियेस विकास असे म्हणतात. म्हणजेच निश्चित दिशेने, क्रमश:, सुसंगतपणे व प्रागतिक स्वरूपात बदल होण्याची प्रक्रिया म्हणजे विकास प्रक्रिया होय. व्यक्तिजीवनाच्या सुरुवातीपासून विशिष्ट वय होईपर्यंत होणारे नैसर्गिक बदल याच स्वरूपाचे असतात. व्यक्ती आणि वातावरण यांच्यातील आंतरक्रियेमुळे हे विकासात्मक बदल घडून येतात. शिक्षण म्हणजे वर्तनातील बदल होय. वर्तनातील हे बदल स्वत:च्या अनुभूतीतून किंवा बाहेरून होणाऱ्या संस्कारांमुळे घडून येतात. इष्ट असे वर्तन बदल घडून यावेत म्हणून योग्य अशा शैक्षणिक अनुभूती घेण्यास विद्यार्थ्यांना मदत करणे किंवा त्यांच्यावर योग्य असे संस्कार करणे म्हणजे शिकविणे होय. व्यक्ती व समाज या दोहोंचे कल्याण होईल असा व्यक्तींच्या व्यक्तिमत्त्वाचा विकास साधणे हे शिक्षणाचे उद्दिष्ट असले पाहिजे.

विकासप्रक्रियेच्या अभ्यासाचे शैक्षणिक फायदे :

1. विकासाच्या विविध अवस्था आणि प्रत्येक अवस्थेची वैशिष्ट्ये कळतात.
2. विशिष्ट विकास अवस्थेत असलेल्या मुलांकडून कोणत्या शैक्षणिक अपेक्षा करणे योग्य ठरेल याचा विचार करता येतो.
3. परिणामकारक अध्यापनपद्धती व शैक्षणिक साहित्याची निवड करता येते.
4. विद्यार्थ्यांची जास्तीत जास्त प्रगती साधण्यासाठी विकास अवस्थेच्या वैशिष्ट्यांचा उपयोग करून घेता येतो.
5. विद्यार्थ्यांचे योग्य असे शैक्षणिक मार्गदर्शन करता येते.

3.8 विकासाची अंगे

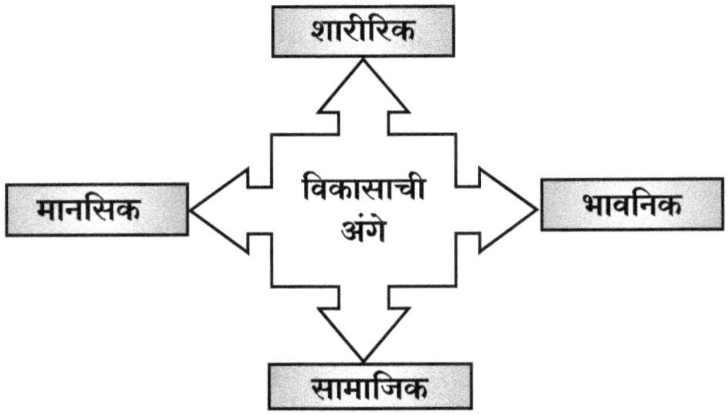

(1) शारीरिक विकास : आईच्या उदरात गर्भधारणा होऊन जीवनास प्रारंभ होताच व्यक्तीचा शारीरिक विकास सुरू होतो. शरीर पेशींनी बनलेले आहे. म्हणून पेशींची वाढ व विकास म्हणजेच शारीरिक विकास होय. अस्थी, स्नायू, मज्जातंतू, हृदय, फुप्फुसे इत्यादींचा विकास अर्थातच शारीरिक विकासात अंतर्भूत होतो. शारीरिक विकासाबरोबर उंची, वजन व आकारमान वाढतात. हा विकास शरीर पोषणावर अवलंबून आहे. सारखे शरीरपोषण झाले असता दोन व्यक्तींचा शारीरिक विकास सारखा होईल असे म्हणता येत नाही. मानसिक, सामाजिक आणि भावनिक विकास शारीरिक विकासाशी निगडित आहेत. विद्यार्थ्यांना द्यावयाच्या शैक्षणिक अनुभूतीची योग्य निवड करता येण्यासाठी विशिष्ट वयातील मुलांचा शारीरिक विकास किती झालेला असतो याचे ज्ञान शिक्षकाला असणे आवश्यक आहे.

मुलाच्या शारीरिक विकासाचा त्याच्या शिकण्याच्या क्षमतेशी खूपच संबंध आहे. 'स्वस्थ शरीरात स्वस्थ मन' हे शिक्षणाचे उद्दिष्ट असले पाहिजे. नियमित व सकस आहारासंबंधीच्या सूचना देऊन; तसेच विविध खेळ व क्रीडा, व्यायाम, कवायती इत्यादी शारीरिक शिक्षणाचे कार्यक्रम आयोजित करून शाळेने मुलांच्या शारीरिक विकासाकडे भरपूर लक्ष दिले पाहिजे.

(2) कारक विकास : चालणे, वस्तू हाताळणे, आकृती काढणे, नमुने तयार करणे, यंत्र चालविणे, खेळणे, इत्यादी क्रियांमध्ये आपल्या शरीराच्या विविध अवयवांच्या व स्नायूंच्या हालचाली होत असतात. या सर्व कारक क्रिया होत. यांना कारक कौशल्येही म्हणता येईल, अशा कारक क्रियांतून व्यक्ती विविध प्रकारचे अनुभव घेते आणि तिचा शारीरिकच नव्हे तर मानसिक, भावनिक व सामाजिक विकास संपन्न होत जातो.

जिज्ञासेच्या पोटी मूल अनेक गोष्टी शोधण्याचा व करण्याचा प्रयत्न करते; प्रत्यक्ष कृतीवरून अनुभव घेते. अशा कृतींची त्याच्या मानसिक विकासास मदत होते. कारककृतींच्या साहाय्यानेच ते समाजातील अन्य व्यक्तींशी संबंध प्रस्थापित करते, इतरांना सहकार्य देते, यातून त्याचा सामाजिक विकास होतो. एखादी कृती करण्यातील त्याची गती, सफाई व अचूकता यावर त्याचे यशापयश अवलंबून असते आणि यशापयशाचा भावनिक विकासावर बराच परिणाम होतो. अर्थात विकासाच्या सर्वच अंगांशी कारक क्रियांचा संबंध आहे.

शारीरिक, मानसिक आणि भावनिक विकास; तसेच गरजा आणि आवडी-निवडी लक्षात घेऊन विविध कृतींतून मुलांचा कारक विकास साधला पाहिजे. चित्रकला, हस्तकला, शास्त्रातील प्रयोग, खेळ व क्रीडा, विविध कार्यानुभव इत्यादींचे योग्य नियोजन करून विद्यार्थ्यांच्या कारक विकासास मदत केली पाहिजे. ज्ञान संपादन करणे, प्रत्यक्ष कृती करणे, समन्वय साधण्याची क्षमता वाढविणे, जरूर इतका वेळ देणे व सराव करणे, कौशल्य-संपादनाच्या दृष्टीने महत्त्वाचे आहेत हे विद्यार्थ्यांचे मार्गदर्शन करणाऱ्या शिक्षकाला माहीत असले पाहिजे.

(3) मानसिक विकास : जीवन जगत असताना आपल्याला अनेक गोष्टींच्या ज्ञानाची, विविध कौशल्यांची संपादित ज्ञानाचा उपयोग करण्याची व नव्या परिस्थितीत समायोजन साधण्याची गरज असते. ज्ञान व कौशल्ये संपादन करीत असताना, संपादित ज्ञानाचा उपयोग करताना तसेच नव्या परिस्थितीशी समायोजन साधताना विविध मानसिक शक्ती आपल्यासमोर हजर असतात. नव्या गोष्टी समजून घेणे, संग्रहित माहितीचा व आत्मसात केलेल्या पद्धतीचा केव्हा, कुठे व कसा उपयोग करावा हे ठरविणे, अभिनव अशा परिस्थितीचे विश्लेषण करून काय करावे व काय करू नये याविषयी निर्णय घेणे इत्यादी मानसिक शक्तींमुळेच शक्य होते.

मानसिक विकासामध्ये बुद्धीचा विकास, भाषेचा विकास, संबोधांचा विकास आणि समस्या सोडविण्याच्या क्षमतेचा विकास या अंगांचा समावेश होतो.

(अ) बुद्धीचा विकास : अभिक्रमशीलता, निर्णयशक्ती आणि समायोजन क्षमता म्हणजे बुद्धी असे बीने या मानसशास्त्रज्ञाने म्हटले आहे. बुद्धी ही उपजत क्षमता आहे. या क्षमतेचे प्रत्यक्ष मापन करता येत नाही. ज्यात बुद्धीचा वापर होतो अशा एखाद्या कृतीतूनच अप्रत्यक्ष रीतीने तिचे मापन करता येते. एखाद्या व्यक्तीला किंवा व्यक्तिसमूहाला अनेक वर्षे वारंवार बुद्धिमापन कसोट्या देऊन त्याने प्राप्त केलेल्या गुणावरूनच बुद्धीचा विकास कसा होतो हे पाहता येते. विविध मानसिक घटकांच्या बाबतीत सर्व व्यक्तींचा विकास कोणत्या वयात पूर्ण होतो हे सांगता येणे कठीण आहे. व्यक्तिपरत्वे तसेच मानसिक घटकपरत्वे विकासाच्या पूर्णत्वाची वयोमर्यादा वेगवेगळी असते.

(ब) भाषेचा विकास : बौद्धिक विकासाबरोबर भाषा विकासाची क्षमता वाढत जाते. उत्तर शैशवावस्थेत आणि बालकावस्थेत प्राप्त केले जाणारे भाषाज्ञान मुलाच्या बौद्धिक विकासाबद्दल खूपच बोलके ठरते. शाळापूर्व वयात मुलांचा भाषाविकास त्याच्या घरच्या आर्थिक व सामाजिक परिस्थितीवर बराच अवलंबून असतो. सुशिक्षित व सुसंस्कृत पालक असलेल्या घरातील मुलांचा भाषा विकास चांगला होतो. बालवयात प्रौढांच्या सान्निध्यात जास्त काळ राहणाऱ्या मुलांचा भाषा विकास आपल्याच वयाच्या बालकांच्या सान्निध्यात जास्त काळ घालविणाऱ्या मुलांच्या मानाने जास्त झालेला आढळतो.

(क) संबोधांचा विकास : संबोध किंवा सामान्य बोधांचा विकास मानसिक विकासाशी खूपच निगडित आहे. एखाद्या वस्तूविषयीचा संबोध निर्माण होण्यासाठी तशी वस्तू अनेक वेळा निरीक्षण करणे, तिच्यातील वैशिष्ट्ये लक्षात घेणे व सामान्यीकरण करणे आवश्यक असते. अनेक पक्षी पाहिल्यानंतर 'पक्षी' हा संबोध आपल्या मनात निर्माण होतो. संबोध म्हणजे अनेक अनुभवांचे संकलन करून काढलेले सार होय. विद्यार्थ्यांच्या मनातील संबोध स्पष्ट नसतील तर त्यांना शब्दाचे व वाक्यांचे अर्थ नीट समजणार नाहीत. म्हणून संबोध स्पष्ट करण्याकडे शिक्षकाचे लक्ष आणि प्रत्यक्ष अनुभव आवश्यक आहे.

शालेय जीवनात विद्यार्थ्यांच्या समस्या सोडविण्याच्या क्षमतेचा विकास घडवून आणला पाहिजे. विचार व तर्क करून विविध समस्यांची उकल करणे, समस्यापूर्तीचे विविध मार्ग सुचविणे, निरनिराळे मार्ग अवलंबून प्रत्यक्ष अनुमान घेणे, अनुमान व निष्कर्ष काढणे याविषयीच्या भरपूर संधी विद्यार्थ्यांना प्राप्त करून देणे व त्यांचे योग्य मार्गदर्शन करणे, हे शिक्षकाचे कर्तव्य आहे. यातूनच विद्यार्थ्यांच्या समस्या सोडविण्याच्या क्षमतेचा विकास होतो व त्याचा त्यांना भावी जीवनात उपयोग होतो.

(4) भावनिक विकास : भावनिक अनुभव शारीरिक, कारक आणि मानसिक विभिन्न अशा त्रिविध स्वरूपाचे असतात. शाळेत प्रवेश घेण्यापूर्वीच मुलांच्या काही भावनांची घडण झालेली असते. कर्कश आवाज आणि शरीराचा तोल जाण्याविषयीची भीती शैशवावस्थेतही आढळून येते. वाढते वय, परिस्थिती आणि अनुभव यांबरोबर मुलांच्या भावनांचे विषय व आविष्काराच्या पद्धती बदलतात यात भीती, चिंता, क्रोध, प्रेम, सहानुभूती व सामाजिक विकास यांचा समावेश होतो.

आधुनिक विद्यार्थीकेंद्रित शिक्षण

केवळ अभ्यासक्रम पूर्ण करणे म्हणजे शिक्षण नव्हे. शिक्षणाच्या माध्यमातून विद्यार्थ्यांचा सर्वांगीण विकास अभिप्रेत आहे. शिक्षण हे औपचारिक, अनौपचारिक व सहज शिक्षण पद्धतीने विद्यार्थी आत्मसात करीत असतो. घरातील/कुटुंबातील वातावरण, वडीलधाऱ्यांचा मानसन्मान, विविध प्रसंग व समाज या माध्यमातून विद्यार्थी शिक्षण घेत असतात. कधी शिक्षण हे हेतुपुरस्सर प्राप्त केले जाते, तर कधी अचानकपणे घडणाऱ्या घटनांमधूनही शिक्षण प्राप्त होत असते.

शिक्षक विद्यार्थ्यांचा सर्वांगीण विकास होण्याच्या हेतूने अध्यापन कार्य करीत असतात. शालेय शिक्षण हे मुलांच्या जीवनातील मैलाचा दगड आहे. शालेय शिक्षणाच्या माध्यमातून विद्यार्थी अनेक गोष्टींचे अनुभव घेतो व ते अनुभव आपल्या दैनंदिन जीवनात कशा प्रकारे उपयोगात आणता येईल याचा विचार करून वागत असतो.

आजची शिक्षण पद्धती ही विद्यार्थीकेंद्रित आहे. आधुनिक युगात विज्ञानामुळे प्रगती झाली, परंतु चांगल्या शोधाबरोबर काही चुकीच्या गोष्टींचाही प्रवेश झालेला दिसून येतो. विद्यार्थ्यांना शिक्षणप्रणालीच्या माध्यमाने विविध अनुभव देणे, व्यवहारिकता शिकविणे, संस्कृती संवर्धन करण्याबाबत जागरूक करणे, मूल्य रूजविणे, जीवन कौशल्याचे शिक्षण देणे, चूक व बरोबर यात फरक करता येणे, अशा अनेक गोष्टी शिक्षणाच्या माध्यमाने विद्यार्थी शिकत असतो. शिक्षण आपले अध्यापन कार्य करीत असताना केवळ पारंपरिक पद्धतीने कार्य करतात अथवा विविध अध्यापन पद्धतींचा अवलंब करतात, यावर विद्यार्थ्यांचे अनुभव व आकलन क्षमता अवलंबून असते. चांगला शिक्षक तोच जो विद्यार्थ्यांच्या क्षमतेनुसार अध्यापन कार्य करीत असतो.

(1) उपक्रमांच्या माध्यमातून अध्यापन : शालेय शिक्षक अध्यापन कार्य करताना विद्यार्थ्यांना कोणत्या प्रकारच्या अध्यापनाची आवश्यकता आहे, हे जेव्हा ओळखतो व अध्यापन कार्य करतो तेव्हा खऱ्या अर्थाने अध्यापन प्रक्रिया प्रभावी होते. विद्यार्थ्यांना केवळ पारंपरिक पद्धतीने अध्यापन नको असते, तर विविध अनुभव याचीही आवश्यकता असते. शिक्षकांनी घटकाचे विश्लेषण, आशयाचे विश्लेषण, घटक स्पष्टीकरण करताना विद्यार्थ्यांकडून कृती घ्यावयास हवे. आशयाचे आकलन दृढ होण्यासाठी व विद्यार्थ्यांच्या बुद्धीला चालना मिळण्यासाठी उपक्रम पद्धती अतिशय उपयुक्त आहे.

- विद्यार्थ्यांना घटकाच्या अनुषंगाने लहान-लहान उपक्रम करावयास शिक्षकाने दिले पाहिजे.
- विद्यार्थ्यांना जेव्हा उपक्रम दिले जातात, तेव्हा शिक्षकांची भूमिका ही केवळ निरीक्षकाची असली पाहिजे.
- विद्यार्थी उपक्रम कार्य करीत असताना चुका करीत असल्यास शिक्षकांनी कोणत्याही प्रकारची स्वत:हून मदत करू नये.
- विद्यार्थ्यांना उपक्रम कार्य करीत असताना शिक्षकाची मदत लागल्यासच शिक्षकाने मदत करावी. परंतु ती मदत केवळ प्राथमिक स्वरूपाचीच असावयास हवी.
- विद्यार्थ्यांना उपक्रम पूर्ण करण्यास निश्चित कालावधी देणे आवश्यक आहे.
- विद्यार्थ्यांना उपक्रमाचे टप्पे ठरवून द्यावे.
- प्रत्येक विद्यार्थ्यांचे उपक्रम हे शाळेतच पूर्ण व्हावयास हवे. कारण जेव्हा विद्यार्थी घरी उपक्रम करतात, तेव्हा त्या उपक्रमामध्ये विद्यार्थ्यांची सर्जनशीलता नव्हे तर पालकांची सर्जनशीलता पाहावयास मिळते.
- विद्यार्थ्यांचे उपक्रम पूर्ण झाल्यानंतर शिक्षकाने त्याचे प्रदर्शन भरवून त्यांचे कौतुक करावे.
- शाळेतील इतर विद्यार्थी, शिक्षक व पालकांना उपक्रम पाहावयास प्रोत्साहित करावे.

उपक्रमाच्या माध्यमाने सर्व आशयाचे अध्यापन कार्य होणे शक्य नाही. परंतु अभ्यासक्रमातील काही घटक असे असतात की, जे उपक्रमाच्या माध्यमाने पूर्ण केल्यास विद्यार्थ्यांना त्या घटकाचे आकलन प्रभावीपणे होते. जसे - किल्ले बनवा स्पर्धा, भेटकार्ड बनविणे, कागदी वस्तू बनविणे, पणत्या रंगविणे, आकाशदिवा बनविणे, गुढीपाडव्याची गुढी तयार

करणे, टाकाऊ पासून टिकाऊ वस्तू तयार करणे, इत्यादी. विद्यार्थ्यांच्या नवोपक्रम वृत्ती व सर्जनशीलता याला वाव मिळतो. विद्यार्थ्यांचा विकास योग्य पद्धतीने होण्यास मदत होते.

(2) शोधाच्या माध्यमातून अध्यापन : अध्यापन कार्यात विद्यार्थ्यांच्या चिकित्सक वृत्तीला वाव मिळणे आवश्यक बाब आहे. विद्यार्थी केवळ अभ्यासक्रम पूर्ण करून चांगले गुण मिळवितो, म्हणजे तो हुशार अथवा अव्वल आहे असा याचा अर्थ मुळीच होत नाही. प्रत्येक विद्यार्थी हा दुसऱ्या विद्यार्थ्यांपेक्षा वेगळा असतो. विद्यार्थ्यांमध्ये काही उपजत गुण असतात व त्यांचा विकास होणे आवश्यक आहे. ज्याप्रमाणे उपक्रम हे विद्यार्थ्यांच्या सर्जनशीलतेच्या विकासासाठी आवश्यक आहे, त्याचप्रमाणे विद्यार्थ्यांच्या चिकित्सक वृत्तीला वाव मिळण्यासाठी शोधाच्या माध्यमातून अध्यापनही आवश्यक आहे.

- शिक्षकांनी विद्यार्थ्यांना एक वाक्य, एक घटना, शब्दकोडे अथवा अंककोडे, Puzzle, Tangram एका कागदापासून एक विशिष्ट वस्तू तयार करणे, इत्यादी अशा प्रकारचे कार्य देऊन विद्यार्थ्यांना त्यातून विशिष्ट गोष्टीचा शोध घेण्यास प्रवृत्त करावे.
- विद्यार्थ्यांना योग्य पद्धतीने सूचना द्याव्यात.
- विद्यार्थ्यांना कार्य करायच्या अगोदर काही अडचणी व शंका असल्यास शिक्षकांनी त्याचे समाधान करावे.
- विद्यार्थ्यांना विशिष्ट वेळ द्यावा.
- शोधन कार्य हे केवळ शाळेतच पूर्ण करण्याची सूचना शिक्षकांनी विद्यार्थ्यांना द्यावी.
- विद्यार्थ्यांना गरज भासल्यावरच त्यांना मदत करावी.
- शोधनकार्य पूर्ण झाल्यावर वर्गात चर्चासत्र आयोजित करावे.
- विद्यार्थ्यांनी त्यांना दिलेले कार्य कशा प्रकारे पूर्ण केले, हे त्यांना त्यांच्या शब्दातच व्यक्त करू द्यावे.
- विद्यार्थ्यांचे शिक्षकांनी कौतुक करावे.
- शालेय मासिकामध्ये उत्कृष्ट कार्याचे प्रकाशन करावे.

शोधन पद्धतीने अध्यापन कार्य म्हणजे विद्यार्थ्यांच्या चिकित्सक वृत्तीचा विकास होय. विद्यार्थ्यांचा मानसिक, बौद्धिक, सामाजिक विकास होण्याच्या दृष्टीने शोधक पद्धतीने अध्यापन कार्य महत्त्वपूर्ण आहे. विद्यार्थी आपले विचार या कार्याच्या माध्यमाने व्यक्त करू शकतात व त्यांना एक योग्य अशी जागा प्राप्त होते.

(3) संवादाच्या माध्यमातून अध्यापन : शिक्षकांनी वर्गात शिकविणे व विद्यार्थ्यांनी ते लिहून घेणे, हा विद्यार्थ्यांच्या शालेय जीवनातील महत्त्वाचा भाग नाही. शिक्षणाच्या माध्यमातून विद्यार्थ्यांचा सर्वांगीण विकास अभिप्रेत आहे व यात विद्यार्थ्यांना व्यक्त होता येणे हे ही आवश्यक आहे. अनेक अशी मुले पाहावयास मिळतात, जी अभ्यासात हुशार असतात पण त्यांना आपले मत/विचार व्यक्त करता येत नाही. यासाठी विद्यार्थ्यांशी संवाद साधला जाणे आवश्यक आहे. शिक्षक संवादाच्या माध्यमातून अध्यापन कार्य प्रभावीपणे करू शकतात.

- विद्यार्थ्यांना बोलके करण्यासाठी शिक्षकांनी एक योजना तयार करावी.
- जो घटक शिकवायचा आहे, त्याबाबत काही प्रश्न तयार करावेत.
- वर्गातील मुलांचे प्रत्येकी चार अथवा सहा असे गट तयार करावेत.
- वर्गात चर्चासत्र होणार आहे याची सूचना अगोदरच द्यावी.
- दोन दिवस अगोदर प्रत्येक गटाला एक-एक प्रश्न शिक्षकांनी द्यावा.
- त्यांना देण्यात येणाऱ्या प्रश्नाबाबत आपापसामध्ये विचारविनिमय करण्यास वेळ उपलब्ध करून द्यावा.
- वाचनालय उपलब्ध करून द्यावे.
- काही अडचणी असल्यास विद्यार्थ्यांनी शिक्षकांना विचारावे अशी सूचना द्यावी.

- गटचर्चा होत असताना, त्या-त्या गटातील प्रत्येक विद्यार्थ्यांने आपले मत मांडणे अथवा बोलणे आवश्यक आहे, अशी सूचना देणे.
- निश्चित वेळेत गटचर्चेचे आयोजन करणे.
- वर्गात विशिष्ट प्रकारची बैठकव्यवस्था करणे.
- वर्गात वातावरण निर्मिती करणे.
- प्रत्येक गटाने आपली चर्चा पूर्ण केल्यावर इतर मुलांना त्या विषयासंदर्भात प्रश्न विचारण्यास प्रेरित शिक्षकांनी प्रेरित करणे.
- शेवटी शिक्षकांनी गटचर्चेचे संकलन करणे.

शिक्षकांनी वर्गअध्यापन कार्यामध्ये विद्यार्थ्यांना संवादाच्या माध्यमाने विद्यार्थ्यांना त्यांचे मत मांडणे व विचार प्रक्रिया दृढ करणे हे प्रभावीपणे घडू शकते. विद्यार्थी इतर वेळेस आपले मत मांडत नाही अथवा बोलत नाही. परंतु विशिष्ट वातावरणात त्यांना प्रेरणा मिळून आपले मत मांडतात. विद्यार्थ्यांच्या विकासामध्ये त्यांचा इतर मुलांशी संवाद व स्वतःशी संवाद होणे आवश्यक आहे. संवाद पद्धतीच्या अध्यापनाद्वारे विद्यार्थ्यांमध्ये सभाधीटपणा, नेतृत्वक्षमता, निर्णयक्षमता, समायोजन, विचारांची प्रभावी देवाण घेवाण, समजूतदारपणा, इतरांचा आदर इत्यादी अशा गुणांचा विकास होतो. विद्यार्थी आपले मत प्रभावीपणे मांडू शकतात व आपला विकास साध्य करतात.

अध्यापन कार्यात इतर अध्यापन पद्धतीच्या वापराप्रमाणे उपक्रम पद्धती, शोधनपद्धती व संवाद पद्धतीही विद्यार्थ्यांच्या विकासात व विचार व्यक्त करण्यासाठी आवश्यक आहे. शालेय विद्यार्थी हे अनुकरणप्रिय असतात, जसे वातावरण त्यांना प्राप्त होते त्याप्रमाणे ते घडत जातात. म्हणूनच शाळेला समाजाची छोटी प्रतिकृती असे म्हणतात.

3.9 भाषा अध्ययनातील अडसर

भाषेचे संस्कार बालकावर जन्मल्यापासून होत असतात. शाळेत प्रवेश करण्यापूर्वी बालकास बोलता येत असते. या अनौपचारिक बोलण्यात उपयोगात येणाऱ्या भाषेचा प्रभाव शाळेत आल्यानंतर औपचारिक भाषा शिकताना प्रारंभी तरी होत असतो. बालकाची बोलण्याची भाषा प्रमाणित भाषेपासून जितकी दूर तितका हा प्रभाव जास्त असतो. शाळेत प्रवेश झाल्यानंतर शिक्षक विद्यार्थ्यांच्या जिभेवरील पूर्वसंस्कार पुसून टाकून प्रमाणित भाषेचे नवीन संस्कार रुजविण्याचे कार्य करतात. या बोलण्याचा भाषेचा परिणाम विद्यार्थ्यांच्या भाषण, संभाषण, पठण व लेखन या क्षमतांवर होत असतो.

(1) भाषा व विचारशक्ती यांचा सहसंबंध : औपचारिक शिक्षणासाठी शाळेत प्रवेश करणाऱ्या प्रत्येक विद्यार्थ्याच्या भाषिक क्षमतांचा विकास एकाच पातळीवरील किंवा एकाच स्तरावरील नसतो. त्यांचे भाषिक कौशल्यावरील प्रभुत्व भिन्न-भिन्न पातळीवरील असते कारण औपचारिक शिक्षणाच्या अगोदर बालक अनौपचारिक शिक्षणाच्या म्हणजेच कुटुंबात वाढतो. तेव्हा त्या बालकाशी कुटुंबातील लोक जी भाषिक आंतरक्रिया करतात, त्याच्याशी जे संभाषण करतात त्या भाषिक आंतरक्रियांच्या प्रमाणानुसार त्या बालकाचा भाषिक विकास होत असतो. बालकाशी जितके जास्त संभाषण तितकी त्याची भाषा जास्त प्रगल्भ होते. या प्रगल्भतेचे मुख्य लक्षण म्हणजे विविध शब्दांचा उपयोग व लांब वाक्यांची रचना करण्याची क्षमता. हे भाषेवरील प्रभुत्व जितके जास्त तितकी त्याची विचारशक्ती जास्त. कारण विचारशक्ती व भाषेवरील प्रभुत्व यांचा सहसंबंध असतो.

(2) साधनाची उपलब्धता : शिक्षणाच्या सार्वत्रिकीकरणामुळे निरक्षर कुटुंबातील प्रथमच शाळेत प्रवेश करून शिक्षण घेऊ इच्छिणाऱ्या बालकांची संख्या प्रचंड प्रमाणात वाढली आहे. अशा मुलांवर प्रमाणित भाषेचे संस्कार झालेले नसतात. अध्ययनासाठी घरी मार्गदर्शन मिळण्याचा संभव नसतो. शैक्षणिक साहित्य उपलब्ध होत नाही. बऱ्याच वेळा कुपोषणाचीही भीती असते. या सर्व कौटुंबिक पार्श्वभूमीचा परिणाम भाषा अध्ययनावर होत असतो.

(3) आंतरक्रिया : दोन व्यक्तींमध्ये काही कारणाने ध्वनीचे वहन योग्य प्रकारे होत नसेल तर श्रवण क्रियेत अडथळा येतो. आजूबाजूला गोंधळ असेल तर श्रवणक्रिया परिणामकारक होत नाही. तसेच जर वक्ता अधिक जोरात व अधिक सावकाश बोलत असेल श्रवण करण्यास अडथळा निर्माण होतो.

(4) लेखनशैली : लेखन करताना तिरपे अक्षर काढणे चुकीचे आहे. तसेच जोडून अक्षरे काढणे हानिकारक आहे व लेखन करताना शब्दांवर रेषा असाव्यात. त्या नसतील तर ते लेखन समजण्यास अडचण निर्माण होते. दृष्टिदोष, श्रवणदोष, लेखनतंत्र अवगत नसणे, वातावरण यामुळे लेखनात अडचणी येतात.

(5) सकारात्मक दृष्टिकोन : एकाग्रता कमी असणे, स्वत:ला इतरांपेक्षा कमी लेखणे, न्यूनगंडाची भावना निर्माण होणे, आपण संभाषण केल्यास समाज आपल्याला हसेल ही भावना, आवाज बारीक असणे, इतरांकडे बघण्याचा दृष्टिकोन इत्यादी संभाषणावर परिणाम करणाऱ्या अडचणी होय.

3.10 भाषा कौशल्यांचा विकास

आपले जीवन यशस्वी करण्यासाठी कौशल्याची गरज असते. जीवन जगण्याची कला ही कौशल्यावर अवलंबून आहे. प्रत्येक काम मन लावून, शांतचित्ताने कौशल्यपूर्णरीत्या केल्यास ते यशस्वी होते. कौशल्याची व्याप्ती ही चराचरात भरलेली आपणास दिसते. मोराच्या पिसाऱ्यात ईश्वराने भरलेले रंग हे एक कौशल्यच आहे म्हणूनच, कौशल्याची व्याप्ती ही एका बिंदूपासून सुरू होऊन अनंतापर्यंत पोहोचते.

(1) कौशल्यांचे आत्मसातीकरण : मानवाला जीवन जगताना अनेक कौशल्ये आत्मसात करावी लागतात. भाषा शब्दकोशात कौशल्याला अनेक अर्थ दिलेले दिसतात. कसब, कारागिरी, खुबी, चातुर्य, तरबेजपणा, नैपुण्य, पारंगतता, हातोटी यालाच कौशल्य असे म्हणतात. कोणत्याही शास्त्राचे, कलेचे किंवा हस्तकलेचे सादरीकरण व व्यावहारिक जीवनात उपयोजन करण्याची क्षमता म्हणजे कौशल्य. तसेच एखाद्या कलेची, व्यापाराची किंवा देणगीची कार्यसिद्धी म्हणजे कौशल्य.

(2) ज्ञानप्राप्तीचे मार्ग : भाषेच्या माध्यमातून प्रत्येक व्यक्तीच्या व्यक्तिमत्त्वाचा विकास होत असतो व यासाठी भाषिक कौशल्ये अंगी बाणणे गरजेचे आहे. भाषिक कौशल्यात श्रवण, वाचन, संभाषण, लेखन व भाषण या प्राथमिक कौशल्यांचा समावेश होतो. ज्ञान हे माणसाला घडविते, पंख देते आणि ज्ञानभरारी घेण्यास प्रवृत्त करते. म्हणून ज्ञान अवगत करण्यासाठी काही कौशल्यांची गरज असते.

(3) कौशल्यांचा विकास : वाचन, लेखन व आकडेमोड ही तीन कौशल्ये पूर्वीपासून शिक्षणात आहेत. शिक्षण टप्प्याटप्प्याने घेत असताना आपल्या ज्ञानात भर पडत असते. वाचन-कौशल्याला अनेक अंकुर फुटतात आणि ते आपल्याला पल्लवित करत असतात. याच पद्धतीने श्रवण, वाचन, संभाषण, लेखन, भाषण या कौशल्यात अधिक गती घेतल्यास त्यांचा विकास होत असतो.

(4) व्यवहारात उपयोग : व्यवहारी उपयोगासाठी श्रवण, संभाषण, लेखन, वाचन व भाषण ही कौशल्ये उपयोगी ठरतात. ज्ञान आणि जीवन यांची एकत्रित गुंफण करण्यासाठी त्यांचा आपणाला नक्कीच उपयोग होत असतो. आपण जेव्हा श्रवण करत असतो तेव्हा त्या गोष्टीत एकरूप होणे महत्त्वाचे असते. बोलताना मनातले विचार स्पष्ट व प्रामाणिकपणे इतरांना सांगणे महत्त्वाचे ठरते. लेखन करताना त्यातील आशय वाचकांपर्यंत पोहोचला पाहिजे. अशाच प्रकारे भाषण संभाषणाची तंत्रे आत्मसात करावी लागतात.

3.11 श्रवण कौशल्ये

भाषा शिक्षणात श्रवण कौशल्याला महत्त्वपूर्ण स्थान आहे. मातृभाषेचे ज्ञान संपादन करताना बालक शब्द अथवा वाक्यांचे श्रवण करते आणि त्यानंतर बोलण्याचा प्रयत्न करते. जोपर्यंत बालक शब्दाला योग्य पद्धतीने श्रवण करीत नाही, तोपर्यंत ते बोलण्यासाठी समर्थ होत नाही. प्रत्येकास कोणत्याही प्रकारचे ज्ञान अवगत करावयाचे असल्यास त्यासाठी कौशल्येही आवश्यक आहेत. संवादाच्या प्रक्रियेमध्ये एक व्यक्ती वक्ता व दुसरा श्रोता म्हणून असतो. आपणाला माहिती लिखित स्वरूपात मिळत नसेल तर ध्वनींच्या साहाय्याने तिचे आकलन करून घ्यावे लागते. आजकाल रेडिओ, टी.व्ही., मोबाईल इत्यादींसारख्या माध्यमातून श्रवण क्रिया सुरू असते. श्रवण कौशल्य योग्य पद्धतीने आत्मसात केल्यास ती आपणास फायदेशीर होऊ शकते.

पायाभूत कौशल्ये

श्रवण कौशल्य हे भाषिक कौशल्यातील पायाभूत कौशल्य आहे. मनुष्याला ईश्वराने एक तोंड व दोन कान दिलेले आहेत. याचे कारण म्हणजे कमी बोलावे व जास्त ऐकावे हे होय. बोलता न येणारे लहान मूल श्रवणातूनच भाषेतील शब्द, शब्दबंध, वाक्य यांचे ग्रहण करते. हा प्रत्यय म्हणजे भाषेतील श्रवण कौशल्याचे महत्त्व स्पष्ट करणारा ठरतो.

श्रवण कौशल्याचा विकास होण्यासाठी शिक्षकाची भूमिका

1. भाषा शिक्षण देताना वर्गात शिस्तीचे वातावरण निर्माण करावे.
2. बालकांच्या स्तरानुसार त्यांना श्रवण साहित्य ऐकविण्यात यावे.
3. प्रसंगानुसार श्रवण साहित्य असावे.
4. शिक्षकांनी प्रसंगानुसार साहित्याचे वाचन करावे.
5. संस्कृत भाषा शिकविताना श्लोकांचे उच्चारण, स्वरातील गती यात लयबद्धता असावी.
6. श्रवण कौशल्याच्या विकासासाठी आधुनिक श्रवण साहित्याचा उपयोग करावयास हवा.
7. श्रवण कौशल्याच्या विकासासाठी जास्तीत जास्त सराव करून घ्यावा.
8. वर्गात चर्चा, चित्र वर्णन, शब्द आवृत्त्या इत्यादींचा वापर करावा.
9. वर्गात गोष्टी, कविता यांचे वाचन करावयास विद्यार्थ्यांना सांगावे व स्वत: ही करावे.

3.12 वाचन कौशल्ये

भाषिक कौशल्यामध्ये वाचन हे एक महत्त्वाचे अभ्यास कौशल्य आहे. आपणाला वाचनाने सर्वांत जास्त ज्ञान मिळत असते. भाषा, इतिहास व समाजशास्त्रे या विषयाच्या अभ्यासात वाचन महत्त्वाचे ठरते. पुस्तके, वर्तमानपत्र, मासिके यांच्या वाचनानेही ज्ञानात भरच पडत असते. वाचन कौशल्याची मांडणी, वाचन-कौशल्ये व त्याचे स्वरूप, वाचन-प्रकार, वाचनाच्या पद्धती, वाचनवेग, चित्रवाचन या पद्धतीने करता येईल.

आकलन क्षमता : वाचन कौशल्य ही क्रिया सहजासहजी अवगत न होणारी क्रिया आहे. एखाद्या शब्दाचा अर्थ लावायचा असेल तर पूर्वज्ञान, कल्पना, हेतू या घटकांनी त्याचे आकलन होते. तसेच तुमची बौद्धिक पात्रता, मानसिक घडण, शारीरिक क्षमता, आजूबाजूचे वातावरण यांचा वाचनक्षमतेवर कमी-अधिक प्रमाणात प्रभाव पडत असतो. वाचन कौशल्य सुधारण्यासाठी शब्दबोध, वाचनदिशा, पुनर्दृष्टिक्षेप, दृष्टीचा आवाका, वाचताना शब्दोच्चारण, आकलन, शब्दसंग्रह हे वाचन प्रक्रियेतील घटक समजावून घेणे महत्त्वाचे ठरते.

वाचन कौशल्याचा विकास होण्यासाठी शिक्षकाची भूमिका

1. विद्यार्थ्यांना शुद्ध उच्चारण करण्यास प्रेरित करणे.
2. विद्यार्थ्यांना उचित स्वर, गती, यती आणि लय यानुसार वाचन करण्याची योग्यता निर्माण करणे.
3. विद्यार्थ्यांना ध्वनीच्या योग्य आरोह-अवरोह तसेच योग्य विरामचिन्हांना लक्षात ठेवून वाचनात निपुण करणे.
4. विद्यार्थ्यांमध्ये मौखिक वाचनाद्वारे आत्मविश्वास आणि आत्मनिर्भरता यांचा विकास करणे.
5. शुद्ध आणि स्पष्ट उच्चारणासोबत वाचन करण्यासाठी विद्यार्थ्यांना प्रेरित करणे.
6. विद्यार्थ्यांना योग्य विराम चिन्हांनुसार वाचन करण्यास समर्थ बनविणे.
7. विद्यार्थ्यांच्या उच्चारणावर स्थानिक प्रभाव व ग्रामीण प्रभाव पडू न देता योग्य वाचन करण्यास प्रोत्साहित करणे.

3.13 लेखन कौशल्य

भाषा ही एक सर्जनात्मक शक्ती आहे आणि विचारविनिमयाचे साधन आहे. भाषेवर प्रभुत्व मिळविण्यासाठी ज्याप्रकारे ऐकणे, बोलणे आणि वाचणे याला महत्त्व आहे त्याचप्रमाणे लेखन कौशल्यालाही विशेष महत्त्व आहे. अध्ययन प्रक्रियेचा एक भाग म्हणून लेखनाचे महत्त्व आहे. लेखनाच्या सरावाच्या माध्यमाने लेखन कौशल्ये आत्मसात करता येते. लेखन कौशल्यासाठी काही बाबी लक्षात घेतल्या पाहिजेत. लेखन करताना मन शांत व प्रसन्न असणे गरजेचे असते. तसेच मनाची एकाग्रता असावी, बसण्याची पद्धत व लेखनाची सवय जोपासली पाहिजे. लेखन कौशल्यात मानसिकता टिकवून ठेवणे गरजेचे आहे. लेखन करताना प्रत्येक ओळ मन लावून लिहावी. सर्व रेषांमधील अंतर सारखे ठेवावे. आपण जेव्हा लेखन करतो तेव्हा ते वळणदार असावे. दुसऱ्यांनी वाचताना त्याचे समाधान होईल, त्याचे मन प्रसन्न होईल याची काळजी घेतली पाहिजे.

लेखन कौशल्याचा विकास होण्यासाठी शिक्षकाची भूमिका

1. विद्यार्थ्यांमध्ये सुंदर, स्पष्ट आणि सुवाच्च अक्षरे काढण्याची सवय लावणे.
2. विद्यार्थ्यांना शुद्ध वाक्यरचनांचे नियम, विरामचिन्हांचा उपयोग आणि साहित्याच्या प्रकाराविषयी माहिती देणे.
3. विद्यार्थ्यांमध्ये लहान-लहान वाक्यरचना करण्याची क्षमता विकसित करणे.
4. विद्यार्थ्यांना अक्षरांच्या आकाराविषयी ज्ञान देणे आणि त्याबाबत मार्गदर्शन करणे.
5. विद्यार्थ्यांना लेखन करताना योग्य विरामचिन्हांचा उपयोग करण्यास समर्थ बनविणे.
6. विद्यार्थ्यांच्या लेखनाच्या गतीवर लक्ष देणे.

3.14 संभाषण कौशल्य

परस्परांशी बोलणे, शब्दांची देव-घेव संभाषणातून होते. जीवनात फारच थोड्या बाबी व्यक्ती एकटीने करते. अनेक बाबतीत आपण एकमेकांवर अवलंबून असतो. संभाषण साधल्याने आपण शारीरिक दृष्टीने दुसऱ्या व्यक्तीपासून कितीही दूर असलो तरी मनाने जवळ पोहोचतो. संभाषण किंवा बोलण्याचे कौशल्य अवगत असेल तर आपले हेतू साध्य होण्यास मदत होते. दोन किंवा अधिक माणसांतील बोलीभाषेतील संवादाला संभाषण म्हणतात. हा संवाद सुसंवाद होण्यासाठी संभाषण कौशल्याची गरज असते. भाषा हे विचारविनिमयाचे एक श्रेष्ठ साधन आहे. भाषेच्या जोरावर माणसाने अलौकिक अशी प्रगती केलेली आहे. भाषेतून, बोलण्यातून माणूस स्वत:ला व्यक्त करत असतो. संभाषणातून एखादी व्यक्ती, घटना याबद्दल स्वत:चे मत नोंदवत असते. संभाषण शक्य होण्यासाठी वक्ता व श्रोता यांना एक सामाईक भाषा अवगत असणे ही महत्त्वाची बाब आहे. कमीत कमी दोन तरी व्यक्तींना एकत्र आणणे हाच मुळी भाषेचा मूलभूत हेतू आहे. भाषा ही केवळ क्षणिक गरजा भागविण्याचे कार्य करते असे नाही, तर भाषा अधिक अर्थवाहक, आशयपूर्ण आणि कार्यक्षम बनविता येते.

3.15 भाषण कौशल्य

'भाषण' या शब्दाचा अर्थ एकट्या व्यक्तीचे चालू असलेले बोलणे याअर्थी वापरला जातो. आपण जेव्हा भाषण करतो तेव्हा आपले बोलणे प्रसंगोपात व उत्स्फूर्त स्वरूपाचे असते. आपण भाषण करताना छोट्या/ मोठ्या समूहासमोर बोलत असतो. तेव्हा त्याचे स्वरूप अनौपचारिक राहत नाही. त्याचा विषय ठरलेला असतो. भाषण करताना वक्ता बोलण्यासाठीचा कालावधी व वेळ निश्चित करत असतो. भाषणाचा हेतू समाज-प्रबोधन, समाज-उद्दीपन हे प्रामुख्याने असतात, तर कधी-कधी भाषण हे मनोरंजन, प्रशिक्षण यासाठी केले जाते. भाषण म्हणजे भाषेवर प्रभुत्व, विचारांची चांगली जुळवाजुळव, भारदास्त शब्दयोजना, काही कोटीक्रम व सुभाषितांचा उपयोग आणि थोड्या वेळात आपले मुद्दे आटोपशीर मांडण्याची शैली. तसेच भाषण म्हणजे दुसऱ्याचे मन वाणीच्या साधनाने आकर्षून घेणे. भाषण करताना आपल्या बोलण्याचा हेतू श्रोत्यांना समजला पाहिजे. भाषण करताना आपला सराव हवा. श्रोत्यांचा सहभाग असावा. श्रोत्यांना उपयोगी पडतील असे परिपक्व विचार मांडले गेले पाहिजेत.

भाषण कौशल्याचा विकास होण्यासाठी शिक्षकाची भूमिका

1. विद्यार्थ्यांमध्ये लहान-लहान वाक्ये, संधीयुक्त शब्द बोलण्याची क्षमता निर्माण करणे.
2. विद्यार्थ्यांमध्ये सहजपणे बोलण्याची कला निर्माण करणे, साधे व स्पष्ट भाषेमध्ये बोलण्याची सवय लावणे.
3. विद्यार्थ्यांमध्ये ऱ्हस्व, दीर्घ इत्यादी मात्रांचे योग्य उच्चारण करण्याची सवय लावणे.
4. विद्यार्थ्यांना विचारलेल्या प्रश्नांची उत्तरे शुद्ध व योग्य प्रकारे देण्याची क्षमता निर्माण करणे.
5. विद्यार्थ्यांमधील संकुचित वृत्ती दूर करून त्यांच्या व्यक्तिमत्त्व विकासासाठी भाषा अध्ययनाचा वापर करणे.
6. आपल्या दैनंदिन जीवनात विद्यार्थ्यांना ऐकताना, वाचताना व पाहताना त्यास शुद्ध, अर्थपूर्ण व तर्कसंगत अभिव्यक्त करण्याची क्षमता विकसित करणे.
7. विद्यार्थ्यांना इतरांसमोर आपला योग्य पद्धतीने प्रभाव पाडण्यासाठी, आपले विचार व्यक्त करण्यासाठी क्षमता निर्माण करणे.

मानवी जीवन सफल करण्यासाठी कौशल्याची गरज असते. कोणतीही गोष्ट मन लावून एकाग्रतेने केल्यास यशस्वी होऊ शकतो. लेखन, वाचन, श्रवण, संभाषण व भाषण ही कौशल्ये सहजासहजी आत्मसात होत नसतात त्यासाठी चिकाटी व प्रयत्नांची गरज असते. भाषिक कौशल्याचे आपणाला निश्चितच फायदे होतात. आपले व्यक्तिमत्त्व सुधारण्यासाठी या कौशल्यांचा फायदा होतो. यशस्वी जीवनाची गुरुकिल्ली म्हणजे भाषिक कौशल्ये आहेत. यासाठी प्रयत्नाची, कष्ट करण्याची जिद्द असावी लागते. प्रत्यक्ष कौशल्याचे फायदे आहेत.

3.16 बहुभाषिक : अर्थ आणि संकल्पना, बहुभाषेचे महत्त्व आणि वर्गात बहुभाषिकता रूजविणे.

भारताच्या विशिष्ट भौगोलिक परिस्थितीमुळे व ऐतिहासिक विकासामुळे भारतात अनेक भाषा ही गोष्ट क्रमप्राप्त आहे. बारा कोसांवर भाषा बदलते, असे सामान्यत: म्हटले जाते. मग या खंडमूल्य देशात भाषांची विविधता दिसली तर त्यात नवल नाही. त्यातच शेकडो वर्षांपासून अनेक टोळ्या, जमाती व वंश या देशात येऊन स्थिर झाले. स्थिरावलेल्या जनसमुदायांची, कधी दुष्काळासारखी आपत्ती तर कधी राजकीय परिस्थिती यामुळे फार मोठ्या प्रमाणावर स्थलांतरे झाली. याचा परिणाम म्हणून जुन्या-नव्या समाजाच्या संघटनांतून नव्या-नव्या भाषा निर्माण झाल्या. तर दुसऱ्या बाजूने एकेका जनसमुदायातही जातिभेद, सांस्कृतिक भेद, व्यवसायभेद इत्यादी कारणांनी जो फुटीरपणा व अलगपणा येत गेला त्यामुळे

अनेक पोटभाषा निर्माण झाल्या. भारताच्या विविधतेचा अभिमान बाळगणाऱ्यांनी येथील भाषांच्या अनेकत्वाचा गौरव करावयास पाहिजे आणि तो करीत असतानाच नवभारताची पूर्वापार चालत आलेली वैचारिक व सांस्कृतिक अखंडता टिकविण्यासाठी प्रयत्न करावयास हवेत.

मातृभाषा हीच राष्ट्रभाषा होणे ही गोष्ट आजकाल केवळ राष्ट्राच्या भौगोलिक विस्तारावरही अवलंबून राहिली नाही. एकाच वंशाचे, एकच भाषा बोलणारे लोक राष्ट्रात असतील तरच ती गोष्ट शक्य आहे. भारत हे वेगवेगळ्या भाषा बोलणाऱ्या राज्यांचे संघराज्य झाल्यामुळे मातृभाषा व राष्ट्रभाषा या भिन्न असण्याची गरज निर्माण झाली आहे. तसेच, शेजारील राज्यही तिसऱ्याच भाषेचे असणार. याशिवाय जागतिक, राजनैतिक परिस्थिती व आधुनिक शास्त्रांचा भिन्न भिन्न राष्ट्रांतला विकास यामुळे इतर भाषांचे ज्ञान ही गरज निर्माण झाली आहे.

संकल्पना

विद्याध्ययन, तीर्थयात्रा, व्यापारउदीम, धर्मचर्चा यांच्या निमित्ताने हरिद्वारपासून रामेश्वरपर्यंत लोकांची ये-जा शेकडो वर्षे चालूच आहे. प्रांतातल्या प्रांतातही मारवाडी, गुजराथी, मुस्लीम, तेलुगू इत्यादी भिन्नभाषीय लोक एकाच गावात गुण्यागोविंदाने नांदत आले आहेत आणि राष्ट्रकूट, चालुक्य, मुघल व मराठे या भिन्न भाषियांची राज्ये विविध भाषा बोलणाऱ्या प्रांतांवर स्थापन होऊन त्या-त्या राज्यकर्त्यांशी तेथील जनता व तिचे पुढारी समरस झाले आहेत.

विविध भाषांच्या अभ्यासाशिवाय हे सर्व व्यवहार व उलाढाली अशक्य होत्या हे निश्चित आहे. पण पूर्वीच्या व आताच्या परिस्थितीत एक महत्त्वाचा फरक असा झाला आहे की, पूर्वी राष्ट्रीयतेच्या भावनेचा संबंध प्रत्येक नागरिकाच्या जीवनाशी येऊन पोहोचला नव्हता; परस्परविनिमयाचे क्षेत्र आजच्याइतके विशाल व संकीर्ण नव्हते आणि आजच्यासारखी शिक्षणव्यवस्थेची जबाबदारी राज्यसत्तेने पत्करली नव्हती.

शिक्षणक्रमात भाषांना कोणते व किती स्थान असावे असा प्रश्नच त्यामुळे निर्माण झाला नव्हता. तीर्थोपाध्ये, मूठभर मुत्सद्दी वा चिटणविशी करणारा अल्प वर्ग व थोडे व्यापारी परस्पर सहवासाने, अनुकरणाने व काही प्रयत्नाने गरज पडेल त्याप्रमाणे अन्य भाषा शिकत. पण आता वाढत्या दळणवळणाने प्रांतांच्या व राष्ट्रांच्या जुन्या सीमामर्यादांची तटबंदी कोसळली आहे. राजकीय क्षेत्रात नवविचार मूर्त स्वरूप धारण करीत आहेत.

अध्ययनार्थ्यांच्या सांस्कृतिक, सामाजिक आणि शैक्षणिक विकासात भाषेची भूमिका

भावना, संस्कृती, धर्मसंस्था, अध्यात्म आणि विज्ञान त्यांचे स्वरूप आणि व्याप्ती यांच्यातील शब्दशैलीचा विकास बघण्यासाठी भाषेच्या उत्कर्षाकडे नव्या-नव्या धाटणीतून बघावे लागते. एका विचारवंताने भाषेचे सारतत्त्व सांगताना असे म्हटले आहे की, कोणताही मानवी व्यवहार हा भाषेच्या खिडकीतून होत असतो. तो होताना प्रकृती संकल्पना समजून घ्यावी लागते. विचारसौंदर्य आणि त्याची परिणामकारकता एका विशिष्ट मापदंडाने तोलायची असेल तर, भाषेचा सर्जनशील वापर होणे आवश्यक आहे.

'सांस्कृतिक' हा शब्द इंग्रजीच्या Liberal या शब्दाचा अनुवाद आहे. लिबरल म्हणजे स्वतंत्र करणारे, सुसंस्कृत करणारे, बंधनातून मुक्त करणारे. संस्कृत व्युत्पत्तीनुसारही मराठीत सांस्कृतिक शब्दाचा आपण सुसंस्कारांनी युक्त असाच अर्थ करतो. अन्न, वस्त्र, निवारा या भौतिक गरजा जीवन जगण्याला आवश्यक असल्या तरी तेवढ्यानेच त्याचे समाधान होत नाही. जिज्ञासा हा मानवी प्राण्याचा स्वभावधर्म आहे. या जिज्ञासेमुळेच मानवाने विश्व व रहस्यांचा शोध घेण्यासाठी तत्वज्ञान निर्माण केले, नि:श्रेयस प्राप्तीसाठी धर्म प्रस्थापित केला. भावनांचे उन्नयन करून सौंदर्यदृष्टीचे समाधान करण्यासाठी साहित्य व संगीत, नृत्य, चित्र, शिल्प इत्यादी कलांचा विकास केला व संस्कृती निर्माण झाली. या सांस्कृतिक जीवनाचा मानव स्वत: उपभोग घेत असताना हा सांस्कृतिक वारसा नव्या पिढीपर्यंत पोहोचविण्यासाठी त्याने शिक्षण देण्यास सुरुवात केली.

सुसंस्कार करून सुसंस्कृत मानव निर्माण करणे हे सांस्कृतिक शिक्षणाचे महत्त्वाचे ध्येय होय. ज्ञानसंवर्धन, बौद्धिक विकास, चारित्र्यसंवर्धन, सौंदर्याभिरुची व रसिकतेचा विकास, नैतिक मूल्ये व सदभिरुचीचा विकास ही ध्येये सांस्कृतिक विकासाच्या ध्येयात अंतर्भूत होतात. तत्त्वज्ञान, धर्म, नीती, सदाचार, चित्रकला, शिल्पकला इत्यादी विषयांचा सांस्कृतिक अभ्यासक्रमात अंतर्भाव होतो.

3.17 अध्ययनार्थ्यांच्या सांस्कृतिक विकासात भाषेची भूमिका

भाषा ही संस्कृतीची श्रेष्ठता ठरविण्याचा निकष आहे. सुसंस्कृत माणसाचे बोलणे-चालणे, आचार-विचार वेगळेच असतात. मनुष्याच्या अंत:करणात दडलेले विचार आणि बाह्य सृष्टीतील आचार यावर त्याने मानव्याची संस्कारमुद्रा ठोकली आहे. त्या-त्या सर्व गोष्टींची परिणती म्हणजे त्याची संस्कृती. प्रगत झालेला मानव आपल्याच संस्कारांमुळे बदलला आहे. आपल्या भाषा-पाशानेच मनुष्याने संस्कृतीला आवळले आहे. भाषा ही धर्म, कला, समाज व वाङ्मय इत्यादी संस्कृतींच्या अंगांशी एकजीव झाली आहे. मानवी समाजाच्या आंतरिक विकासाला आपण संस्कृती म्हणतो. माणसाच्या विचारात प्रगती झाली ती भाषेवरील प्रभुत्वामुळेच !

(1) **जीवनमूल्ये :** स्वत:चे विकार, भावना, विचार आणि अनुभव यांतून मानवाचे व्यक्तिमत्त्व घडविले जाते. समाजाचे आचारविचार आणि राष्ट्राची संस्कृती यांचाही व्यक्तिमत्त्वाच्या विकासात महत्त्वाचा वाटा असतो. या सर्वांचा समवाय रूप परिणाम म्हणजे मानवाची स्वत्वाची किंवा अस्मितेची जाणीव. या स्वत्वाच्या संघटनात भाषा ही प्रभावी शक्ती दाखविता येईल. प्रत्येक मानवी वंशाचे आचार-विचार, त्याने निर्माण केलेल्या कला, वाङ्मय व शास्त्रे, त्यांची आधिभौतिक व आध्यात्मिक प्रश्नांकडे बघण्याची दृष्टी, त्यांची जीवनमूल्ये यांचा आपण 'संस्कृती' या शब्दात अंतर्भाव करतो.

(2) **ज्ञानाचे जतन :** पूर्वीपासून माणसाला जे ज्ञान प्राप्त झाले त्याचे त्याने जतन केले व पुढच्या पिढीला दिले. पुढच्या पिढीने त्यात भर घातली. मूळचे ज्ञान अधिक भर हे सारे त्या पुढील पिढीला देऊन टाकले. हे भाषेमुळे मानवाला शक्य झाले. अनुभवाचा आणि ज्ञानाचा हा साठा जसा वाढू लागला तसे माणसाने त्याचे वर्गीकरण केले. भाषासाहित्य, धर्म, इतिहास, तत्त्वज्ञान, विज्ञान इत्यादींचा त्यातून जन्म झाला. मानवी समाजात आचार-विचार, धर्मकल्पना, तत्त्वज्ञान, कला, जीवनमूल्ये निर्माण झाली. या सर्वांचा समावेश संस्कृतीत झाला. या संस्कृतीचा वारसा मानवास भाषेच्या माध्यमातून प्राप्त झाला. मानवी जीवनात अशा प्रकारे भाषेमुळे संस्कृती निर्माण झाली.

(3) **नवीन पिढीची जडणघडण :** अध्ययनार्थीच्या सांस्कृतिक जीवन जडणघडणीत भाषेचा सिंहाचा वाटा आहे. संतांनी आणि विचारवंतांनी वेळोवेळी जे साहित्य निर्माण केले, जे विचार मांडले, जे आचार सांगितले, जी जीवनमूल्ये दाखवून दिली त्या सर्वांचा मौलिक ठेवा, सांस्कृतिक वारसा भाषेतून प्राप्त झाला आहे. या अमूल्य वारशातून नवीन पिढीची जडणघडण होत असते. भाषेच्या माध्यमातून ज्ञान आणि परंपरा जोपासण्याचा आणि वाढविण्याचा एक अखंड प्रवाह सुरू झाला. सांस्कृतिक जीवनात भाषेचे हे सर्वांत मोठे योगदान होय. भाषेने संस्कृतीचा पाया घातला.

(4) **शाळेची भूमिका :** शालेय स्तरावर पाठ्यपुस्तकाच्या माध्यमाने अध्ययनार्थींना त्या विशिष्ट कालखंडाचा इतिहास, संस्कृती व प्रवृत्ती यांचे ओझरते दर्शन विद्यार्थ्यांना होते. तसेच त्या उताऱ्यातून संक्रमित होणारी मूल्ये विद्यार्थ्यांत रुजतात. साहित्यातील सौंदर्याचे दर्शन होते. वाङ्मयाबद्दलची अभिरुची वृद्धिंगत होते. रसिकतेत वाढ होते. जीवनाच्या विविध प्रवृत्ती समजतात. समाजातील समस्या लक्षात येतात. कोणत्याही भाषेतील वाङ्मय वाचकांवर इष्ट व सुयोग्य संस्कार, अप्रत्यक्षपणे करीत असते. जीवनाच्या जडणघडणीत या संस्कारांना व वृत्तींना अनन्यसाधारण महत्त्व आहे.

3.18 अध्ययनार्थ्यांच्या सामाजिक विकासात भाषेची भूमिका

➢ "Education consists in methodical socialization of young generation." – **Durkheim**

औपचारिकपणे व पद्धतशीर मुलाचे सामाजिकीकरण करण्याची जबाबदारी शिक्षकावर व शिक्षणसंस्थेवर येऊन पडते. सामाजिकीकरण हे शाळेचे एक महत्त्वाचे कार्य होय. शाळेत प्रवेश केल्यापासूनच मूल शालेय समाजाशी एकरूप होण्याचा प्रयत्न करू लागते. शालेय रूढी, नीती, कायदे, परंपरा, आत्मसात करू लागते. समवयस्क विद्यार्थ्यांशी कसे वागावे, ज्येष्ठ विद्यार्थ्यांशी कसे वागावे याची कल्पना त्याला येऊ लागते. ज्ञानदान व कौशल्यनिर्माण ही शाळेची महत्त्वाची व मूलभूत कार्ये आहेत. विदयार्थी शाळेत भाषा, गणित, नागरिकशास्त्र, आरोग्यशास्त्र, विज्ञान, अर्थशास्त्र अशा विविध विषयांमधील ज्ञानकौशल्ये संपादन करीत असतात. या सर्वांचा उपयोग त्यांना व्यवहारात - जीवनात होतो. भाषेच्या माध्यमातून इतर व्यक्तींशी व्यवहार करणे, बाजारहाट करताना हिशेब करणे, आरोग्याच्या स्वच्छतेच्या नियमांचे पालन करणे, नागरिकत्त्वाच्या नियमांचे पालन करणे इत्यादी सामाजिक व्यवहार कुशलतेने करण्याचे सामर्थ्य शाळा विद्यार्थ्यांमध्ये निर्माण करीत असते. म्हणजेच शाळा त्याच्या सामाजिकीकरणास साहाय्य करते.

व्यक्ती आणि समाज यांचा संबंध अत्यंत घनिष्ठ असा आहे. व्यक्तीचा जसा समाजावर प्रभाव पडतो तसाच समाजाचा व्यक्तीवर प्रभाव पडत असतो. समाजात प्रत्येक व्यक्तीचा निरनिराळा दर्जा असतो व त्या दर्जानुसार त्याची कार्ये ठरतात. भारतीय समाजात हा दर्जा दोन पातळीवर ठरतो. एक प्रकारचा दर्जा व्यवसायानुसार व दुसरा दर्जा जन्मदत्त जातीनुसार प्राप्त होतो. व्यक्तीच्या दर्जानुसार समाजात व्यक्तीला कार्य करावे लागते. समाजाचे व्यक्तीवर नियंत्रण असते. रूढी, परंपरा, सामाजिक नीतिनियम इत्यादीचा व्यक्तीच्या जीवनशैलीवर व्यापक प्रभाव पडतो. समाजात राहून मनुष्याला सामाजिक आदर्शांचा अंगीकार करावा लागतो.

(1) सामाजिक आंतरक्रिया : समाजात काही लोक प्रस्थापित नियमांना विरोध करणारे असतात, तर काही परंपराप्रिय असतात. व्यक्ती व समाजाच्या अशा संघर्षामुळे व्यक्तिमत्त्व विकासात अनेक अडचणी निर्माण होतात. प्रत्येक जण आपापल्या सद्सद्विवेकाला अनुसरून या अडचणीचे निवारण करण्याचा प्रयत्न करतो व त्यातून त्याच्या व्यक्तिमत्त्वाचे स्वरूप निश्चित होते. शेवटी व्यक्तिमत्त्व विकास हे सामाजिक आंतरक्रियाचे फल असते.

(2) भाषेतून व्यक्तीचा विकास : भाषा एकप्रकारे व्यक्तीला घडविण्याचे कार्य करते. इतरांशी येणाऱ्या संपर्कातून व होणाऱ्या विनिमयातून इतरांचे विचार, भावना ग्रहण केली जातात. नवनवे विचार भाषेद्वारा आत्मसात केले जातात. विचारशक्तीचे सामर्थ्य त्यामुळे वाढीस लागते. दुसऱ्या बाजूने भावजीवनही भाषेने पुष्ट होते. मानवाच्या विशेषत: नव्या पिढीच्या सहजप्रेरणांना वळण लावण्याचे, त्यांचे उन्नयन व उदात्तीकरण करण्याचे सामर्थ्य भाषेत आहे.

(3) समाजाशी संबंध प्रस्थापित करणे : भाषा ही प्रामुख्याने सामाजिक विनिमयासाठी आहे. त्या विनिमयाला आरंभ आत्मनिवेदनापासून होतो. स्वत:च्या गरजा, विचार व भावना दुसऱ्याला कळवून त्याचे लक्ष स्वत:कडे वेधून घ्यावयाचे, त्याला आपल्या गरजा तृप्त करण्यासाठी प्रवृत्त करावयाचे हा भाषेचा प्रमुख उद्देश आहे. तर दुसऱ्या बाजूने इतरांचे मनोगत जाणून घेऊन त्यानुसार आपल्या विचार व वर्तनांत बदल करावयाचा हेही भाषेचेच कार्य आहे. अशा तऱ्हेने भाषा ही व्यक्तीचा समाजाशी संबंध प्रस्थापित करते.

(4) भाषेची देवाण-घेवाण : अध्ययनार्थीला सामाजिक विकास साधावयाचा असल्यास त्यास चांगले बोलता येणे, दुसऱ्याचे बोलणे समजणे, दुसऱ्याला एखादा विचार स्पष्ट सांगून कार्यप्रवृत्त करणे, दुसऱ्यांनी तोंडी अथवा लेखी सांगितलेला विचार नीट समजणे, हे सामर्थ्य यावयास हवे व हे सामर्थ्य भाषेच्या माध्यमाने साध्य करता येते.

(5) सामाजिकीकरणाचे प्रभावी साधन : भाषेशिवाय समाजाचा विकास होऊ शकत नाही आणि सामाजिक विकास भाषिक विकासावर अवलंबून असतो. ज्या व्यक्तीची किंवा समाजाची भाषा अविकसित राहिली त्या व्यक्तीचा व

समाजाचा विकास कुंठित होतो. कुटुंब, शाळा, अनेक सामाजिक संस्था इत्यादींचा विकास भाषेच्या माध्यमातूनच घडत आहे. भाषा माणसामाणसाला जवळ आणते. सामाजिक ऐक्य निर्माण करण्याचे कार्य भाषाच करीत असते. समाजाला एकत्र बांधण्याचे कार्य भाषाच करते. भाषा हे व्यक्तीच्या सामाजिकीकरणाचे एक प्रभावी साधन आहे, माध्यम आहे.

(6) कौशल्यांचा विकास : वैयक्तिक व सामाजिक विकास होण्यासाठी भाषा हे एक प्रभावी साधन आहे. हे साधन हाताळता येण्यासाठी भाषेची प्राथमिक कौशल्ये आत्मसात करावी लागतात. ही कौशल्ये आत्मसात करता करताच व आत्मसात झाल्यावर अध्ययनार्थीचा सामुदायिक व सांस्कृतिक जीवनाच्या अंगाने विकास होतो. भाषा हे सामाजिक विकासाचे साधन आहे. ते यशस्वी व परिणामकारक रीतीने हाताळता येण्यासाठी एक साधनीभूत विषय म्हणून श्रवण, वाचन, संभाषण, भाषण, लेखन ही कौशल्ये विकसित व्हायला हवीत. त्यातूनच अध्ययनार्थीची जडणघडण होऊन विकास होतो.

3.19 अध्ययनार्थ्यांच्या शैक्षणिक विकासात भाषेची भूमिका

(1) अध्ययनार्थ्यांच्या शिकण्याच्या माध्यमाच्या भाषेची शैक्षणिक विकासातील भूमिका : भाषा ही एक प्रकारे व्यक्तीला घडविण्याचे कार्य करते. इतरांशी येणाऱ्या संपर्कातून व होणाऱ्या विनिमयातून इतरांचे विचार, भावना ग्रहण केल्या जातात. शब्द विचारक्रियेला उपयुक्त ठरतात. नवनवे विचार भाषेद्वारा आत्मसात केले जातात. विचारशक्तीचे सामर्थ्य त्यामुळे वाढीस लागते. दुसऱ्या बाजूने भावजीवनही भाषेने पुष्ट होते. भाषा भावनाविकासाला साहाय्य करणारी आहे. बुद्धीबरोबर भावनेचा विकास होणे आवश्यक आहे. अंत:करण संवेदनक्षम असणे, इतरांच्या सत्प्रवृत्त भावनांशी समरस होता येणे, हीच सुसंस्कृतता आणि रसिकता हे भाषेमुळे सहजशक्य आहे.

(अ) आशय आकलन : अध्ययनार्थ्याला भाषेचे आकलन होण्यासाठी ती भाषा समजणे गरजेचे आहे. म्हणजेच भाषेची शब्दसंपत्ती ही भाषेच्या आकलनात महत्त्वाची आहे. आशय आकलनात मुख्य आशय समजावून घेणे, बोलण्यातील चढ-उतार समजावून घेणे, अवधान केंद्रित करून ऐकणे इत्यादी गोष्टींचा समावेश होतो. अध्ययनार्थ्यांच्या शैक्षणिक विकासात आशय आकलन हा महत्त्वाचा घटक आहे. यात श्रवण, लेखन व वाचन आवश्यक आहे. एखाद्या शब्दाचा अर्थ लावायचा असेल तर पूर्वज्ञान, कल्पना, हेतू या घटकाने त्याचे आकलन होते. तसेच बौद्धिक क्षमता, मानसिक क्ष्मता, शारीरिक क्षमता आणि आजूबाजूचे वातावरण आशय आकलनावर प्रभाव टाकत असतात. यासाठी शब्दोच्चारण, आकलन, शब्दसंग्रह या प्रक्रियेतील घटक समजावून घेणे महत्त्वाचे ठरते.

(ब) आशय प्रकटीकरण : अध्ययनार्थीला आशयाचे आकलन झाल्यानंतर तो आशय प्रकट करता आला पाहिजे. जसे एखादी भाषा अवगत झाल्यानंतर ती बोलता येणे म्हणजे प्रकटीकरण होय. आपले विचार, आपली भावना ही प्रकट करता यावयास हवी. आशयाच्या माध्यमाने अध्ययनार्थीला प्रकटीकरण करता येते. प्रत्येक शब्दाचा व वाक्याचा अर्थबोध हा आशय प्रकटीकरणाचा गाभा आहे. आपण जी भाषा बोलणार आहोत त्या भाषेतील शब्दांचा अर्थ आपणाला माहिती पाहिजे. शब्दांचा अर्थ आपणाला माहिती नसेल तर आकलन नीट होत नाही व ते योग्य पद्धतीने प्रकट करता येत नाही.

(क) आशय उपयोजन : जी भाषा अध्ययनार्थ्याने अवगत केली आहे, ज्याचे त्याला आकलन झाले आहे अशा आशयाचा उपयोग आपल्या दैनंदिन कार्यात वापरणे म्हणजे आशय उपयोजन होय. आशय उपयोजनात अध्ययनार्थीची बहुश्रुतता, जिज्ञासुवृत्ती व कल्पनाशक्ती या घटकांचा विकास महत्त्वाचा आहे. अध्ययनार्थी शब्दांनी, चिन्हांनी किंवा हावभावांनी आशयाचे उपयोजन करीत असतो. चांगले बोलता येणे, दुसऱ्यांचे बोलणे समजणे, दुसऱ्याला एखादा विचार स्पष्ट सांगून कार्यप्रवृत्त करणे, दुसऱ्यांनी तोंडी अथवा लेखी सांगितलेला विचार नीट समजणे, म्हणजे खऱ्या अर्थाने आशयाचे उपयोजन होय. आशयाचे उपयोजन करताना भाषेला सौंदर्य प्राप्त करून देणारे अलंकार, सुभाषिते, म्हणी यांचे ज्ञान जर असेल तर आत्मविश्वास वाढून संवाद उत्तम प्रकारे होतो.

3.20 अध्ययनार्थ्यांच्या स्थानिक भाषेची/ मातृभाषेची शैक्षणिक विकासात भाषेची भूमिका

भारत देश हा बहुभाषिक असा देश आहे. हिंदी ही जरी राष्ट्रभाषा असली तरी प्रत्येक राज्याची ठरावीक अशी मातृभाषा आहे. जसे महाराष्ट्राची मराठी, पंजाबची पंजाबी, बिहारची बिहारी, मध्यप्रदेशची, छत्तीसगढ इत्यादी. प्रत्येक व्यक्तीच्या व्यक्तिमत्त्वावर त्याच्या मातृभाषेचा व स्थानिक भाषेचा ठसा उमटलेला असतो. प्रत्येक व्यक्तीच्या जीवनात मातृभाषेचे स्थान अनन्यसाधारण असे आहे. मातृभाषेचे संस्कार मनाच्या गाभाऱ्यात इतके खोल रुजतात, पूर्वानुभवांशी इतके एकरूप होतात की, व्यक्तीचे ते अविभाज्य घटकच बनून जातात. शाळेत त्रिभाषा सूत्राप्रमाणे अध्ययन-अध्यापनाचे कार्य होत असते. परंतु शाळेबाहेर व कुटुंबात मातृभाषा व स्थानिक भाषेचा वापर होत असतो. लहान वयापासून ज्या भाषेचे प्रभुत्त्व जास्त प्रमाणात असते, त्या भाषेचे लवकर आकलन होते व सहजतेने ती भाषा बोलली जाते. अध्ययनार्थ्यास त्या-त्या प्रदेशातील स्थानिक भाषा किंवा मातृभाषा या माध्यमाने शिक्षण प्राप्त झाल्यास आकलन योग्य प्रकारे होऊन आशय चिरकाल लक्षात राहतो व शैक्षणिक विकास योग्य दिशेने होऊ शकतो.

3.21 अध्ययनार्थ्यांच्या ग्रामीण भाषेची शैक्षणिक विकासात भूमिका

भारत हा खेड्यांचा देश आहे. गावाच्या भाषेचा अध्ययनार्थ्यांवर प्रभाव पडत असतो. अभ्यासक्रमातील भाषा ही ग्रामीण भागातील विद्यार्थ्यांना आकलन होण्यास अवघड जाते, अशा वेळेस शिक्षकांनी अध्ययनार्थ्यांना आशयाचे आकलन होईल या प्रकारे अध्यापन कार्य केल्यास ग्रामीण भागातील विद्यार्थ्यांचा भाषेचा विकास होण्यास सोपे होईल. सोप्याकडून अवघडाकडे हे अध्यापन सूत्र भाषेच्या शैक्षणिक विकासासाठी प्रभावी शस्त्र ठरू शकेल.

3.22 अध्ययनार्थ्यांच्या विविध जातींच्या/धर्माच्या भाषेची शैक्षणिक विकासातील भूमिका

वर्गात अनेक जाती-धर्माचे विद्यार्थी एकत्रितपणे अध्ययनाचे कार्य करतात. प्रत्येक वर्गाचा अभ्यासक्रम हा त्या-त्या वयोगटातील विद्यार्थ्यांच्या मानसिक आकलन क्षमतेनुसार तयार करण्यात आला आहे. परंतु अभ्यासक्रमात विविध धर्माच्या-जातींच्या भाषेची अथवा विविध धर्माच्या भाषेविषयी आशय असणारा अभ्यासक्रम नाही. तरीही काही विषयांच्या माध्यमाने जसे भूगोल, इतिहास, भाषा या विषयाच्या माध्यमाने विविध जाती व धर्म यांचा उल्लेख आढळून येतो. भारत हा विविधतेने नटलेला देश आहे. अध्ययनार्थी हा कोणत्याही धर्माचा अथवा जातीचा असला तरी त्यास शासनाने निर्धारित केलेल्या त्रिभाषा सूत्राप्रमाणे अध्यापन करावयाचे आहे. अध्ययनार्थ्याच्या शैक्षणिक विकासात भाषेला अनन्यसाधारण महत्त्व आहे. शिक्षकांनी प्रत्येक विद्यार्थ्यांस समान वागणूक देऊन प्रत्येक धर्मातील समानता व शिकवण यांची जाणीव आपल्या अध्यापन कार्यातून विद्यार्थ्यांना वेळोवेळी करून द्यावी म्हणजे विद्यार्थ्यांचा शैक्षणिक विकास योग्य दिशेने होण्यास मदत होईल.

3.23 अध्ययनार्थ्यांच्या विभागवार भाषेची शैक्षणिक विकासातील भूमिका

प्रत्येक सात मैलावर भाषा ही बदलत असते. प्रत्येक विभागाप्रमाणे भाषेतील लय व बोलण्याची पद्धत यात बदल होत असतो. जसे कोकणी भाषा, अहिराणी भाषा इत्यादी. प्रत्येक विद्यार्थ्यांच्या जीवनात त्याच्या बोलीभाषेला अनन्यसाधारण असे महत्त्व आहे. शाळेत प्रमाणित भाषा जरी बोलली गेली तरी घरी व समाजात मात्र त्या-त्या विभागातील भाषा बोलली जाते. विद्यार्थी विचार व आचार दोन्ही आपल्या भाषेत करीत असतो आणि म्हणूनच त्याची भाषा त्याच्या शैक्षणिक

विकासात स्थान प्राप्त करते. अभ्यासक्रमातील प्रमाणित भाषा या विद्यार्थ्यांना समजण्यास काही वेळेस वेळ लागतो. प्रमाणित भाषा व दैनंदिन जीवनातील भाषा यात मेळ घालणे अवघड होते. अशा वेळेस शिक्षकांनी अशा विद्यार्थ्यांना त्यांना नेमके कोणत्या शब्दांसाठी अथवा वाक्यरचना करताना अडचण येत आहे हे समजून घेतल्यास विद्यार्थ्यांना अभ्यासातील अडचणी आपोआप दूर होतील. विभागवार भाषा व अभ्यासक्रमातील भाषा यात सुवर्णमध्य साधून शिक्षकांनी अभ्यासक्रमाचा आशय विद्यार्थ्यांना समजावून सांगितला पाहिजे. विद्यार्थ्यांना आशयाचे आकलन योग्य प्रकारे होत आहे अथवा नाही याकडेही शिक्षकांनी लक्ष पुरवून विद्यार्थ्यांना आशयसमृद्ध करावयास हवे.

भाषा हे विचारविनिमयाचे एक श्रेष्ठ साधन आहे. भाषेमुळे देवाण-घेवाण सोपी होते. म्हणून भाषा एक सामाजिक संस्था आहे. भाषा नसती तर आपले व्यवहार सुरळीत पार पडले नसते. भाषेच्या जोरावर मानवाने अलौकिक अशी प्रगती केलेली आहे. भाषेतून बोलण्यातून माणूस स्वत:ला व्यक्त करत असतो. संभाषणाच्या माध्यमातून व्यक्ती आपले स्वत:चे मत नोंदवत असतो. भाषा ही केवळ क्षणिक गरजा भागविण्याचे कार्य करते असे नाही, तर भाषा अधिक अर्थवाहक, आशयपूर्ण आणि कार्यक्षम बनवित असते.

शाळेत भिन्नभिन्न संकुचित सांस्कृतिक वातावरणातून येणाऱ्या विद्यार्थ्यांना व्यापक सांस्कृतिक वातावरणाचा लाभ करून दिल्यास जातिनिष्ठ, धर्मनिष्ठ, वर्गनिष्ठ, पक्षनिष्ठ, भाषानिष्ठ असे संकुचित दृष्टिकोन विद्यार्थ्यांच्या मनात रुजणार नाहीत. सामाजिक मूल्यांचे संस्कार यांचा अर्थ वैयक्तिक गुणवैशिष्ट्यांचा लोप नव्हे, तर विद्यार्थ्यांना वाव मिळवून देण्याचा मार्ग आहे. विद्यार्थ्यांत आपल्या गुणांचा व कौशल्यांचा सामाजिक हितासाठी उपयोग करण्याची प्रेरणा निर्माण करणे हे शाळेचे व शिक्षकांचे कर्तव्य ठरते. तसेच सामाजिक संबंध हे व्यक्तिवर्तनावर संस्कार करण्याच्या दृष्टीने आवश्यक आहे आणि म्हणूनच व्यक्तिमत्त्व विकासाच्या दृष्टीने भाषा फार प्रभावी शस्त्र ठरते.

स्वाध्याय

दीर्घोत्तरी प्रश्न

1. भाषेची संकल्पना व्याख्यांच्या आधारे स्पष्ट करा. मानवी जीवनात भाषेचे महत्त्व सविस्तर स्पष्ट करा.
2. भाषेची संकल्पना स्पष्ट करा. तुम्ही एक शिक्षक म्हणून भाषेची उद्दिष्टे विद्यार्थ्यांमध्ये रुजविण्यासाठी कोणते प्रयत्न कराल ? उदाहरणासह स्पष्ट करा.
3. मानवी विकासाच्या कोणकोणत्या प्रक्रियेत भाषेला महत्त्व आहे, ते उदाहरणासह स्पष्ट करा.
4. भाषा आणि अध्ययन ही संकल्पना स्पष्ट करा. भाषा आणि अध्ययन याचे स्पष्टीकरण उदाहरणांच्या साहाय्याने स्पष्ट करा.
5. भाषा अध्ययनातील अडसर कोणते? भाषा अध्ययनातील अडसर दूर करण्यासाठी तुम्ही एक शिक्षक म्हणून कोणकोणत्या कौशल्यांचा वापर कराल ?
6. बहुभाषिक ही संकल्पना स्पष्ट करा. तुम्ही एक शिक्षक म्हणून आपल्या दैनंदिन अध्यापन कार्यात बहुभाषेचे महत्त्व कशा प्रकारे विशद कराल ?
7. तुम्ही एक शिक्षक म्हणून शालेय विद्यार्थ्यांमध्ये बहुभाषिकता रुजविण्यासाठी कोणकोणते उपक्रम राबवाल ? उदाहरणासह स्पष्टीकरण करा.
8. बहुभाषिकता ही संकल्पना स्पष्ट करा. अध्ययनार्थ्यांच्या सांस्कृतिक, सामाजिक आणि शैक्षणिक विकासात भाषेची भूमिका उदाहरणासह स्पष्ट करा.

🕮 लघुत्तरी प्रश्न

1. भाषेची संकल्पना व्याख्यांच्या आधारे स्पष्ट करा.
2. भाषेचे स्वरूप स्पष्ट करा.
3. भाषेची उद्दिष्टे कोणती ?
4. 'भाषा आणि मानवी जीवन' या विधानाचे महत्त्व स्पष्ट करा.
5. 'शैक्षणिक विकासातील प्रक्रियेत भाषेचे स्थान महत्त्वपूर्ण आहे' या विधानाची सार्थकता स्पष्ट करा.
6. सामाजिक व सांस्कृतिक वारसा जपण्यासाठी भाषा महत्त्वाची भूमिका पार पाडते, चर्चा करा.
7. एक शिक्षक म्हणून तुम्ही शालेय विद्यार्थ्यांचे विचार व भावना व्यक्त करण्यासाठी भाषेचा वापर कशा प्रकारे कराल ?
8. 'भाषा ही बौद्धिक, भावनिक आणि व्यक्तिविकासाचे साधन आहे' या विधानाची सार्थकता स्पष्ट करा.
9. भाषा आणि अध्ययन यातील आंतरसंबंध स्पष्ट करा.
10. भाषा अध्ययनातील अडसर कोणते ?
11. भाषा अध्ययनातील अडसर दूर करण्यासाठी कोणकोणत्या भाषाकौशल्यांचा वापर करणे आवश्यक आहे ?
12. बहुभाषिक ही संकल्पना स्पष्ट करा.
13. बहुभाषेचे शालेय शिक्षणातील महत्त्व स्पष्ट करा.
14. बहुभाषिकता रुजविण्यासाठी कोणत्याही दोन उपक्रमांची माहिती लिहा.
15. अध्ययनार्थ्यांच्या सामाजिक विकासात भाषेची भूमिका स्पष्ट करा.
16. अध्ययनार्थ्यांच्या सांस्कृतिक विकासात भाषेची भूमिका स्पष्ट करा.
17. अध्ययनार्थ्यांच्या शैक्षणिक विकासात भाषेची भूमिका स्पष्ट करा.

✦✦✦

प्रकरण 4

संप्रेषण : अर्थ-संकल्पना-तत्त्वे आणि संप्रेषण प्रक्रिया

महत्त्वाचे मुद्दे

4.1 संप्रेषणाचा अर्थ

'कम्युनिकेशन' या इंग्रजी शब्दाची व्युत्पत्ती पुढीलप्रमाणे आहे. लॅटीन भाषेतील 'कम्युनिस' या शब्दापासून कम्युनिकेशन हा शब्द तयार झाला आहे. त्याच्या आधारे संप्रेषण म्हणजे दोन किंवा अधिक व्यक्तीमध्ये एक व्यक्ती इतरांना माहिती किंवा कल्पना किंवा विचार किंवा अनुभव सांगते. आणि त्या माहितीला इतर व्यक्ती प्रतिसाद देतात. म्हणजेच थोडक्यात माहितीचे किंवा विचारांचे किंवा अनुभवांचे आदानप्रदान या प्रक्रियेतून देणाऱ्याला व घेणाऱ्यांना सारखाच अनुभव येणे अपेक्षित आहे. यामध्ये विचारांचे, माहितीचे, ज्ञानाचे, आकलनाचे, क्रियांचे, कल्पनांचे, भावनांचे तसेच तत्त्वांचे आदानप्रदान होत असते.

उदा., शिक्षक वर्गात स्वामी विवेकानंदाची माहिती सांगतात त्याद्वारे विद्यार्थ्यांना स्वामी विवेकानंदांचे व्यक्तिमत्त्व समजते. तसेच त्यांच्या मनात विवेकानंदांविषयी विशिष्ट प्रकारचे विचार तयार होऊन मनात एक विशिष्ट प्रकारची प्रतिमा तयार होते. त्या प्रतिमेचे विद्यार्थी वर्णन करतात. त्यावर शिक्षकांना जर काही त्रुटी आढळल्या तर शिक्षक ते वर्णन दुरुस्त करतात.

या ठिकाणी शिक्षकांच्या मेंदूमध्ये स्वामी विवेकानंदांविषयीच्या विचारांची निर्मिती होते. त्या विचारांशी संलग्न असलेले अनुभव, वाचलेली माहिती, पाहिलेली माहिती अशी सर्व प्रकारची माहिती एकत्र करून ती माहिती योग्य अशा शब्दांत

विद्यार्थ्यांसमोर सादर करतात. हे सादरीकरण करताना ते विविध हालचाली, हावभाव, आवाजातील चढ-उतार, चिन्हे व आकृती यांचा वापर करतात. संदेशाची निर्मिती स्थान म्हणजेच प्रेषक होय. येथे प्रेषक शिक्षक आहेत. शिक्षकांच्या विचारांचे शब्दांमध्ये संकेतीकरण प्रथम होते त्यानंतर कथनाच्या आणि लेखनाच्या प्रक्रियेद्वारे ते विचार किंवा संदेश विद्यार्थ्यांपर्यंत सादर केले जातात. विद्यार्थी ते विचार किंवा संदेश श्रवण आणि वाचनाद्वारे ग्रहण करून आपल्या क्षमतेनुसार त्यांना अर्थ प्राप्त करून देतात आणि त्यांनी लावलेल्या अर्थांनुसार ते प्रतिसादसुद्धा देतात. त्यांचा प्रतिसाद आल्यानंतर शिक्षक आणि विद्यार्थी यांच्यामधील संप्रेषण चक्र चालू राहते. हे संप्रेषण दोघांचे ज्ञान, प्रेरणा, गरज, इच्छा, दृष्टिकोन यांनुसार होत असते. त्यामुळे व्यक्ती-व्यक्तींनुसार संप्रेषण बदलते. म्हणजे शिक्षकांनी समान घटक जरी एकाच वेळी विद्यार्थ्यांसमोर सादर केला तरी प्रत्येक विद्यार्थ्यांचे त्या घटकांबाबतचे संप्रेषण वेगवेगळे होत असते.

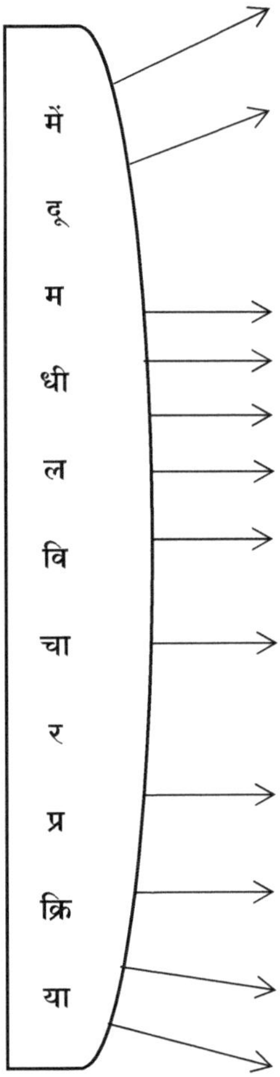

1. शिक्षकांच्या मेंदूमध्ये स्वामी विवेकानंदांविषयीच्या विचारांची निर्मिती होते.
2. त्या विचारांशी संलग्न अगोदरचे अनुभव, वाचलेली माहिती, पाहिलेली माहिती अशी सर्व प्रकारची माहिती एकत्र करून ती माहिती योग्य अशा शब्दांत विद्यार्थ्यांसमोर सादर करतात. चिन्हे व आकृती यांचा वापर करतात.
3. संदेशाची निर्मिती स्थान म्हणजेच प्रेषक होय.
4. संदेशाची निर्मिती स्थान म्हणजेच प्रेषक होय.
5. येथे प्रेषक शिक्षक आहेत.
6. शिक्षकांच्या विचारांचे शब्दांमध्ये संकेतीकरण अगोदर होते.
7. त्यानंतर कथनाच्या आणि लेखनाच्या प्रक्रियेद्वारे ते विचार किंवा संदेश विद्यार्थ्यांपर्यंत सादर केले जातात.
8. विद्यार्थी ते विचार किंवा संदेश श्रवण आणि वाचनाद्वारे ग्रहण करून आपल्या क्षमतेनुसार त्यांना अर्थ प्राप्त करून देतात. आणि त्यांनी लावलेल्या अर्थांनुसार ते प्रतिसादसुध्दा देतात.
9. त्यांचा प्रतिसाद आल्यानंतर शिक्षक व विद्यार्थी यांच्यामधील संप्रेषण चक्र चालू राहते.
10. हे संप्रेषण दोघांचे ज्ञान, प्रेरणा, गरज, इच्छा, दृष्टिकोन यांनुसार होत असते.
11. त्यामुळे व्यक्ती-व्यक्तीनुसार संप्रेषण बदलते.
12. म्हणजे शिक्षकांनी समान घटक जरी एकाच वेळी विद्यार्थ्यांसमोर सादर केला तरी प्रत्येक विद्यार्थ्यांचे त्या घटकांबाबतचे संप्रेषण वेगवेगळे होत असते.

जीवनदायी कौशल्यांमध्ये सर्वांत महत्त्वाचे कौशल्य म्हणजे संप्रेषण कौशल्य होय. एका ठिकाणाहून दुसऱ्या ठिकाणी माहिती किंवा आशय पाठविणे म्हणजे 'संप्रेषण' होय.

- माहिती किती स्पष्टपणे आणि वस्तुनिष्ठपणे पाठविली जाते त्यावर संप्रेषणाची गुणात्मक पातळी अवलंबून असते.
- प्रत्येक व्यक्तीच्या व्यावसायिक जीवन ते सामाजिक जीवनाच्या प्रवासात सगळीकडेच संप्रेषणाची भूमिका महत्त्वपूर्णपणे कार्यरत असते.

संप्रेषण कौशल्य जितके सुधाराल तेवढे व्यक्तीचे जीवन अधिकाधिक परिपूर्ण होईल. तुमचा मुद्दा स्पष्ट करताना किंवा तुमचे विचार प्रकट करताना तुमची कथनक्षमता भाषाशैली समृद्ध असणे आवश्यक आहे. तुमच्या नजरेत आत्मविश्वास दिसणे जरुरी आहे. आशय योग्य शब्दांत लिहिता आला पाहिजे. तसेच समोरच्या व्यक्तीचे बोलणे लक्षपूर्वक ऐकलेसुद्धा पाहिजे. (2010 साली यांच्या सर्वेक्षणातून सिद्ध झाले आहे की नोकरी किंवा व्यवसायातील यशस्विता मोजताना संप्रेषण कौशल्याला सर्वांत वरचे स्थान दिले गेले आहे.)

संप्रेषण : संप्रेषण म्हणजे कथनाद्वारे, चिन्हांद्वारे, खाणाखुणांद्वारे, लिहिण्याद्वारे किंवा वर्तनाद्वारे माहिती, कल्पना, भावना, विचार आणि जाणिवा इत्यादींची अदलाबदली करणे होय. येथे वक्ता निरोप तयार करतो. नंतर तो एखाद्या माध्यमाद्वारे श्रोत्याला तो निरोप किंवा माहिती ग्रहण करून त्या माहितीचा अभ्यास/विश्लेषण करतो म्हणजेच त्रिशिष्ट प्रक्रिया करून त्याला योग्य वाटेल अशी प्रतिक्रिया एखादे माध्यम वापरून पाठवितो.

संप्रेषण हा शब्द इंग्रजीतील Communication शब्दांचा अनुवाद आहे. इंग्रजीतील Communication शब्दाचे मूळ लॅटीन भाषेतील Communis या शब्दात असून त्याचा अर्थ सामान्यतः माहिती, भावना, कल्पना इ. व्यक्त करणे, आदान-प्रदान करणे असा होतो.

संप्रेषण होणे म्हणजे माहिती व संदेश एका व्यक्तीकडून दुसऱ्या व्यक्तीकडे संक्रमित होणे होय.

व्याख्या

➢ "Communication is the process of passing information and understanding from one person to another person. It is essentially a bridge of meaning between people. By using this bridge of meaning, a person can safely cross the river of misunderstanding that separates all people" **- Keith Devis**

''संप्रेषण ही एका व्यक्तीकडून दुसऱ्या व्यक्तीकडे माहिती पाठविण्याची प्रक्रिया होय. लोकांना जोडणारा हा एक अत्यावश्यक असा अर्थपूर्ण सेतू होय. या अर्थपूर्ण सेतूचा वापर करून व्यक्ती सर्व लोकांना गैरसमजुतीच्या नदीला सुरक्षितपणे ओलांडण्यास मदत करू शकते.'' **- किथ डेव्हिस**

➢ "Communication is the sum of all things that one person does when he wants to create an understanding in the mind of another. It is a bridge of meaning. It involves a systematic and continuous process of telling, listening and understanding." **- Louis A. Allen**

''दुसऱ्या व्यक्तीच्या मनात योग्य समजूत निर्माण करावयाची असल्यास एखाद्याने करावयाच्या सर्व बाबींची गोळाबेरीज म्हणजे संप्रेषण होय. त्यात कथन, श्रवण व अधिग्रहण या पद्धतशीर व निरंतर प्रक्रियांचा समावेश होतो.'' **- लुईस अे. ॲलन**

➢ "Communication is the process of meaningful interaction among human beings. More specially, it is the process by which meaning are perceived and understanding are reached amoung human beings." **- Dr. Mc Farland**

''संप्रेषण ही मानवजातीतील अर्थपूर्ण आंतरक्रियाप्रणाली होय. विशेषतः ही अशी प्रक्रिया की, ज्यामुळे मनुष्यप्राण्यास अर्थांचे आकलन होते आणि ग्रहणशक्ती वृद्धिंगत होते.'' **- डॉ. मॅकफर्लंड**

- "Communication is a process of transmitting ideas or thoughrs from one person to another person for the purpose of creating understanding in the thinking of the person receiving the communitication."
  ''संदेशप्राप्त करणाऱ्या दुसऱ्या व्यक्तीच्या मनात वैचारिक आकलनशक्ती निर्माण करण्याच्या हेतूने एखाद्याने दुसऱ्या व्यक्तीस प्रेषित केलेल्या कल्पनेचा वा विचाराची प्रक्षेपण प्रक्रिया म्हणजे संप्रेषण होय.'' **– ब्राऊन सी.ए.**
- "Communication is the activity or process of expressing ideas and feeling or of giving information." **- A.S. Hornby Oxford Advanced Learners Dictionary of current English.**
- ''आपल्या विचार, भावनांना अभिव्यक्त करण्याची किंवा माहिती देण्याची कृती किंवा प्रक्रिया म्हणजे संप्रेषण होय.'' **– ए.एस् हार्नवीच्या ऑक्सफर्ड ॲडव्हान्स्ड लर्नर्स डिक्शनरी ऑफ करंट इंग्लिशनुसार**

4.1.1 संप्रेषण प्रक्रियेचे महत्त्व

(1) मनुष्यप्राणी आणि इतर मानवेतर प्राण्यांमध्ये प्रमुख फरक म्हणजे मानव मनातील विचार प्रकट करू शकतो. त्यामुळे त्याचे इतरांबरोबर विशिष्ट प्रकारचे संबंध किंवा नाते तयार होऊ शकते. स्वत:च्या मनातील कल्पना तो इतरांना सांगू शकत असल्याने भौतिक जगात अनेक शोध लावणे शक्य झाले. नवनिर्मितीसारख्या क्रिया शक्य झाल्या. तसेच मानव स्वत:बाबत आणि इतरांबाबत भावना व्यक्त करू शकतो. त्यामुळे समूह किंवा मैत्रीसंबंध किंवा कौटुंबिक संबंध अधिक जवळचे तयार होऊ शकतात. एक भाषा बोलणारे लोक किंवा एका भागात राहणारे लोक किंवा समान व्यवसाय करणारे लोक यांच्यात जवळीक दृढ होऊ शकते.

(2) जनसामान्यांपर्यंत शिक्षण प्रक्रियेचा प्रसार करणे : पूर्वप्राथमिक शिक्षणापासून ते संशोधन पातळीपर्यंत संप्रेषण प्रक्रिया प्रमुख आहे. ज्ञानाचे माहितीचे आदान-प्रदान हे प्रत्येक पातळीवर होत असते ते जेवढे स्पष्ट सुलभ तेवढे शिक्षण देण्याचे आणि घेण्याचे कार्य सुलभपणे पार पडू शकणार आहे. विद्यार्थ्यांना शंका निर्माण होणार, त्यांच्या जिज्ञासा जागृत होणार आणि त्या शंकांच्या पूर्तीसाठी ते वेगवेगळ्या मार्गाने माहिती मिळवत राहणार तसेच शिक्षक त्यांना ती माहिती घेण्यासाठी जागृत करणार आणि मदत करणार आणि त्याद्वारे लोकसंख्येची शिक्षण प्रक्रिया ही गतिशील राहू शकणार आहे.

(3) विविध क्षेत्रातील प्रगती आणि विकास : मूलभूत विज्ञानामध्ये सतत शोध लागत आहेत विश्वाची एकेक गुपिते उलगडत चालली आहेत. मानवाने निसर्गावर विजय मिळविला आहे. तसेच समाजशास्त्र, मानसशास्त्र, तत्त्वज्ञान इ. सामाजिकशास्त्रातसुद्धा मानव आणि समाज, मानव आणि मानव यातील संबंधावर प्रकाश टाकला जात आहे. मानव आपल्या बुद्धीचा अधिकाधिक वापर करून नवीन गोष्टी शोधून काढीत आहे. त्याचा दैनंदिन जीवनात वापर करीत आहे हे सुद्धा संप्रेषणाचे उत्तम उदाहरण आहे. आज वर्ग अभासी झाले तरी संप्रेषण होणे जरुरीच आहे. जग जवळ येत चालले वेगवेगळ्या देशातील नागरिक एकमेकांबरोबर सहज संप्रेषण साधून समस्यांचे निराकरण करीत आहेत.

(4) सहवास गरजपूर्ती : संप्रेषणाद्वारे विविध मार्गाने मानव दुसऱ्या व्यक्तीबरोबरचा सहवास मिळविण्यात यशस्वी झाला असून त्याचा एकाकीपणा त्यामुळे कमी झाला आहे. इतरांच्या सहवासामुळे स्वत:च्या ज्ञानाची, व्यक्तिमत्त्वाची पातळीची त्याला जाणीव होत आहे. ही पातळी वाढविण्यासाठी त्याच्याद्वारे सतत प्रयत्न होत असताना दिसत आहेत. त्याद्वारे पूर्ण मानवजात ही परस्परांच्या अधिकाधिक जवळ येताना दिसत आहे.

(5) सद्य:स्थितीविषयी जाणीवनिर्मिती : शाब्दिक आणि अशाब्दिक संप्रेषणाद्वारे मानवजात एकमेकांच्या निकट आल्यामुळे सद्य:स्थिती, त्यातील दोष, फायदे याविषयी जाणीव निर्मिती होताना दिसते. चर्चेद्वारे, मिळणाऱ्या माहितीद्वारे

आजच्या स्थितीतील दोष कमी करण्यास काय उपाय योजावेत याची जाणीव संप्रेषणातून सहज निर्माण होताना दिसत आहेत. पर्यावरणाचा समतोल राखण्यासाठी जाणीव निर्मितीमध्ये संप्रेषणाचा मोठा वाटा आहे. शिक्षण प्रसार तसेच वाईट सामाजिक रीती या विषयीची जाणीवसुद्धा संप्रेषणाद्वारेच तयार होत आहे.

(7) **संपूर्ण विश्वाचा विकास :** संपूर्ण विश्वाच्या भल्यासाठी जी उद्दिष्ट तयार झाली आहे ते पूर्ण करण्यासाठी विविध देशातील तज्ज्ञ व्यक्तींनी अभ्यास केले. विविध संशोधने केली आणि लोकसंख्यावाढ, प्रदूषण, पर्यावरण असमतोल निसर्गहानी इ. प्रकारच्या समस्यांवर मात करण्यासाठी सर्व मानवजात आज तयार झाली आहे. त्यानुसार जी उद्दिष्टे समोर ठेवली आहेत त्यांच्या पूर्ततेसाठी विविध प्रयत्न केले जात आहेत. विविध कार्यक्रम राबविले जात आहेत ते सर्व संप्रेषणाचेच फलित होय.

4.1.2 संप्रेषणाची तत्त्वे (Principles of Communication)

मानवाच्या आंतक्रियेमधील महत्त्वाचा पायाभूत घटक म्हणजे 'Communication' होय. संप्रेषण ही क्रिया द्विमार्गी असते. म्हणजे माहिती घेणे आणि कोणत्याही वाहिन्यांना किंवा घटकांपर्यंत ती माहिती प्रसारित करणे. यामध्ये व्यक्तीचे आपल्या सहकर्मचाऱ्यांबरोबरचा अनौपचारिक संवाद असेल किंवा एखाद्या बैठकीतील व्यक्तीचे वक्तव्य असेल किंवा वर्तमानपत्रात दिलेला एखादा अनौपचारिक लेख असेल किंवा औपचारिक अहवाल असेल.

संप्रेषणाची तत्त्वे पुढीलप्रमाणे :

1. आपल्या समोरील श्रोत्यांविषयी माहिती घेणे. श्रोत्यांची पार्श्वभूमी समजून घेणे.
2. आपला हेतू किंवा उद्दिष्ट समजून घेणे. उद्दिष्ट/ हेतू स्पष्ट असणे.
3. आपला घटक समजून घेणे. आशयज्ञान परिपूर्ण असणे.
4. आपण मांडणाऱ्या मुद्द्याला आक्षेप कोणकोणते येतील याची कल्पना करणे.
5. आशय मांडताना सर्वसामान्य परिपूर्ण असे चित्र स्पष्ट करता येणे. / आशयाचे सर्वांग चित्र उभे करता यावे.
6. श्रोत्यांचा विश्वास संपादन करणे. श्रोत्यांना विश्वासात घेता येणे.
7. जसे बोलू तसे वागावे.
8. लहान-लहान गोष्टींनासुद्धा संप्रेषणात स्थान देणे.
9. आपली माहिती वेगवेगळ्या मार्गाने स्पष्ट करता येणे. विविध माध्यमांचा वापर करणे.
10. प्रत्याभरण मिळविण्यासाठी व्यवहारात वापरता येणारे आणि उपयोगी असणारे सुलभ व उपयुक्त मार्ग निवडणे.
11. विविध संप्रेषण तंत्र वापरणे.

(1) **श्रोत्यांविषयीची माहिती :** द्विमार्गी किंवा बहुमार्गी संप्रेषणामध्ये वक्त्याला श्रोत्यांपर्यंत आपले विचार योग्यप्रकारे प्रक्षेपित करण्यासाठी आपल्या समोरील श्रोत्यांचा वयोगट, त्यांची शैक्षणिक पातळी, त्यांची कौटुंबिक, सामाजिक, सांस्कृतिक, आर्थिक पार्श्वभूमी माहिती करून घेणे गरजेचेच असते. या पार्श्वभूमीच्या आधारावरच आशय स्पष्ट करताना उदाहरणे कोणती वापरायची, आपल्या आवाजाची पातळी कोणती ठेवायची, आपले कथन कथाकथनाद्वारे किंवा वैचारिक कथनाद्वारे सादर करायचे इ. गोष्टी ठरविता येतात.

उदा., नवीनच साबण पावडर उत्पादन करणाऱ्या उत्पादकाचा एजंट जेव्हा शहरातील एका विशिष्ट भागात जाहिरात करण्यासाठी जातो तेव्हा त्या भागातील ग्राहकांच्या आर्थिक दर्जाची माहिती घेणे जरूरी आहे. तसेच त्या भागामध्ये या अगोदर कोणत्या कंपनीची साबण पावडरचा खप आहे. हेसुध्दा त्याने माहिती करून घेतले पाहिजे. वॉशिंग मशीन वापरणारे लोक किती टक्के आहेत. तसेच कोणत्या प्रकारचे मशीन वापरणारे किती टक्के लोक आहेत. हाताने कपडे धुणारे ग्राहक किती टक्के आहेत इ. सर्व प्रकारची ग्राहकांविषयीची माहिती त्या एजंटने घेणे आवश्यक आहे.

(2) संप्रेषणाचा हेतू किंवा उद्दिष्ट : हेतू किंवा उद्दिष्टांची श्रोत्याला योग्य माहिती असेल तर संप्रेषणाची दिशा योग्य राहील. ते विशिष्ट चौकटीच्या मर्यादेत होईल. तेथे फापटपसाऱ्याला स्थान असणार नाही. कथनाची किंवा संप्रेषणाची दिशा योग्य राहील. संप्रेषण मुद्द्याला धरूनच होईल. त्यामुळे दोन्ही पक्षांना वक्त्याला व श्रोत्यांना ते कंटाळवाणे होणार नाही.

उदा., साबण पावडरची जाहिरात करण्यासाठी जाताना पावडरचा खप जास्तीत जास्त कसा होईल हे उद्दिष्ट त्याने समोर ठेवले पाहिजे आणि त्या उद्दिष्टाला धरूनच त्याने पावडरचे गुण श्रोत्यांना सांगायला हवे. इतर महाग पावडर आणि दर्जा याविषयीच्या माहितीवर त्याने भर दिला पाहिजे.

(3) आशयज्ञान : ज्या आशयाचे किंवा माहितीचे संप्रेषण करायचे त्याविषयी श्रोत्याला अगोदरच पूर्ण माहिती असणे आवश्यक आहे. आशयज्ञान सखोल व परिपूर्ण असेल तर ते दोन्ही पक्षांना मनोरंजक वाटते. श्रोते त्यात अधिकाधिक रस घेतात. यापूर्वी हा आशय इतरांनी कशा प्रकारे मांडला याची वक्त्याला कल्पना असावी म्हणजे योग्य घटकाची पुनरावृत्ती व अयोग्य घटक टाळणे या क्रियासुद्धा सहजसुलभ होतील.

उदा., साबण विकणाऱ्या एजंटला साबण पावडर, तिचा वापर, तिचे फायदे, तिची इतर कंपनीची किंमत तिच्या वापरामुळे कापडांवर होणारे चांगले व वाईट परिणाम, हाताच्या त्वचेवर होणारे परिणाम तसेच पावडरवर दिले जाणारे प्रलोभने इ. ची पूर्ण माहिती असणे आवश्यक आहे. वरील माहिती असेल तरच आत्मविश्वासपूर्वकपणे तो ती ग्राहकांना पटवून देऊ शकेल.

(4) आक्षेपांची पूर्वकल्पना : आपल्याद्वारे आशय मांडला जात असताना श्रोत्यांना काय-काय अडचणी येऊ शकतील याची वक्त्याला कल्पना असावी. तसेच श्रोत्यांच्या मनात काय प्रश्न निर्माण होतील. याचीसुद्धा कल्पना असावी. म्हणजे त्या प्रश्नांची उत्तरे किंवा जरूरी माहिती वक्ता अगोदरच घेऊन ठेवेल आणि शंकानिरसन योग्य तऱ्हेने झाले म्हटले तर श्रोतेसुद्धा वक्त्याबरोबर समरस होऊन संप्रेषण परिणामकारक होण्यास मदत होणार आहे.

उदा., जेव्हा आपण नवीन साबण कंपनीची पावडरबाबत लोकांना माहिती देणार असू तेव्हा ऐकणारे लोक तिच्या दर्जाबाबत, किमतीबाबत आक्षेप तसेच इतर ऐकीव माहितीवरून घेतले जाणारे आक्षेप, प्रलोभनांच्या दर्जाबाबतचे आक्षेप घेतले गेले तर त्यांचे शंकानिरसन उदाहरणांद्वारे कसे केले जाईल याची तयारी त्या एजंटने ठेवणे जरूरी आहे.

(5) आशयाचे परिपूर्ण चित्र : जेव्हा वक्ता एखादा विषय किंवा आशय जनसामान्यांपर्यंत मांडत असेल तेव्हा केवळ आपल्या दिलेल्या मर्यादेमध्ये तो आशय न मांडता त्या आशयाची राजकीय-सामाजिक बाजू तसेच भविष्यातील परिणाम इ. सर्वसमावेशक माहिती वक्त्याला सादर करता यायला हवी. आशयाचा एक भाग आणि पूर्ण आशय यामध्ये पूर्ण आशय समजणे अधिक सोपे असते.

उदा., नवीन पावडरचे गुण सांगताना परिपूर्ण सांगता आले पाहिजेत म्हणजे तिची उपलब्धता, ज्या कंटेनरमध्ये ती विकली जाणार त्या कंटेनरची उपयोगिता, दर्जाबाबत प्रत्यक्ष प्रात्यक्षिके दाखवावी लागतील. पाण्याच्या दर्जाचा संबंध सांगता आला पाहिजे. लहान मुले व प्रदूषण इत्यादींमुळे खराब होणारे कपड्यांची स्वच्छता दाखवावी लागणार आहे. तसेच त्या कंपनीची मार्केटमधील पत याचीपण माहिती सांगावी लागेल.

(6) श्रोत्यांचा विश्वास संपादणे : संप्रेषणामध्ये श्रोत्याला वक्त्याविषयी विश्वास वाटणे जरूरी आहे किंवा वक्ता जी माहिती सांगतो ती खरीच असणार आहे ती माहिती वास्तवतेशी निगडितच असणार आहे. त्याने सांगितलेली आकडेवारी ही अभ्यासलेलीच असणार आहे. तसेच वक्त्याचा निरोप हा श्रोत्यांच्या फायद्याचाच आहे असा विश्वास त्यांना वाटला पाहिजे किंवा वक्ता जे वक्तव्य करतो ते अनुभवावर आधारलेलेच असणार आहे अशी श्रोत्यांची खात्री असणे संप्रेषणात फार जरूरी आहे. तसेच वक्ता जे सांगतो ते आपल्या हिताचे आहे असा विश्वास जेव्हा श्रोत्यांना असेल तेव्हा संप्रेषण अधिक परिणामकारक होऊ शकते.

उदा., श्रोत्यांचा विश्वास संपादन करण्यास काही कालावधीसाठी एकावर एक मोफत किंवा किमतीतील तफावत किंवा वॉशिंग मशीनचे काम व पावडरचा दर्जा यातील संबंध स्पष्ट करावा लागेल.

(7) जसे बोलणे तसे वागणे : वक्ता प्रत्यक्षात जे बोलतो तसे त्याचे वागणे असणे फार आवश्यक आहे. जेव्हा वक्ता विशिष्ट प्रकारचे वर्तन करतो ते वर्तन श्रोत्यांपर्यंत कोणत्याही मार्गाने पोहोचत असते. साधारणपणे प्रसिद्ध व्यक्तींविषयी जनसामान्यांना अतिशय उत्सुकता असते. त्यामुळे त्याचे कुटुंबातील, समाजातील, कामाच्या ठिकाणातील वर्तनाची माहिती श्रोत्यांना कोणत्याना कोणत्या मार्गाने होतच असते.

उदा., जर वक्ता काळा पैसा देशाला कसा हानिकारक आहे हे स्पष्ट करून सांगत असेल आणि इतरवेळी मात्र आपल्या पदाचा वापर करून सामान्यांना लुबाडत असेल त्याची स्थावर मालमत्ता जर अवास्तव / अफाट असेल तर त्याच्या स्पष्टीकरणावर श्रोते लक्ष देणार नाहीत. उलट टीकाच करतील. आणि तिथे संप्रेषण होऊ शकणार नाही.

उदा., आपणच साबण पावडरचे गुण सांगतो म्हटल्यावर आपले स्वत:चे किंवा आपल्या कुटुंबियांचे कपडे त्याच पावडरने धुवून आपल्या कपड्यांचा दर्जा ग्राहकांना दाखविता येतो.

(8) सूक्ष्म घटकांना संप्रेषणात स्थान देणे : जेव्हा श्रोत्यांद्वारे एखादा घटक सादर केला जातो तेव्हा त्याच्याशी सर्वच घटक त्या सादरीकरणात समाविष्ट होणे जरूरी असते. त्यामुळेच आशय अधिक परिपूर्ण होऊ शकतो. त्याची परिणामकारकता किंवा आशय घनता अधिकाधिक वाढू शकते. आशयाचे बारकावे सदर अभ्यासाची जरूरी असते. अभ्यासामुळे श्रोत्यांचा आत्मविश्वास वाढण्यास मदत होते. त्यामुळे योग्य तो मुद्दा जोर देऊन सादर करणे त्याला सुलभ होते आणि संप्रेषण अधिक परिणामकारक होते.

उदा., साबण पावडरची माहिती सांगताना तिची किंमत, दर्जा, कंटेनरचा दर्जा, पावडर टिकणे, कपड्यांवरचा परिणाम, लावलेली मोठमोठी बक्षिसे, कारखाना स्थानिक भागात असणे हे सांगणे इतर लहानसहान कंपन्यांच्या पावडरमुळे लोकांचे खराब झालेल्या कपड्यांचे व्हीडिओद्वारे प्रत्यक्ष परिणाम दाखविणे इ. सर्व बारीकसारीक गोष्टींचे समावेशन करणे जरूरी आहे.

(9) माहिती विविध मार्गाने सादर करणे : आपल्याजवळील माहिती किंवा आशय कथनाद्वारे /लिखाणाद्वारे/ चित्रांद्वारे /आराखड्यांद्वारे / चर्चेद्वारे / अभिनयाद्वारे / साहित्यातील संदर्भाद्वारे सादर करता येणे अत्यंत जरूरी आहे. त्यामुळे कंटाळवाणेपणा येत नाही सर्व अंगांनी आशय मांडला गेल्याने त्यात अधिकाधिक परिपूर्णता प्राप्त होते तसेच त्यात वास्तव भाग अधिकाधिक समाविष्ट होऊ शकतो. चर्चेद्वारे सर्वांची मते विचारात घेतली जातात.

उदा., साबण पावडरची माहिती सांगताना आपण बोलून माहिती सांगणे, छापील पत्रके वाचायला देणे, काही छायाचित्रे दाखविली जाणारी माहिती दाखवावी.

(10) प्रत्याभरण करताना व्यवहारोपयोगी मार्ग वापरणे : उमेदवारांच्या नावाचा उल्लेख न करता त्याचे मत नोंदविणे. उमेदवारांच्या मतांचा आदर करणारे प्रश्न असावेत. उमेदवार मिळालेल्या माहितीचा प्रत्यक्षात कसे वापर करतात याची माहिती अप्रत्यक्षपणे मिळवावी.

उदा., प्रत्याभरण करताना सुरुवातीला मोफत दिलेली पावडर असेल तर तिच्या वापराचे परिणाम ग्राहकांना विचारून तीच माहिती प्रत्यक्ष वेगवेगळ्या मार्गाने इतर ग्राहकांना पोहोचवावी.

(11) विविध संप्रेषण तंत्राचा वापर करणे : संप्रेषण एकसुरी होऊ नये तसेच अपूर्ण होऊ नये तसेच एकांगी होऊ नये. त्यामध्ये एखादा महत्त्वाचा मुद्दा नजरेआड होऊ नये. यासाठी विविध संप्रेषण तंत्रे वापरली गेली तर माहिती अधिक परिपूर्ण होऊ शकते. पुराव्याचा आधार असल्यामुळे विश्वसनीय होऊ शकते.

उदा., साबण पावडर जास्तीत जास्त लोकांपर्यंत पोहोचण्यासाठी कथनाद्वारे तिची माहिती सांगावी. पत्रके वाटून लिखित माहिती प्रसारीत करावी. टि.व्ही तसेच चित्रपट याद्वारे जाहिरात करावी. विविध खेळाडू , क्रिकेट, फुटबॉल खेळणारे खेळाडू तसेच चित्रपटात काम करणारे नट-नट्या यांची मदत घेऊन माल अधिकाधिक लोकांपर्यंत पोहोचवावा.

तसेच ज्यांनी पावडर वापरली असेल त्यांना आपल्या शेजारी जाऊन सांगण्यास सांगावे व काही प्रलोभन त्यासाठी द्यावे. त्या भागातील दुकानदारांचे मत विचारात घ्यावे व ते मत ग्राहकांना सांगावे की इतरांपेक्षा किमतीच्या मानाने परिणाम कसे परिणामकारक आहेत.

अशा प्रकारे विविध संप्रेषण तंत्रे वापरून उत्पादनाची माहिती परिणामकारकपणे अधिकाधिक लोकांपर्यंत पोहोचवावी.

4.1.3 संप्रेषण प्रक्रिया (Process of Communication)

व्याख्या

- "The exchange of information (a message) between two or more people."
- ''दोन किंवा अधिक व्यक्तींमध्ये माहितीचे / निरोपाचे आदान-प्रदान होय.''

Process :

- A sender transmits a message through a medium. A receiver decodes the message.
- The sender or communicator (the person who initiates a message)
- The receiver or in terpretar (the person to whom a message is directed)
- The message (the verbal and nonverbal content that must be encoded by the sender & decoded by the receiver)
- The channel (the medium by which the message is deliver and received)
- The context (the setting and situation in which 'c' talus place)
- Noise (anything that interferes with the accuracy expression or reception of a message)
- Feedback (a response from the receiver indicating whether a message has been received in its intended from)
- Effective (takes place when a senders message is fully understood by the receiver.)
- Audience – Audience analysis checklist – conversation.
- Analysis – Discourse analysis – interview – listening – medium – message - Noise-nonverbal 'c' – phatic 'c' and solidarity talk - professional 'c' – public speaking – Relevance theory – Secondary - orality- Shell silver stein on the 'c' process- Speaker-Truth of inter course)

प्रक्रिया : माध्यमाद्वारे वक्ता आपला निरोप सादर करीत असतो. श्रोता तो निरोप समजून घेत असतो.

वक्ता : अशी व्यक्ती जी निरोप पुढाकार घेऊन तयार करते.

श्रोता : ज्याच्यापर्यंत निरोप पोहोचून त्यावर कार्यवाही केली जाते.

निरोप : शाब्दिक आणि अशाब्दिक आशय जो वक्त्याद्वारे पाठविला जातो आणि श्रोत्याद्वारे त्याला अर्थ लावला जातो.

माध्यम : याद्वारे निरोप पाठविला जातो व स्वीकारला जातो.

आशय : प्रसंग आणि रचना ज्यात संप्रेषण घडते.

गोंगाट : सादरीकरणातील आणि ग्रहणातील निरोपाची सूक्ष्मता यात ज्यामुळे अडथळा येतो.

प्रत्याभरण : योग्य रूपात श्रोत्यांपर्यंत निरोप पूर्णपणे पोहोचणे.

परिणामकारक : श्रोत्यांपर्यंत निरोप पूर्णपणे पोहचणे.

श्रोते : विश्लेषण करणारे व संवाद करू शकणारे

वक्ता आणि ग्राहक

वक्त्याला Sourse सुद्धा म्हटले जाते. संप्रेषणाच्या प्रक्रियेमध्ये वक्ता हा पुढाकार घेत असतो. दोन व्यक्तींच्या संप्रेषणामध्ये ग्राहक हा यात सहभागी असतो. समूह संप्रेषणामध्ये श्रोते हे ग्राहक असतील श्रोत्यांची संख्या त्या-त्या प्रसंगावर अवलंबून असेल. वक्ता हा स्वत:चा आवाजाचा वापर करीत असतो किंवा तो जनसामान्यांना संबोधून बोलत असतो. समूह संप्रेषणामध्ये मात्र शेकडो किंवा लाखो लोकांचा ग्राहक म्हणून समावेश असू शकतो. दोन व्यक्तींमधील संप्रेषण किंवा जनतेशी संबंधित संप्रेषणामध्ये देणारी व घेणारी माहिती दोन्ही प्रकारच्या शाब्दिक संप्रेषण (बोलले जाणारे शब्द) आणि अशाब्दिक संप्रेषण (हावभाव तसेच एखाद्या व्यक्तीचे रूप) मध्ये समाविष्ट असते.

(**संदर्भ** : W.A.Kelly Huff, Public Speaking : A Concise Over view for the Twenty-Fiest Century Peter Lang 2008)

वक्ता आणि ग्राहक यातील आंतरक्रिया : परस्पर संवाद संप्रेषण ही क्रिया म्हणजेच एक प्रकारची आंतरक्रिया आहे. ही आंतरक्रिया योग्य झाली नाही तर वक्ता किंवा ग्राहक यापैकी कोणीही एकजणाकडून संप्रेषण थांबविले जाऊ शकते. तसेच समूह संप्रेषणातसुद्धा श्रोत्यांद्वारे किंवा प्रेक्षकांद्वारे संप्रेषण थांबविले जाऊ शकते.

उदा., वक्त्याद्वारे होत असलेला टीव्ही किंवा रेडिओवरील कार्यक्रम प्रेक्षकांना आवडला नाही तर त्यांच्याद्वारे कार्यक्रम रद्द केला जाऊ शकतो / बंद केला जाऊ शकतो.

परस्परसंवाद म्हणजे दोन्ही गटाकडून दुसऱ्यावर परिणाम होणे. या प्रकारे दोन्ही गट हे वक्ता आणि श्रोता असतील. ते Co-persuaders असतात आणि त्यामध्ये चिन्हांचा समावेश करून किंवा विभागून एकमेकांवर परिणाम करतात.

(**संदर्भ** : Robert L. Health and challenges , 2nd Ed . Lawrence erbium, 2000)

आशय / संदर्भ (Context in the 'c' Process) : विशिष्ट वातावरणात होत असलेल्या संप्रेषणामधील प्रत्येक क्रियेतील कल्पना म्हणजे संदर्भ होय. बरेचदा शारीरिक संदर्भ दिसून येत असतो. जरी आपण आपल्या बैठकीमध्ये किंवा गच्चीवर क्रिकेट मॅचमध्ये खेळणाऱ्या एखाद्या खेळाडूविषयी बोलत असू त्याला सामाजिक संदर्भसुद्धा असतो. एखादा कार्यक्रम आणि त्यातील व्यक्ती संप्रेषणात सहभागी असतात.

उदा., मित्रांचा सहभोजन करण्यासाठी जमलेली कुटुंबातील मंडळी किंवा स्मशानभूमीत क्रियाकर्म करण्यासाठी जमलेला जनसमुदाय त्यानंतर तेथे सांस्कृतिक संदर्भसुद्धा अविभाज्य असतो. वातावरण आणि श्रद्धा हा संदर्भसुद्धा येथे अटळ असतो. ज्याद्वारे आपापसातील बोलण्यावर परिणाम होत असतो. सांस्कृतिक संदर्भामध्ये माध्यमांची भूमिकासुद्धा महत्त्वाची असते.

उदा., हिंदूंचा विवाह, मुस्लीम व्यक्तीचा विवाह आणि ख्रिश्चन व्यक्तीचा विवाह या ठिकाणी संप्रेषण त्या-त्या संस्कृतीप्रमाणेच होत असते. माध्यमांच्या सांस्कृतिक संदर्भामध्ये आपण कसे बोलतो, काय बोलतो कोणते संगीत ऐकतो याचा फार मोठा परिणाम होत असतो.

(**संदर्भ** : Richard Dimbleby and Graem Burton, More than words : An Introduction to Communication 3rd ed Routledge 1998)

गोंगाट (Noise)

गोंगाटामुळे संप्रेषण प्रक्रियेमध्ये अडथळा येतो हा गोंगाट शारीरिक किंवा मानसिक असू शकतो. यामुळे येणारा अडथळा संप्रेषणाच्या कोणत्याही पातळीवर येऊ शकतो.

(**संदर्भ** : Sandra D. Collins, Interpersonal Communication Listening and Responding 2nd Ed South western 2009)

संप्रेषण प्रक्रियेतील प्रत्याभरण (Feedback in the Communication Process) : हा संप्रेषणातील अंतिम टप्पा आहे. समोरच्या वक्त्याकडून निरोप / माहिती घेतल्यानंतर श्रोता विशिष्ट प्रकारे वक्त्याला प्रतिक्रिया देतो. प्रतिक्रिया हे कदाचित बोलण्यातून असेल किंवा प्रदीर्घ गप्प राहण्यात (पॉज घेण्यात) असेल किंवा लिहिण्यातून असेल, नाहीतर हसणे / स्मित किंवा इतर कुठल्याही क्रियेतून असेल. कदाचित कोणतीही प्रतिक्रिया न देणे हीसुद्धा एक प्रकारची प्रतिक्रिया असेल. प्रत्याभरणशिवाय वक्त्याला कधीच समजणार नाही की श्रोत्याला आपला निरोप-आशय योग्य तऱ्हेने समजला की नाही. संप्रेषणात प्रत्याभरण हे सुरुवातीपासून काम करीत असते, भूमिका बजावित असते. कारण याद्वारे आपल्या आशयाच्या परिणामकारकतेचे विश्लेषण करू शकणार असतो आणि त्याद्वारे आपल्या आशयातून नकळत काही गैरसमज किंवा चुकीचे परिणाम होणार असतील तर ते दुरुस्त करू शकणार असतो किंवा सुधारण्यासाठी योग्य ते उपाय योजू शकणार असतो.

(**संदर्भ** : Sathya Swarap Debasish and Bhagaban Das, Business Communication. PHI Learning 2009)

संप्रेषणातील सहउद्‌बोधन (Co-orientation in the Communication Process) :

सहउद्‌बोधन ही प्रक्रिया अलीकडच्या काळात अमेरिकेत अतिशय लोकप्रिय झाली आहे. सहउद्‌बोधन म्हणजे संप्रेषण प्रक्रियेमध्ये ग्राहकाने मनोरंजकपणे अवधानाचे / लक्षात आलेल्या घटकांचे प्रकटीकरण करणे किंवा सादरीकरण करणे होय. या संकल्पनेमागे अशी कल्पना / विचारधारा आहे की दोन व्यक्तीच्या संवेदना आणि एकाच घटकाचे त्यांनी केलेले स्पष्टीकरण समान असू शकते. जेवढे हे समान घटक अधिक असतील तेवढे या व्यक्तींमध्ये संप्रेषण वेगाने होणार आहे. तसेच उलट प्रकारे संप्रेषणातील वेगामुळे सहउद्‌बोधनसुद्धा वेगाने होऊ शकणार आहे.

(**संदर्भ** : Jaun Bordenave “Communication Theory and Rural Development “Communication for Social change Anthology, Ed by Alfonso Cummucio Dagronand Thomas Tuftc, FSC consortium 2006)

परिणामकारक संप्रेषण

यात व्यक्तीचा सुरुवातीला अभ्यास जो झालेला असतो त्या अभ्यासाचा दृश्य आणि अदृश्य परिणाम हे होत असतात. या परिणामांमध्ये एक परिणाम म्हणजे विचारप्रक्रिया समृद्ध होणे. व्यक्ती एखाद्या घटकाचा चहूबाजूने विचार करू शकतो. तो घटक तयार कसा झाला त्या घटकाचा इतर कोणकोणत्या घटकाशी संबंध असतो. त्याचा एकमेकांवर काय परिणाम होतो त्या घटकाचे गुण व दोष काय आहेत. गुणांचा विविध प्रकारे कसा उपयोग करता येईल. दोष कमीत कमी कसे करता येतील याविषयी व्यक्ती विचार करते.

उदा., योगा अभ्यास सुरुवात, विकास, प्रसार, गुण, दोष, अडचणी, उपाय इ. विचार करणे.

(1) योग्य शब्दरचना करणे, योग्य व्याख्या तसेच व्याख्येचे स्पष्टीकरण, प्रकार सांगणे, योगा अभ्यासाचा प्रसार यावर भाष्य करणे. भाष्य करीत असताना जर अभ्यास परिपूर्ण असेल तर आवाजाद्वारे आत्मविश्वास प्रकट होऊ शकतो. आपल्या सखोल अभ्यासाद्वारे आणि योग अभ्यासाचे साधक परिणाम जनसामान्यांपर्यंत सांगू शकतो, पटवून देऊ शकतो.

(2) शारीरिक हालचालीद्वारे आपले विचार व्यक्त करणे, योग अभ्यासाचे परिणाम सांगताना आपण ताठ बसून किंवा ताठ उभे राहून काय फायदे होतात ते उदाहरणासहित पटवून देऊ शकतो.

(3) आपला विषय स्पष्ट करताना योग्य त्या शारीरिक हालचाली म्हणजेच हाताने विषयावर जोर देणे अत्यंत आत्मविश्वासपूर्वक पावले टाकत वर्गात प्रवेश करणे इ. शारीरिक हालचालींद्वारे तुमचा ठामपणा व्यक्त होतो आणि संप्रेषणाला ते फायदेशीरच ठरते.

(4) जेव्हा आपल्याला समोरच्या व्यक्तीला आपला मुद्दा पटवून द्यायचा असतो. तेव्हा तिचे विचार लक्षपूर्वक ऐकणे-सुद्धा जरूरी असते. तिचा पूर्वाभ्यास, तिची उद्दिष्टे, तिच्या शंका या जर आपण बारकाईने ऐकल्या असतील तर तिच्याबरोबर संप्रेषण करणे अधिक सोपे जाते.

(5) संप्रेषण करण्याअगोदर ज्या घटकांद्वारे आपण संप्रेषण करणार असू त्या घटकावर आपले मन पूर्ण एकाग्र होणे आवश्यक आहे. त्या घटकाचे फायदे-तोटे उपाय इ. गोष्टी आपणास नीट आकलन होण्यासाठी एकाग्रता तेवढीच महत्त्वाची आहे.

(6) संप्रेषण करताना समोरच्या व्यक्तीच्या नजरेत नजर देऊन आपल्याला बोलता येणे आवश्यक असते. तरच आपण एकमेकांच्या अधिकाधिक जवळ जाऊ शकतो. एकमेकांच्या मनातील शंका दूर करू शकतो.

(7) संप्रेषण करीत असताना शरीररचना आपण सहजपणे विचारात घेतली पाहिजे. आपल्याला आरामात उभे किंवा बसता आले पाहिजे जर आपण किंवा समोरील व्यक्ती अवघडल्यासारखी उभी राहिली असेल किंवा बसली असेल तर मोकळेपणा राहू शकणार नाही आणि संप्रेषण होणे दुरापास्त होऊन बसेल.

(8) संप्रेषणात दोन्हीही पक्षांनी भाषा अत्यंत सुलभ व सोपी वापरली पाहिजे. बोलल्यानंतर समोरच्या व्यक्तीला त्या बोलण्याचा अर्थ सहजपणे समजला पाहिजे तरच संप्रेषण सहज होणे शक्य होईल. एकमेकांना योग्य, स्पष्ट व मोजक्या शब्दात प्रश्न विचारता आले पाहिजेत. प्रश्न केव्हा विचारू शकतो? जर आपण विषय समजून घ्यायचा प्रयत्न केला असेल, त्यावर विचार केला असेल, त्या विषयाच्या उपयोजनाचा विचार केला असेल तरच प्रश्न विचारणे शक्य होते आणि तसे झाले तर अत्यंत परिणामकारक संप्रेषण होऊ शकणार आहे.

4.2 संप्रेषणाचे प्रकार (Types of Communication

निरोपाचा प्रकार तसेच त्याचा संदर्भ /आशय यावर संप्रेषणाचा प्रकार अवलंबून असतो. संप्रेषणासाठी निवडले जाणारे माध्यम आणि संप्रेषणाची स्टाईल यावरसुद्धा संप्रेषणाचा दर्जा अवलंबून असतो.

संप्रेषणाचे प्रमुख दोन प्रकार पुढीलप्रमाणे आहेत.

प्रत्येक संप्रेषणाचा हेतू असा असतो की लोकांना आपण जी माहिती देतो ती समजली पाहिजे. अशाब्दिक संप्रेषण हे शाब्दिक संप्रेषणाशिवाय होऊ शकते परंतु शाब्दिक संप्रेषण हे अशाब्दिक संप्रेषणाशिवाय होऊ शकत नाही. अशाब्दिक संप्रेषणाचे महत्त्व लक्षात घेताना असे दिसते की एकूण संप्रेषणामध्ये शब्दांद्वारे 10% संप्रेषण, आवाज आणि त्यातील चढ-उतार याद्वारे 30% तर शारीरिक भाषेद्वारे 60% संप्रेषण होते.

(1) शाब्दिक संप्रेषण (Verbal Communication) : यात निरोप तोंडी बोलून तयार होतो. निरोप सांगताना वक्त्याला त्याला तो निरोप समजलेला असतो. त्यामुळे समोरच्या श्रोत्यालासुद्धा तो निरोप सहज समजेल असे तो समजत असतो पण प्रत्यक्षात तसे घडत नसते. कारण साधारणपणे विषय मांडताना व्यक्ती त्या विषयीचा स्वत:चा कल, संवेदना, भावना, आणि विचार प्रकट करीत असतात. त्यामुळे श्रोत्याला विषयाचा अर्थ समजून घेताना अडचणी येतात

म्हणून योग्य निरोप देताना वक्त्याने किंवा व्यक्तीने स्वत:ला बाजूला ठेऊन श्रोत्याच्या दृष्टिकोनातून तो निरोप त्याला दिला पाहिजे. आपण सांगणार ती माहिती श्रोत्याला समजेल का ? याचा वक्ता सर्वप्रथम विचार करणे जरुरी आहे.

शाब्दिक संप्रेषणाचे पुढील (Verbal Communication) दोन प्रकार आहेत.

(अ) तोंडी संप्रेषण : यात तोंडी बोललेले शब्द वापरले जातात. यामध्ये समोरासमोर बसून होणारा संवाद, भाषण, दूरध्वनीवरील बोलणे, व्हीडिओ, रेडिओ, टेलिव्हिजन, इंटरनेट इ. चा समावेश होतो. या ठिकाणी आवाजाची पातळी, आवाजातील चढ-उतार, वेग आणि बोलण्यातील सुस्पष्टता इ. गोष्टी फार परिणाम करतात.

फायदे :

(i) यात त्वरित प्रतिक्रिया मिळते.

(ii) समोरासमोर बोलताना चेहऱ्यावरील हावभाव, शारीरिक भाषा/ हालचाली यावरून समोरच्या व्यक्तीच्या बोलण्यावर किती विश्वास ठेवायचा हे ठरविता येते.

तोटे :

(i) समोरच्या व्यक्तीचे बोलणे सखोलपणे समजून घेता येत नाही.

(ब) लेखी संप्रेषण : यात लेखी चिन्हे व भाषेचा वापर होतो. टाईप केलेला किंवा हस्तलिखित यांपैकी दोन्ही प्रकार वापरले जातात. हे निरोप ई-मेल, टपाल, अहवाल, मेमो इ. प्रकाराद्वारे पाठविता येतात. या संप्रेषणामधील निरोपावर शब्दसंपत्ती किंवा व्याकरण दर्जा, लिखाणाची स्टाईल त्यातून होणारे आकलन आणि स्पष्टता इ. गोष्टी परिणाम करीत असतात. साधारणपणे व्यवसाय किंवा व्यापार किंवा व्यवसाय कौशल्याचा गाभा म्हणजे लेखी संप्रेषण होय असे म्हटले जाते. मेमोज, अहवाल, बुलेटीन, कार्याचे स्पष्टीकरण, कामगार माहिती आणि इलेक्टॉनिक मेल्स या गोष्टी म्हणजे लेखी संप्रेषणाचे प्रकार आहेत. लेखी, इलेक्ट्रानिक पत्रव्यवहार (मेल्स) इंटरनेट वेबसाईट्स, टपाल प्रपोजल्स, तार, फॅक्स, करारनामा, जाहिरात, माहितीपत्रके आणि बातम्या इ. द्वारे बाह्य वातावरणाशी संप्रेषण साधता येते.

फायदे :

(i) प्रत्यक्ष पाठविण्याआगोदर त्यात कितीही वेळा बदल करता येतात.

(ii) लेखी संप्रेषण हे एक प्रकारचे रेकॉर्ड असते व भविष्यात त्याचा अभ्यासासाठी केव्हाही वापर करता येतो.

(iii) श्रोत्याला तो पूर्णपणे समजून घेता येतो आणि योग्य असा प्रत्याभरणसुद्धा तो पाठवू शकतो.

तोटे :

(i) लगेचच/त्वरित प्रत्याभरण मिळत नाही.

(ii) निरोप समजून घेण्यास तोंडी संप्रेषणाच्या तुलनेने अधिक वेळ लागतो.

(iii) आजही निरक्षरतेमुळे मोठ्या संख्येने लेखी क्षमतेपासून दूरच आहेत. ते लिहू शकत नाहीत तसेच लेखी मजकूर वाचूसुद्धा शकत नाही.

(2) अशाब्दिक संप्रेषण (Nonverbal Communication) : येथे शब्दांचा वापर केला जात नाही. शब्दांशिवाय येथे संप्रेषण घडून येते.

उदा., हावभाव, शारीरिक हालचाली, आवाजाची पातळी किंवा चेहऱ्यावरील हावभाव म्हणजेच बोलणाऱ्याच्या शरीर भाषेवरून येथे संप्रेषण अपेक्षित असते. निरोपाचा अर्थ समजून घेताना ग्राहक शारीरिक भाषेचा उपयोग करतो. बरेचदा प्रसंग नीट समजून घेताना अशाब्दिक गोष्टीच जास्त उपयुक्त ठरतात. परंतु काही वेळेला मात्र शाब्दिक संप्रेषण आणि अशाब्दिक संप्रेषण हे परस्परविरूद्ध येतात आणि त्यामुळे निरोपाची किंवा माहितीची परिणामकारकता कमी होते.

अशाब्दिक संप्रेषणामध्ये पुढील तीन घटक असतात.

(अ) वक्ता : त्याचा पोशाख, केशरचना, टापटीपपणा त्याने वापरलेली सौंदर्य प्रसाधने, आजूबाजूचे वातावरण, स्थळ, ठिकाण, खोलीचा आकार, प्रकाश, सजावट तसेच फर्निचर इ. गोष्टी आणि वक्ता यातील संबंध हा महत्त्वाचा आहे. संप्रेषण योग्य तऱ्हेने होण्यासाठी वरील घटक योग्य तऱ्हेचे असणे जरुरी आहे. जर त्या घटकामध्ये काही दोष असले तर संप्रेषणामध्ये निश्चितपणे अनेक अडचणी येऊ शकतात.

उदा., अतिशय कोंदट खोलीमध्ये जर वक्ता श्रोत्यांना सूचना देत असेल तर श्रोत्यांचे लक्ष एकाग्र होऊ न शकल्यामुळे वक्त्याच्या सर्व सूचना श्रोत्यांपर्यंत पोहोचू शकणार नाहीत आणि वक्त्याचा उद्देश पूर्णपणे सफल होऊ शकणार नाही.

(ब) श्रोते : श्रोता किंवा श्रोते असल्याशिवाय संप्रेषण होऊ शकणार नाही. त्यासाठी श्रोत्याचे अवधान, अभिरुची, ज्ञानाची पातळी हे घटक महत्त्वाचे असतात. श्रोता आणि वक्ता यांची प्रसंगानुरूप अदलाबदल होऊ शकते. श्रोत्याची शारीरिक व मानसिक क्षमता परिपूर्ण असेल तर संप्रेषण परिणामकारक होऊ शकते. अन्यथा त्यात अडथळे येऊ शकतात. श्रोत्यांसाठी वेळ आणि स्थळ हा घटकसुद्धा संप्रेषण होण्यासाठी कारणीभूत ठरू शकतो. ती वेळ जर योग्य नसेल तर श्रोता अवधान देऊ न शकल्यामुळे संप्रेषण नीट होऊ शकणार नाही. श्रोत्याचे पूर्वज्ञान, कल्पना, वय या गोष्टीसुद्धा संप्रेषण होण्यासाठी विचारात घ्याव्या लागतात.

(क) प्रसंग : लग्नसमारंभ, वाङ्मय संमेलन, स्नेहसंमेलन इ. प्रसंगांमधील संप्रेषण त्या-त्या परिस्थितीवर अवलंबून असते. अपघात झालेल्या ठिकाणी आणि लग्नाच्या वरातीमध्ये होणारे संप्रेषण हे परस्परविरुद्ध असणार आहे. त्यामुळे वक्ता आणि श्रोता यांना प्रसंगाचे भान असणे जरुरी आहे. त्या-त्या प्रसंगातील शिष्टाचारांना धरूनच संप्रेषण होत असते.

संप्रेषण होत असताना लक्षात घ्यावयाच्या महत्त्वाच्या बाबी

(1) चेहऱ्यावरील हावभाव : चेहऱ्याला मनाचा आरसा म्हणतात. कारण सर्वसामान्यपणे मनात येणारे विचार चेहऱ्यावर आपोआपच प्रकट होत असतात.

उदा., समोरच्या व्यक्तीबद्दल जर आपणास राग असेल तर आपोआपच आपल्या कपाळावर आठ्या दिसू लागतात. चेहऱ्यावरील स्मितहास्य किंवा रागीट चेहरा याद्वारे त्या व्यक्तीच्या मनात चालणारे विचार आपणास सहज समजून येतात. त्याचप्रमाणे आनंद, राग, भीती, दु:ख किंवा इतर अनेक भावना केवळ चेहऱ्यावरील हावभावावरून समजू शकतात. यावरून चेहऱ्यावरील भावना ओळखून त्याप्रकारे संप्रेषण घडून येत असते हे आपल्या लक्षात येईल.

(2) डोक्याच्या हालचाली : वक्ता माहिती सांगताना आणि श्रोते ऐकताना डोके कशा प्रकारे हलवितात हे सुद्धा खूप महत्त्वाचे आहे. जेव्हा श्रोते डोके वर-खाली करतात तेव्हा वक्त्याच्या लक्षात येते की श्रोत्यांना माहितीतील मुद्दे/ मुद्दा समजला किंवा पटला त्याउलट, श्रोत्यांना उत्तरावरून किंवा चेहऱ्याच्या हावभावावरून वक्त्याने डोके वर-खाली केले किंवा उजवे-डावे केले तर आपले उत्तर वक्त्याला मान्य आहे किंवा अमान्य आहे हे श्रोत्याच्या लक्षात येते. म्हणूनच संप्रेषणामध्ये डोक्याच्या हालचालीसुद्धा खूप परिणामकारक असतात असे म्हटले जाते. जर श्रोते डोके खाली घेऊन पायाकडे पाहत बसले असतील तर श्रोत्यांचा नम्रपणा, मर्यादाशील वृत्ती वक्त्याच्या लक्षात येते.

(3) श्रोत्यांची नजर : श्रोत्याच्या नजरेचे व्यवस्थित निरीक्षण केले तर राग किंवा प्रेम किंवा आळस असेल तर ते लक्षात येऊ शकते. त्यानुसारच वक्त्याच्या नजरेत जर राग किंवा आळस दिसला तर श्रोत्यांची प्रतिक्रियासुद्धा तशीच येऊ शकते.

(4) शरीराचा बांधा : जर वक्त्याची उंची व शरीराचा बांधा आकर्षक असेल तर आपोआपच त्याचा श्रोत्यांवर चांगला परिणाम होतो.

(5) व्यक्तीचे बाह्यरूप : बरेचवेळा व्यक्तीच्या बाह्य रूपावरून व्यक्तीचा स्वभाव किंवा आवडनिवड तसेच धार्मिक-सांस्कृतिक मूल्ये समजू शकतात. आणि त्यावरूनच श्रोते प्रतिक्रिया देऊ शकतात.

(6) स्पर्श : व्यक्तीची माया, ममता, आधार, उत्तेजन इ. भावना स्पर्शाने सांगता येतात. त्यानुसार स्पर्शाने संप्रेषण योग्य प्रकारे आणि सहजच होत असते.

(7) दोन व्यक्तींमधील अंतर : दोन व्यक्तीमध्ये शारीरिक अंतर किती ठेवले जाते यावरून त्यांचे नाते लक्षात येते. तसेच विशिष्ट सामाजिक चालीरीती प्रसंग आणि कौटुंबिक संबंध यावरसुद्धा दोन व्यक्तींमध्ये उभे राहताना व बसताना किती अंतर असावे ते ठरत असते आणि या अंतरावर संप्रेषण कसे होणार हे सुद्धा अवलंबून असते.

(8) चिन्हे : जेव्हा संवाद होत असताना व्यक्ती चिन्हांचा वापर करते तेव्हा त्या-त्या चिन्हांना काही सामाजिक संदर्भ असतो. तर तो संदर्भ विचारात घेऊनच संप्रेषण साधले जाते.

उदा., बोलताना व्यक्तीने तोंडावर बोट ठेवले तर तिला गप्प बसायचे आहे, असा अर्थ किंवा बोटांचा 'V' असा आकार केला तर त्याला यश प्राप्त झाले किंवा अंगठा ताठ केला तर समोरच्या व्यक्तीचे म्हणणे त्याला मान्य आहे असा संदर्भ निघू शकतो आणि त्यानुसारच त्यांच्यात संप्रेषण होत असते.

(9) वेळ : बरेचवेळा औपचारिक बोलणे बोलायचे असेल तर 11 ते 5 अशी कार्यालयीन वेळ निवडली जाते. अगदी अचानकपणे येणारी अशी गोष्ट असेल तर कोणतीही वेळ येऊ शकते पण पहाटे / मध्यरात्री निरोप आला तर नक्कीच इमरजन्सी असेल असे समजले जाते.

(10) शांतता : संवाद चालू असताना एखादा गट गप्प बसला तर बरेचवेळा दुसऱ्या गटावर दबाव येऊ शकतो किंवा त्या शांततेचा अर्थ अमान्यता, आदर भीतिदायक वातावरण किंवा ताठपणा असा काढला जाऊन त्याचा संप्रेषणावर परिणाम होत असतो.

(11) Paralanguge : व्यक्तीचा मूड किंवा प्रसंग यावरसुद्धा वेगवेगळे संप्रेषण होत असते.

उदा., विवाहप्रसंगी नातेवाईकांमध्ये होणारे संप्रेषण तसेच स्मशानात किंवा एखाद्या कॉन्फरन्समध्ये भेटल्यानंतर होणारे संप्रेषण यांत फरक असतो.

संप्रेषण दुसरा प्रकार

(1) औपचारिक संप्रेषण (Formal Communication) : यामध्ये काही नियम काही चालीरीती तसेच काही तत्त्वांचा समावेश असतो. व्यावसायिक किंवा कामाच्या ठिकाणी या संप्रेषणाचा वापर होतो. साधारणपणे व्यावसायिक बैठका, परिषदा इ. ठिकाणी हे संप्रेषण वापरले जाते. येथे चुकीची भाषा किंवा शिवीगाळ इत्यादींचा वापर होत नाही. औपचारिक संप्रेषण प्रक्रियेमध्ये मान्यता असलेल्या जबाबदार व्यक्तीची भूमिका महत्त्वाची असते.

(2) अनौपचारिक संप्रेषण (Informal Communication) : औपचारिक संप्रेषणाच्या विरुद्ध हे संप्रेषण असते. आपण सहज जे भाष्य करतो ते यात येते. एखाद्या संघटनेतील सभासदांना एकमेकांत संबंध प्रस्थापित करण्यास याचा उपयोग होतो तसेच समोरासमोरील संवादाचा यात समावेश असतो. मिश्र तसेच कुटुंबातील मंडळी या संप्रेषणाचा वापर करतात. यात शिवीगाळ, भाषेचा अपभ्रंश इ. चालू शकते. बहुतेक हे संप्रेषण तोंडी होत असते. तसेच हावभावाचा यात विचार केला जातो. यामध्ये मान्यता असलेल्या जबाबदार व्यक्ती असायलाच पाहिजे असे नसते. एकमेकांतील संबंध दृढ होण्यासाठी याचा उपयोग होत असतो.

संप्रेषणाचा तिसरा प्रकार

Inter-Personal'communication'	दोन किंवा अधिक लोकांमधील संप्रेषण
Inter-Personal'communication'	व्यक्तीचे स्वतःशीच होणारे संप्रेषण यात ठरवून झालेले आणि नकळत होणरे संप्रेषण येत असतात.
Extra-Personal'communication'	व्यक्ती आणि मानवेतर घटकांमधील संप्रेषण उदा. कुत्रा, मांजर, वृक्ष इत्यादी.
Mass 'communication'	जनसमुदायाबरोबरचे संप्रेषण भाषण, रेडिओ किंवा टेलिव्हीजनद्वारे होणारे संप्रेषण

(2) आंतर-वैयक्तिक संप्रेषण (Interpersonal Communication Skills) : एक किंवा अनेक व्यक्तींबरोबर समोरासमोर होणारे संप्रेषण कौशल्य = संप्रेषण होताना शाब्दिक Verbal (बोलणे, ऐकणे, लिहिणे, वाचणे) आणि अशाब्दिक (हालचाल, हावभाव, चेहऱ्यावरील भाव इ.) संप्रेषणाचा समावेश होत असतो.

(अ) श्रवण कौशल्य : संप्रेषण होताना 45% ऐकण्याची क्रिया कार्यरत असते.ऐकणे व लक्षपूर्वक ऐकणे यात फरक आहे. Hearing कौशल्यामध्ये उद्दिष्ट असेलच असे नाही, परंतु Listening मध्ये उद्दिष्ट हेतू हे असावेच लागतात. ऐकण्याची क्रिया परिणामकारक झाल्यामुळे गैरसमजसुद्धा कमीत-कमी होतात.

(ब) लेखन कौशल्य : संप्रेषणाची गुरुकिल्ली /मेख /कळ म्हणजे स्पष्ट व परिणामकारक लेखन होय. लेखन जर कमी दर्जाचे किंवा परिणाम साधणारे नसेल तर वाचणाऱ्याला ते त्रासदायक होते.

(क) वैयक्तिक कौशल्य : या कौशल्यांद्वारे शरीर व मन आरोग्यदायी (Healthy) राहू शकते.

उदा., स्व-जाणीव (Self Easteem) आणि आत्मविश्वास याद्वारे व्यक्तीचा दृष्टिकोन सकारात्मक होऊ शकतो. त्याद्वारे संप्रेषण प्रक्रियासुद्धा सुधारू शकते. व्यक्ती कशी दिसते, कशी वागते, या गोष्टीसुद्धा संप्रेषणावर परिणाम करीत असतात. स्वत:विषयी सखोल समज असणे तसेच शिथिलता आणि सकारात्मक दृष्टिकोन याद्वारे व्यक्ती उत्तम प्रकारे संप्रेषण करू शकतात. उत्तम संप्रेषण आणि खंबीरपणा यात घनिष्ट असा संबंध आहे. जेव्हा व्यक्ती तणावाखाली असते किंवा रागात असेल तेव्हा संप्रेषण योग्य प्रकारे होऊ शकत नाही.

4.3 संप्रेषण संरचना

संप्रेषण संरचनेचे प्रकार पुढीलप्रमाणे आहेत.

(1) पंखाकृती संरचना (Fan Pattern) : यात शिक्षक आणि विद्यार्थी किंवा मुख्याध्यापक आणि शिक्षक यांच्यात आंतरक्रिया होऊ शकतात. त्यामुळे प्रत्याभरण शक्य होते.

उदा., विचार प्रक्रिया, स्पष्टीकरण , सूक्ष्म घटकांचे ज्ञान इ. प्रक्रिया येथे घडत असतात. तसेच चर्चेद्वारे प्रत्याभरण शक्य होते. दोघांना एकमेकांचे मुद्दे समजतात. विद्यार्थी शंका विचारतात, शिक्षक शंकानिरसन करतात. द्विमार्गाने संप्रेषण होत असल्याने ते प्रभावी किंवा परिणामकारक होते.

उदा., शिक्षक 'लोकशाही रचना' हा घटक शिकवित असताना आपल्या लोकशाहीवर प्रश्न विचारू शकतात. निवडणूक प्रक्रियेविषयी विद्यार्थ्यांना त्यांची मते विचारतात. काँग्रेस शासन कारभार करताना लोकशाहीच्या मूल्यांची पायमल्ली कशी होत होती ते मागील वर्तमानपत्रातील बातम्या दाखवून विचारतात. त्याच्या अनुषंगाने विद्यार्थांची उत्तरे देतात. त्यानंतर येणारे भाजपशासन त्यांचा राज्यकारभार त्यात दिसणारे लोकशाहीचे पैलू इ. घटक टी. व्ही वरील बातम्या व चर्चांवरून विद्यार्थांना सांगण्यास सांगतात. काँग्रेस-भाजप तुलना करण्यास सांगतात. विद्यार्थ्यांची मते विचारली जातात. अशा प्रकारे प्रत्याभरण घेतले जाते.

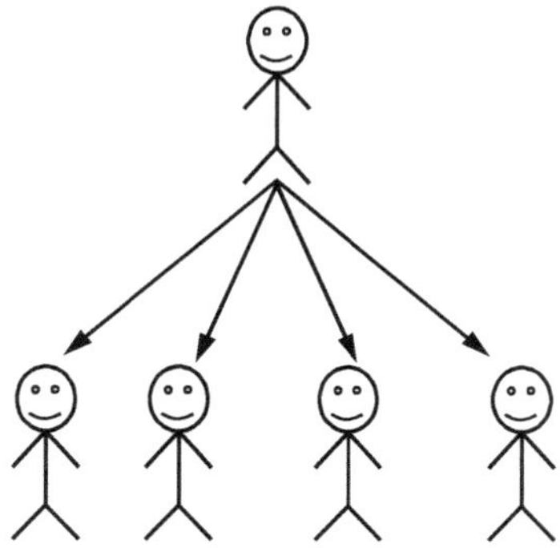

या संरचनेत सदस्यांचा प्रमुखाबरोबर संपर्क होऊ शकतो. प्रश्न-उत्तर अशी देवाणघेवाण होऊ शकते. म्हणजेच आंतरक्रिया होत असते. प्रमुख आशय स्पष्ट करताना आपल्या सदस्यांच्या शंकांना उत्तरे देऊ शकतात. तसेच चर्चा घडवून आणली जाऊ शकते. चर्चेमध्ये मुद्दे मांडण्यासाठी मुदत परवानगी दिली जाते आणि प्रत्याभरण येथे शक्य होते.

(2) वर्तुळाकृती संरचना (Circle Pattern) : या संरचनेत चर्चा, तर्कानुमान, संकल्पना विकसन आणि सामाजिक समस्या यांचा समावेश होतो.

यात प्रत्येक विद्यार्थी फक्त आपल्या दोन बाजूच्या दोन विद्यार्थ्यांशीच संपर्क करू शकत असल्याने चर्चा किंवा तर्कानुमान यांना मर्यादा पडतात. प्रत्याभरण शक्य नसल्याने संप्रेषण प्रभावी होत नाही. सर्वांच्या मतांचा समावेश येथे केला जात नाही. त्यामुळे सामान्यीकरण करणे कठीण जाते.

या संरचनेत समूहातील प्रमुख / नेता आपल्या समूहातील जो सदस्य त्याच्याजवळ बसलेला असेल त्याच्याशी संपर्क साधू शकतो. इतर कोणतेही सदस्य नेत्याशी संप्रेषण साधू शकत नाही. त्यांना संप्रेषणासाठी त्या सदस्याला संपर्क करावा लागतो. ज्याचा अगोदर नेत्याबरोबर संपर्क झालेला आहे. प्रमुखाने जो आशय मांडलेला असतो. त्याचे ज्या प्रमाणात शेजारच्या सदस्यांपर्यंत तो पोहोचला असतो त्याप्रमाणातच संप्रेषण होते. यात अर्थातच समूहातील प्रमुखांच्या विचारांचे संप्रेषण सर्वांपर्यंत समान प्रमाणात होत नाही. त्यामुळे समूहाची विचारधारा तेवढी प्रबल राहू शकत नाही.

लोकशाहीची संकल्पना येथे रूजवणे अवघड जाते. यात सदस्यांचे आपल्या बाजूच्या दोन सदस्यांशी संपर्क होतो म्हणजे संप्रेषणाला यात अनेक मर्यादा पडतात. तसेच प्रत्याभरण प्रक्रिया येथे होऊ शकत नाही आणि अर्थातच त्यामुळे संप्रेषणाच्या उद्दिष्टाला येथे बाधा येऊ शकते.

(3) चक्राकृती संरचना (Wheel Patter) : येथे शिक्षक आणि विद्यार्थी यांच्यात सहज आंतरक्रिया शक्य असतात. प्रत्याभरण शक्य होते. संरचनेची परिणामकारकता वाढते. समूह उपक्रम, समूह काम, कौशल्य विकसन, लोकशाही मूल्ये यांचे सहजतेने विकसन होत असते. याद्वारे सहकार्य, आदर, परस्पर जवळीक इ. लोकशाहीला उपयुक्त

घटक विकसित होते. समूह, शाळा, वर्ग, भक्कम होऊ शकतो. कार्यक्षम होऊ शकतो. त्यामुळे गावाचे, राज्याचे, राष्ट्राचे विकसनास याचा पायाभूत आधार मिळतो.

इतर तीन संरचनेपेक्षा म्हणजे वर्तुळाकार, शृंखलाकार किंवा वाय पॉईट संरचनेपेक्षा ही संरचना सर्वांत उत्कृष्ट आहे. नेत्याला किंवा प्रमुखाला प्रत्यक्ष इतर सदस्यांशी संपर्क साधणे शक्य असते. त्यांच्यात उत्तम प्रकारची आंतरक्रिया होताना दिसत आहे. कित्येकवेळा संदेश श्रोत्याच्या शंकाद्वारे किंवा प्रश्नांद्वारे संप्रेषण आशय स्पष्ट करण्याची आपली पद्धत बदलू शकतो. सर्वांत महत्त्वाचा फायदा म्हणजे यात प्रत्याभरण सहज शक्य होत असल्यामुळे वक्त्याला आपला आशयसुद्धा कित्येक वेळा बदलावा लागतो. येथे लोकशाही विचारधारा उत्तम प्रकारे कार्यरत असलेली दिसून येते. सोप्या प्रश्नांची ताबडतोब उत्तरे या संरचनेत मिळू शकतात.

परंतु सदस्यांमध्ये किंवा विद्यार्थ्यांमध्ये मात्र आंतरक्रिया होताना दिसत नाहीत. त्यामुळे विद्यार्थ्यांना एकमेकांचे विचार किंवा शंका समजू शकत नाही.

(4) वाय (Y) संरचना (Y Pattern) :

ही संरचना अधिक गोंधळाची व अडचणींची आहे. वर्तुळाकार आणि साखळी संरचनेपेक्षा यात अधिक अडचणी आहेत. यात सदस्य 3 गटांत विभागले जातात. त्यांना दुसऱ्या गटातील सदस्यांशी संपर्क साधताना नेत्याशी किंवा प्रमुखाशी संपर्क साधावाच लागतो. अन्यथा इतर गटातील सदस्यांशी त्यांचा संपर्क होऊ शकत नाही. प्रत्याभरण होत नाही त्यामुळे तळागाळातील समस्यांचा ऊहापोह केला जात नाही. तळागाळातील सदस्य काही प्रमाणात दुर्लक्षित राहातात. त्यांच्या समस्यांना वाचा फोडणे अवघड होते. त्यामुळे तळागाळातील जनता किंवा सदस्य कायम असंतुष्ट राहतात. त्यांच्यात बेचैनीचे प्रमाण फार मोठ्या प्रमाणात दिसून येते. त्यामुळे ही रचना एकसंध राहू शकत नाही.

प्रत्याभरण शक्य नसल्यामुळे नेता आणि सदस्य कायमच दुराव्यात असताना दिसतात. माहिती न मिळाल्यामुळे सदस्यांच्या समस्या दूर करणे नेत्याला अशक्य होते आणि समूहाचे उद्दिष्ट साध्य होऊ शकत नाही.

(5) शृंखलाकृती संरचना (Chain Pattern) :

वर्तुळाकार संरचनेप्रमाणे परिस्थिती येथे असते. सर्वांत वाईट गोष्ट म्हणजे शेवटच्या सदस्याला प्रत्यक्ष निरोप/ माहिती (जी नेत्याने दिलेली आहे) खूपच बदललेल्या अवस्थेत प्राप्त होते. येथे नेत्याला / प्रमुखाला प्रत्याभरण मिळत नसल्यामुळे शेवटच्या सदस्याला निरोप/ माहिती कोणत्या प्रकारे बदलली गेली हे समजू शकत नाही. प्रत्येक सदस्य आपल्या पुढील व मागील सदस्याशीच संपर्क साधू शकतो. लोकशाहीची संकल्पना येथे रूजणे अवघड असते. त्यामुळे यात प्रामुख्याने विचारधारा संपूर्ण समूहात दिसून येत नाही. वैचारिक गोंधळाला येथे मोठ्या प्रमाणात वाव आहे. प्रत्याभरण शक्य नसल्यामुळे नेता व सदस्य यात जवळीक किंवा समान विचारधारा दिसू शकत नाही आणि संप्रेषण परिणामकारक होऊ शकत नाही.

(6) डेसी फुलाकृती संरचना (Daisy Flower Pattern) :

या संरचनेचा आकार डेसीफुलाच्या आकारासारखा आहे म्हणून या संरचनेचे नाव डेसीफुलाकृती संरचना असे दिले आहे. यामध्ये संज्ञापकांशी संदेश ग्राहक आणि संज्ञापक संदेश ग्राहकांशी प्रत्यक्ष आंतरक्रिया करू शकतो. संदेश ग्राहक त्याच्या शंका विचारू शकतो. संज्ञापक प्रश्न विचारून संदेश ग्राहकाने दिलेल्या उत्तरामध्ये सुधारणा करू शकतो. साहित्य, सूचना, उदाहरणे यांची दोघांमध्ये देवाणघेवाण होऊ शकते.

स्वतंत्र आणि दूरस्थ अध्ययन प्रक्रियेत ही प्रक्रिया उपयुक्त असते. त्यामुळे निरंतन शिक्षण ही संकल्पना कार्यरत राहाण्यासाठी या संरचनेचा उपयोग करता येतो.

उदा., दूरशिक्षणात प्रश्नपत्रिका पाठवून संदेशग्राहक विद्यार्थ्यांचे मूल्यमापन करणे शक्य होते.

येथे विद्यार्थ्यांनी एक प्रमुख बाब लक्षात घेणे जरूरी आहे ती म्हणजे, वर्तुळाकृती, शृंखलाकृती, वाय संरचना यात सदस्य आपल्या प्रमुखाशी प्रत्यक्षपणे संपर्क करू शकत नाही. त्यामुळे सदस्यांचे संप्रेषण प्रमुखाशी प्रत्यक्षपणे होत नाही यात प्रत्याभरण सहज होऊ शकत नाही. परंतु चक्राकृती संरचनेत आणि पंखाकृती संरचनेत मात्र सदस्यांचा आपल्या प्रमुखाशी संपर्क साधू शकतात. त्यामुळे सदस्यांचे संप्रेषण प्रत्यक्षपणे होवू शकते. यात प्रत्याभरण शक्य अनेक वेळा ही संरचना त्या-त्या समूहावर तसेच समूहाच्या विषयावर अवलंबून असते.

Communication Networks :

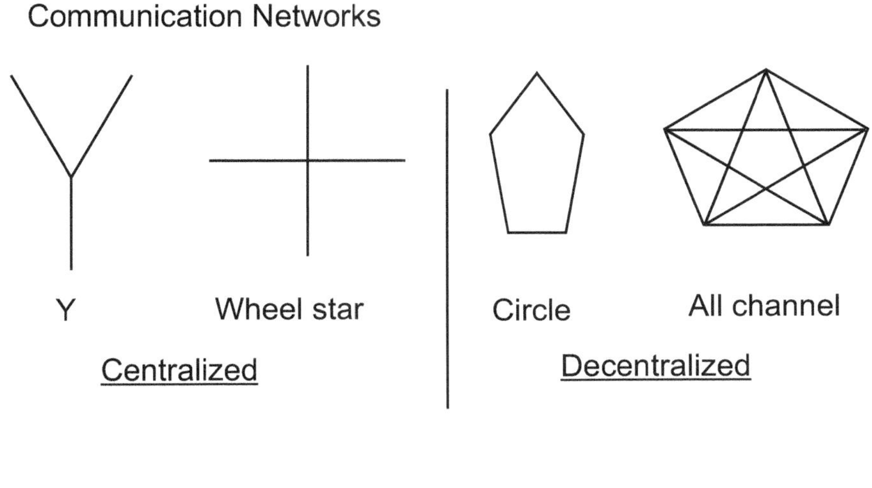

Simple Tasks	Circle All Channel	Y Wheel Star
Complex Tasks	Y Wheel Star	Circle All Channel
	Slow Less Accurate	**Faster More Accurate**

4.4 संप्रेषण विकसनाची कौशल्ये

संप्रेषणातील अडथळे

(1) **प्रस्तावना :** श्रोता जो आशय आणि जसा व्यक्त करायचा असतो तो आशय वक्त्याद्वारे ग्रहण केला जाणे. यास 'Communication' संप्रेषण म्हटले जाते. परंतु व्यवहारात तसे कधीही घडत नाही. वक्ता ज्या दृष्टीने आशय मांडतो त्या दृष्टीने श्रोता तो आशय घेतोच असे नाही. म्हणजेच पूर्णपणे बरोबर संप्रेषण न होता श्रोता त्यात काही बदल करून ते स्वीकारत असतो. त्याची जी अनेक कारणे असतात त्यांनाच संप्रेषणामधील अडथळे म्हटले जाते. हे अडथळे श्रोता-वक्ता-प्रसंग या तिघांशीसुद्धा निगडित असू शकतात.

(2) **संप्रेषणाचे माध्यम :** एखादी गोष्ट बोलण्यापेक्षा आकडेवारीद्वारे अधिक सहज स्पष्ट करता येते. **किंवा**

- एखादी गोष्ट आलेखाद्वारे जास्त परिणामकारकपणे सांगता येते. **किंवा**
- एखादी गोष्ट नाट्यमयरीत्या अधिक मनोरंजक करून सांगणे शक्य असते.

आई-वडिलांना मुलाच्या यशाचे कौतुक करताना भाषण करण्याऐवजी त्याच्या पाठीवरती थाप मारून किंवा जवळ घेऊन डोक्यावरून हात फिरवून ते कौतुक सहजपणे मुलांपर्यंत पोहोचू शकते. बरेच वेळा राग किंवा विरोध फाडफाड बोलण्यापेक्षा अबोला हे माध्यम अधिक परिणामकारक होऊ शकते. मुख्याध्यापकांनी आपल्या शिक्षकांचे कौतुक शिपायामार्फत करण्याऐवजी स्वत: केले तर ते अधिक परिणामकारक होईल.

(3) **गोंगाट :** शाळेत मधल्या सुट्टीत, वर्गात शिक्षक नसताना, फॅक्टरी चालू असताना, टेलिफोन कनेक्शनमध्ये बिघाड झाला किंवा रेडिओ / टि.व्ही मध्ये पावसाळ्यात येणारी खरखर.

(4) **चुकीची बैठकव्यवस्था :** Semantic - टेक्निकल Words - उदा., लेसननोट, हेतुप्रश्न, उपयोजन, संकलन इ. Denotations and Connotations - Cheap - प्रसंगाप्रमाणे अर्थ बदलणे.

संप्रेषणामधील अडथळे किंवा अडचणी

- दर्जामधील फरक (Status difference)
- लिंगभेद (Gender do difference)
- संस्कृती भेद (Cultural difference)
- पूर्वग्रहदूषित (Prejudices difference)
- संघटनेचे वातावरण (The Organizational Environment)

संप्रेषणातील सर्वसामान्यपणे येणारे अडथळे (Common Barriers to effective 'Communiation')

- The use of jargon over complicated, unfamiliar or Technical terms - अर्वाच्य भाषा वापरणे, अतिशय अवघड, माहीत नसलेले आणि तांत्रिक शब्द वापरणे. उदा., उपयोजन, हेतुप्रश्न इ.
- Emotional barriers & taboos - भावनिक अडथळे आणि भावना व्यक्त करण्यातील असमर्थता
- अवधान अभिरूची -distraction or irrelevance to the - श्रोत्याला अडथळा आणणे किंवा असंबंधता
- Differences in perception & viewpoint - दृष्टिकोन व संवेदनात फरक
- शारीरिक अडथळे physical difficulties - कर्णरचनेतील दोष, बोलण्याच्या क्षमतेतील दोष.

- अशाब्दिक संप्रेषणातील शारीरिक अडथळे (physical barriers to non verbal clues – दृष्टीमध्ये दोष असतील तर अशाब्दिक संप्रेषण अशाब्दिक चिन्हांना शारीरिक अडथळे समजू शकणार नाहीत. उदा., हावभाव, हालचाली इ.
- भाषाभेद तसेच इतर भाषांचे उच्चार समजण्यातील असमर्थता
- अपेक्षा आणि गैरसमज यामुळे चुकीचे assumptions केले जातात आणि एकसुरी विचार केला जातो. आपल्याला हवे असेल ते आपण ऐकतो/पहातो परंतु प्रत्यक्षात गोष्ट वेगळीच असते आणि पर्यायाने आपल्याकडून चुकीचे निष्कर्ष काढले जातात.

संस्कृतीमधील फरक

(1) भाषिक अडथळे : जर श्रोत्याला एखाद्या संकल्पनेचा अर्थ समजला नाही. तर तो लिखित भाग त्याला पूर्ण समजत नाही. जर काही अर्थ नसलेला मजकूर असेल तसेच शब्दांचे शॉर्ट फॉम्स जर वापरले गेले असतील तर श्रोत्याला त्याचा अर्थ समजू शकत नाही. स्थानिक भाषेतील संवादसुद्धा बाहेरच्या व्यक्तीला सहज समजू शकत नाहीत.

(2) मानसशास्त्रीय अडथळे

(अ) तणाव (Stress) : तणावामध्ये व्यक्ती इतकी स्वमग्न होते की समोरची व्यक्ती काय बोलते हे तिला समजू शकत नाही.राग/क्रोध/यामुळे समोरच्या व्यक्तीच्या बोलण्याकडे लक्ष दिले जात नाही किंवा समोरच्या व्यक्तीच्या बोलण्याचा चुकीचा अर्थ काढला जातो.

- Low self esteem –अशा व्यक्तींना संप्रेषणामध्ये सहजता नसते.

(3) शारीरिक अडथळे (Physiological Barries)

(अ) काही प्रमाणात दृष्टिदोष : प्रकाश पुरेसा नसेल तर लिहिलेला आशय पूर्णपणे समजू शकत नाही आणि तिथे संप्रेषण अडथळा येतो.

(ब) बोलण्यातील तोतरेपणा : एखाद्या व्यक्तीच्या बोलण्यात तोतरेपणाचा दोष असेल तर चार लोकांसमोर तो बोलण्याचे टाळतो आणि समोरच्या व्यक्तीच्या प्रश्नाचे उत्तर न देता गप्प बसतो व त्यामुळे संप्रेषणात अडचण निर्माण होते.

(क) कर्णदोष : ऐकण्यामध्ये दोष असेल तर समोरची व्यक्ती जे बोलते ते पूर्ण न ऐकल्यामुळे आशय समजत नाही व उत्तर देता येत नाही आणि संप्रेषण होण्यामध्ये अडचण निर्माण होते.

(ड) पायात दोष : पायात दोष असेल तर सामान्यांप्रमाणे उभे राहता येत नाही आणि त्यामुळे व्यक्ती जनसमुदायामध्ये जाण्याचे टाळते व संप्रेषण सहज होत नाही.

(इ) श्रोता आणि वक्ता यातील अंतर : श्रोता आणि वक्ता यांच्यात जेवढे कमी अंतर असेल तेवढे संप्रेषण अधिक परिणामकारक होऊ शकते. अंतर जेवढे जास्त असेल तेवढे संप्रेषणात अधिक अडथळे येतात. अंतर कमी असेल तर वेगवेगळ्या मार्गाने संप्रेषण होत असते. हावभाव जवळून पाहता येतात, नीट समजतात, आवाजातील चढ-उतार सूक्ष्मपणे लक्षात येतो. स्पर्शातूनसुद्धा अनेक संदेश देता येतात. उदा., समोरच्याच्या पाठीवर थाप मारून बोलले तर त्याला प्रोत्साहन अधिक मिळते. वास्तवामध्ये आधुनिक तंत्रज्ञानाद्वारे शारीरिक अंतराचा परिणाम कमी केलेला आहे संप्रेषणामध्ये योग्य माध्यमाचा वापर करणे जरूरी आहे.

(3) रचनेवर आधारित अडथळे (Systematic Barries)

(अ) सभासदांची अकार्यक्षमता : ज्या संघटनेमध्ये कार्यक्षम नसलेले घटक कार्यरत असतात किंवा अयोग्य घटकांचा समावेश झालेला असतो. त्याचप्रमाणे ज्या संघटनेत सभासदांना आपले कर्तव्य काय याची योग्य जाणीव नसेल किंवा

मुळातच बेजबाबदार वृत्ती असेल, संघटनेचा विकास होईल अशा प्रकारचे वर्तन करण्याची समज नसेल तर संघटनेच्या कामात त्यांच्याकडून अडथळे निर्माण होण्याची शक्यता असते.

(ब) सभासदांमधील अंतर : आपले वरिष्ठ किंवा कनिष्ठ यांचा कामात सहभाग घेण्यात किंवा त्यांच्या कामात आपला सहभाग देण्यात ते कमी पडतात त्यात प्रमुख कारण म्हणजे संप्रेषणात येणारे अडथळे होत. संघटनेचा विकास हा त्यातील मनुष्यबळाच्या विकासावर अवलंबून असतो. पण त्यांच्यात जर संप्रेषण (गॅप) अंतर असेल तर ते संघटनेच्या विकसाला बाधा आणते. त्यासाठी संघटनेची उद्दिष्टे, कामाची पद्धत, संघटना रचना याची त्यातील घटकाला पूर्ण जाणीव व माहिती असणे जरुरी आहे.

(4) वृत्तीमधील अडथळे (Attitudinal Barriers) : व्यक्तीच्या वर्तनात किंवा होणाऱ्या संवेदनात त्या व्यन्तीची वृत्ती महत्त्वपूर्ण भूमिका पार पाडत असते. व्यक्तीच्या वृत्तीमध्ये जर दोष असतील तर व्यक्ती संप्रेषण योग्य तऱ्हेने साधू शकत नाही. बरेचवेळा (Introvert Personality) व्यक्तिमत्त्वामध्ये अंतर्मुखपणा जास्त प्रमाणात डोकावत असेल किंवा व्यक्ती सतत दिवास्वप्न पहात असेल किंवा निर्णयक्षमता कमी असेल सतत मनातल्या मनात संघर्ष सुरू असतील सतत परिवर्तनाला विरोध करीत असेल, तिच्यामध्ये प्रेरणांचा अभाव असेल, संशयीवृत्ती ती पछाडलेली असेल तर संप्रेषणामध्ये तिच्याद्वारे फार मोठे अडथळे निर्माण होत असतात. व्यक्ती जर न्यूनगंड किंवा श्रेष्ठत्वाच्या भावनेमुळे पछाडली गेली असेल तर सामान्य लोकांबरोबर समायोजन करता न आल्याने संप्रेषणामध्ये अडथळे निर्माण होतात.

(5) इतर अडथळे :

(अ) शब्दसंपत्तीचा अभाव : वक्त्याला बोलताना / लिहिताना योग्य शब्द न आठवणे / परिणामकारक शब्द रचना न करता येणे.

(ब) ग्राहकाविषयीचे अपुरे ज्ञान : जर वक्त्याला ग्राहकाविषयी व्यवस्थित माहिती नसेल म्हणजे त्याच्या गरजा / त्या विषयाचे ज्ञान/ दर्जा/ तर संप्रेषण होऊ शकणार नाही.

(क) अपूर्ण आशयज्ञान : वक्त्याचे (Sender) आशयज्ञान अपूर्ण असेल तर एखाद्या विषयाची प्रमाणापेक्षा जास्त माहिती सांगताना अडथळा येऊ शकतो. उदा., एखाद्या मशीनची माहिती सांगताना तिचे 25/30 पार्ट्सची नावे, रचना सांगताना सांगणाऱ्याला आणि ऐकणाऱ्याला पण गोंधळल्यासारखे होते.

(ड) भावनाशीलता : भावनाशील व्यक्तीला संप्रेषण करणे अवघड जाते कारण तिच्यावर भावनांचा पगडा मोठ्या प्रमाणात असतो. भावनांमुळे संप्रेषणाच्या प्रक्रियेत तिचे समायोजन योग्य प्रकारे होऊ शकत नाही.

(इ) बाह्य अडथळे : फोनच्या लाईनमधील खरखर, शाळेच्या मधल्या सुट्टीतील मुलांचा दंगा, लिखाणामध्ये प्रमाणापेक्षा अधिक चुका असतील तर संप्रेषण प्रक्रिया होत असताना अशा भौतिक अडथळ्यांचा परिणाम होत असतो.

(ई) नवीन शिक्षकांचा आत्मविश्वास अभाव : शाळेतील नवीन शिक्षक वर्गातून 10 मिनिटात बाहेर येऊन वर्गातील मुलांच्या वर्तनाचे जर विश्लेषण करू लागले तर काही प्रमाणात श्रोत्याच्या मनात शंका निर्माण होतात आणि संप्रेषण योग्य होत नाही.

(उ) फोनद्वारे अध्यापन : फोनवर जर शिक्षक मुलांना वर्तनाचे पाठ शिकवू लागले तर ते योग्य होणार नाही.

उपक्रम

संप्रेषणामधील अडथळे ओळखता आले पाहिजे तरच त्याप्रमाणे उपक्रम केले जातील.

Sematic Communication :

- प्रत्याभरण नीट वाचायचा सराव करा.
- श्रोत्याचा बारकाईने व सहृदयतेने विचार करा.
- शक्यतो सुलभ भाषा वापरा.
- श्रोत्याला समजेल अशी भाषा वापरा.

- योग्य माध्यम निवडा.
- माध्यमाचा परिणामकारक वापर करण्यास शिका.
- सतत विरोधी पक्षात राहून समोरचा बोलेल ते खोडून काढू नका. शक्यतो पाठिंबा देण्याच्या हेतूनेच संप्रेषण साधा.
- **श्रवणातील दक्षता :** अनुभव, आपल्याला काय माहीत आहे ? वक्त्याविषयी पूर्वग्रहदूषित राहू नका - एकसुरी भाषण (होऊ देऊ नका) भावनाशील Emotions, संवेदनक्षम (Pereption) राहा.
- **परिणामकारक श्रवण :** समजण्यासाठी ऐका तसेच प्रतिसाद देण्यासाठी ऐका कारण आपणास दुसऱ्या घरात रहायला जाण्यासाठी अगोदरच्या घरातून बाहेर पडावे लागते. त्याचप्रमाणे मनातील नकारात्मक विचार बाजूला करून समोरच्याचे बोलणे ऐका.
- पूर्ण लक्ष देऊन ऐका.
- आपण मोकळ्या मनाने ऐकतो असे वक्त्याला वाटू द्या.
- वक्त्याला मोकळेपणाने बोलायला प्रोत्साहन द्या.

संघटनांचे संप्रेषण (Organizational Communication)

- **स्नेहसंमेलन :** कार्यकौशल्य मोजमापासाठी बैठका
- **प्रकाशने :** (Grievances) न्यायदान करणे.
- **नियमित बैठका :** अभिवृत्तीची पाहणी करणे.
- **सूचना करण्याची सोय :** मुक्तद्वार कार्यपद्धती
- **आर्थिक घटकांची चर्चा :** अप्रत्यक्ष मोजमापे
- **चांगल्या कामाबद्दल पारितोषिके :** ई-मेल सोय.

ऐकू न येणारे लोक (Deaf) टी. व्ही. द्वारे संप्रेषणासाठी दक्षता

- **एकमेकांना समजून घ्या :** योग्य प्रतिसाद द्या, काळजी घ्या- आवश्यक असेल तर पुन्हा सांगा/ लिहा/ दाखवा.
- चित्रांचा वापर करा.
- तंत्रज्ञानाचा वापर करा.
- समूहामध्ये जातीभेद/वर्णभेद करू नका.
- नजरेला नजर देण्याचे प्रशिक्षण द्यावे.
- चिन्हांच्या भाषेचा वापर करा.

वयानुसार येणारे अडथळे दूर करण्यासाठीच्या दक्षता

(1) बालके : गोड बोला - त्यांच्या शेजारी बसा- आदर दाखवा- आपण एखादी कृती/ निर्णय घेण्याअगोदर त्यांना सांगा/ सूचना द्या- कौतुक करा.

(2) किशोर वयातील मुले (Teenagers) : त्यांना प्रौढ समजून बोला त्यांच्या आरोग्याची माहिती विचारा- खासगी प्रश्न इतरांसमोर विचारू नका - वातावरणात शांतता असू द्या.

(3) ज्येष्ठ नागरिक (Older Adults) - आजूबाजूला गोंगाट नसावा.

साधे-सोपे रोजच्या व्यवहारातील गोष्टींवर बोलून सुरुवात करा.

- थोडक्यात बोला - त्यांच्या मर्जीप्रमाणे उत्तर देऊ द्या.
- सोपी भाषा वापरा, शरीर भाषेचे निरीक्षण करा.

- सोपे बोला, तुमची माहिती त्यांना पुन्हा सांगू द्या.

अंधव्यक्ती संप्रेषणासाठी दक्षता :

- समोर गेल्याबरोबर त्यांच्या नावाचा उल्लेख करून स्वागत करा.
- नैसर्गिक वेग आणि आवाजातच बोला, स्पर्शातून बोलण्याचा प्रयत्न करा.
- तुमचे स्पष्टीकरण पुरेसे असावे, अर्धवट नसावे.
- खोलीतून बाहेर जाताना किंवा परत येताना त्यांना सूचना द्या.
- तुमच्या बोलण्याचा शेवट असेल तर तसे त्यांना सांगा.
- त्यांना मदतनीस हवा असेल तर विचारा.

बहिऱ्या व्यक्ती संप्रेषणासाठी दक्षता : वयाच्या 75 वयानंतर ऐकण्यात दोष येऊ लागतात. बहिऱ्या व्यक्तींच्या जवळ बसा - ओरडू नका - आजूबाजूला गोंगाट नसावा - समोरासमोर बसून त्याच्याकडे पहातच बोलावे - बोलताना चेहऱ्यावर योग्य ते हावभाव असणे आवश्यक आहेत. जवळ नोटपॅड ठेवून योग्य आशय त्यावर लिहून त्यांना दाखवा- समोरची व्यक्ती तुम्हाला समजू शकते आहे याची खात्री करा.

बोलण्यात दोष संप्रेषण दक्षता : तोतरेपणा (Dysarthria) - मेंदूतील केंद्राला दुखापत (Aphasia,) बोलता न येणे- (Laryngectomy) आजारामुळे स्वरयंत्र (Voice box) काढले जाणे- संवादासाठी जास्त वेळ द्या- पेशंटबरोबर बिनधास्त बोला- शांतता ठेवा- पेशंट बोलत असेल तेव्हा बोलू नका- पेशंटचे वाक्य तोडू नका - साहित्य वापरा.

श्रवण (Listening) - यात खालील कारणाने अडथळे येतात.

- समोरच्याचे बोलणे समजून घेण्याऐवजी त्याचे विश्लेषण करणे.
- श्रोत्यांचा अतिमोठ्या संख्येने समूह.
- वरिष्ठ दर्जा - स्वत:च्या दर्जाची धास्ती - योग्य माध्यमाचाच आग्रह - हाताखालच्या किंवा बरोबरच्या लोकांवर विश्वास नसणे- वेळेची उपलब्धता नसणे- अवधान किंवा लक्ष केंद्रित करता न येणे.
- पूर्व माहिती योग्य तऱ्हेने स्मरणात न राहणे.
- Competition स्पर्धात्मक अडथळा.

प्रत्याभरण (Feedback)

ज्या श्रोत्यांचा आपणास विश्वास असेल जे आपल्याशी प्रामाणिक असतील असेच लोक घेण्यासाठी निवडा.

- प्रत्याभरण जर फारच सर्वसाधारण आला तर त्यांना उदाहरणे द्यायला सांगा. विशिष्ट प्रसंगाचा / व्यक्तीचा उल्लेख करण्यास सांगा.
- समोरच्यांनी जरी टीका केली तर रागावू नका, रागाने चुकीचे वर्तन करू नका.
- अतिउत्साही किंवा अतिउदासीन प्रतिक्रिया देऊ नका.
- प्रत्याभरणाचा नीट अभ्यास करा.
- प्रत्याभरण देणाऱ्याला त्याच्या मौल्यवान सूचनांचा तुम्ही कसा उपयोग करणार ते सांगा.
- प्रत्याभरणाचे फलित जे काही निघेल ते त्यांना सांगा.
- त्यांचे आभार माना.

संप्रेषणाचे प्रकार (Types of Communication)

1. **वरिष्ठाकडून कनिष्ठाकडे संप्रेषण Downwards Communication :** वरिष्ठांकडून कनिष्ठांकडे संप्रेषण, ड्युटी सांगणे, सूचना देणे प्रत्याभरण देण्यास सांगणे, समस्या सोडविणे.

2. **Upwards 'Communication' :** कनिष्ठांकडून वरिष्ठांकडे संप्रेषण प्रत्याभरण देणे, आपली प्रगती सांगणे, आपल्या समस्या सांगणे, मान्यता मागणे.
3. **Lateral or Horizantal 'Communication' :** (समान संप्रेषण) - महाविद्यालयीन विद्यार्थी एकमेकांत जी माहिती सांगतात - दर्जा/ पातळी समान असते. यात वेळ वाचत असतो.

- माध्यम (Chanels) : योग्य- परवडण्यासारखे - पटण्यासारखे
- शिक्षण प्रक्रिया म्हणजे एखाद्या व्यक्तीला किंवा समूहाला एखाद्या विषयाची वास्तव माहिती व स्पष्टीकरण पुरविणे होय.
- संस्कृती म्हणजे एका पिढीद्वारे पुढच्या पिढीकडे चालीरीती पोहोचविणे.
- अशाब्दिक संप्रेषणामध्ये आपण माहिती पाठवितो - माहितीचा अर्थ पाठवित नाही.
- समोरासमोर संप्रेषण अस्तित्व परिणामकारक असते. लिहून केलेले संप्रेषण एखादी क्रिया करण्यासाठी परिणामकारक असते. धीर असणे आणि कर्तव्याची जाण असणे याद्वारे विश्वास वाढतो.

संप्रेषण विकसित करण्यासाठीचे उपक्रम (Activities for Developing communication)

क्र.	वाचन कौशल्य (Reading)	लेखन कौशल्य (Writing)
1.		**खालील गोष्टींसाठी कार्यशाळा घेणे.**
2.	ग्रंथालयाचा मुक्त वापर व वावर	बुलेटेड लिस्टचा वापर
3.	ग्रंथालयातील पुस्तक परिचय संदेश ग्राहकांना घेणे जरूरी आहे.	टेबल्स, चार्ट्स - तयार करणे व वापर करणे.
4.	किती पुस्तकांचे वाचन केले याची स्पर्धा.	शिवीगाळ/ अर्वाच्य भाषा / प्रेक्षकांना न समजणारी भाषा यांच्या वापरामुळे लेखनावर होणारे दुष्परिणाम जाणवणाऱ्या एकांकिका वाचन किंवा कथावाचन किंवा नाट्याभिनय इ. कार्यक्रम
5.	वाचलेल्या पुस्तकांचा सारांश शाळेत प्रार्थनेच्या वेळेला सांगणे. त्याला नोटीस बोर्डवर / सूचना फलकावर प्रसिद्धी देणे.	लेखनाचा आराखडा करण्याचा सराव.
6.	शाळेत ऑफ तासाला आणि वेळापत्रकातील वाचनाच्या तासाला वर्गाची पुस्तकपेढी किंवा पुस्तक कपाट विद्यार्थ्यांसाठी मुक्तपणे उपलब्ध करून द्यावे.	कच्चा मसुदा तयार करणे.
7.	वाचन वेग वाढविण्यासाठी तज्ज्ञांद्वारे योग्य तंत्रशिक्षण द्यावे त्याचे परिणाम अभ्यासावेत त्या तंत्राचा प्रसार होण्यासाठी प्रयत्न करावेत.	लिखाणाचे परीक्षण
8.	अधिकाधिक ग्रंथालयांची मेंबरशिप होण्यासाठी विद्यार्थ्यांना व शिक्षकांना प्रोत्साहन द्यावे.	परिणामकारक लेखनासाठीच्या क्लृप्त्या
9.	प्रुफ रिडिंग सराव	लेखकांच्या भेटी/मार्गदर्शन

	कथन कौशल्य	श्रवण कौशल्य
1.	लहान वाक्ये बोला (नाटिका, अभिनय)	मुद्दे लिहावेत.
2.	आवाजात चढ-उतार	दक्ष राहावे.
3.	स्पष्ट आवाज / उच्चार	बोलणाऱ्यांना प्रतिसाद देणे, त्यांना प्रोत्साहन देणे.
4.	नजरेला नजर भिडविणे.	प्रश्न / शंका विचारा.
5.	हावभाव / हालचाल / स्टाईल	बोलणाऱ्याच्या डोळ्यांना डोळा भिडविणे, ताठ बसणे, चेहरा सकारात्मक ठेवा.
6.	लकब नको, एकच शब्द पुन्हा-पुन्हा नको.	व्याख्यान संपल्यानंतर सारांशलेखन
7.	रेकॉर्ड करून पुन्हा ऐकणे.	दीर्घ श्वास घेण्याचा सराव द्या.
8.	श्रोत्यांविषयी अगोदर माहिती घ्या.	कथाकथन संपल्यानंतर कथेतील पात्रांच्या नावांची यादी करणे.
9.	श्रोत्यांना बरोबरीची / आदराची वागणूक	श्रवण करताना संज्ञापक बोलत असलेल्या विषयापेक्षा वेगळा विषय आपल्या मनात आल्याबरोबर वहीत स्टारची खूण करेल व शेवटी अशा खूणा मोजून ठेवेल. त्याला त्याची जाणीव झाल्यावर पुढील तासाला या खूणा कमी कशा होतील यासाठी तो प्रयत्न करू लागतो. स्वत:ची स्वत:शी स्पर्धा सुरू होते. व ऐकण्यातील एकाग्रता वाढू लागते.
10.	श्रोत्यांचे आभार	
11.	श्रोते फार प्रश्न / गोंधळ करीत असतील तर रागावू नये.	
12.	वर्तन सहकार्याचे असावे.	
13.	लोकशाही वृत्ती असावी.	
14.	आपण जे बोलतो ते जाणतो असा विश्वास श्रोत्यांना द्या.	
15.	दीर्घ श्वास घेण्याचा सराव द्या.	

संप्रेषण कौशल्य विकसित करणे : (Developing Communication' Skill)

(1) एकावेळी एकाच घटकाची निवड करा : एका वेळी एकाच घटकाची निवड केल्यामुळे लक्ष पूर्णपणे केंद्रित होईल. तसेच त्यासाठी पुरेसा वेळ दिला जाईल. अवधान विचलन आपोआपच टाळले जाईल. उदा., विद्यार्थ्यांना रिकाम्या तासाला गुंतवून ठेवायचे असेल तर एकाच वेळी नाच, गाणी, भेंड्या, खेळ इ. गोष्टी करायला सांगण्यापेक्षा त्यातील कोणतीही एकच गोष्ट सांगून योग्य सराव करून घेता येईल. त्यात कुशलता अधिक आणता येईल. विद्यार्थ्यांची अभिरुची लक्षात येईल. त्यानुसार त्यांच्या गुणांना वाव देता येईल.

(2) महत्त्वाच्या भागाची पुनरावृत्ती किंवा त्यावर जोर : आशय ग्राहकांसमोर मांडत असताना त्याच प्रकारच्या इतर परिचित घटक आणि निवडलेला आशय यातील फरक वेगळा सांगावा. आपल्या घटकाचे नावीन्य किंवा उपयोगिता हे आवर्जून त्यांच्या लक्षात आणून द्यावे. महत्त्वाच्या घटकावर अधिक प्रश्न विचारावेत. त्यावर आधारित संदर्भ पुस्तके समोरच्याला सांगावीत. इतर यशस्वी देश/व्यक्ती यांची उदाहरणे सांगावीत.

उदा., मराठीचा धडा शिकविताना धड्याचा हेतू हेतुप्रश्नाद्वारे विचारून त्याचे वेगळेपण विद्यार्थांच्या लक्षात आणून देणे. 15 ऑगस्टचे महत्त्व सांगताना 'स्वातंत्र्य' हा घटक नसेल तर आताच्या दैनंदिन जीवनात काय फरक होऊ शकतो ते विचारावे किंवा पिंजऱ्यातील पोपट व झाडावरील पोपट यांच्या वैशिष्ट्यांचे फरक लिहावयास सांगावेत. तसेच इंग्रजकालीन राज्यव्यवस्था समाजव्यवस्था आणि स्वातंत्र्यातील राज्यव्यवस्था व समाजव्यवस्था यातील फरक नाट्यरूपाने त्यांच्या लक्षात आणून द्यावा.

(3) श्रेणीनुसार / क्रमवार मांडणी : समोरच्या व्यक्तीला किंवा समूहाला एखाद्या प्रसंगाचे वर्णन सांगायचे असते तेव्हा प्रथम प्रसंगाची पार्श्वभूमी- प्रसंगातील दिवस/वेळ/ऋतू/ नैसर्गिक घटक इ. सांगणे-प्रसंगात समाविष्ट झालेल्या व्यक्तींची नावे व थोडक्यात माहिती- विषयवर्णन- विषयाचे दृश्य परिणाम- विषयाचे अदृश्य परिणाम- तुमच्या स्वत:वर झालेला परिणाम- इतरांवर होणारे परिणाम- कारणीभूत घटक- प्रसंग टाळण्यासाठी वातावरण/व्यक्ती/ नियम यात काय बदल हवा होता. प्रसंगाचे नकारात्मक परिणाम कमी करण्यासाठी काय उपाय केले जावेत इ. क्रमवार सादर केल्या तर ऐकणाऱ्याचा कमी गोंधळ होऊन तोंडी सांगितलेला प्रसंगसुद्धा श्रवणाने नीट समजू शकेल आणि संप्रेषण परिणामकारक होऊ शकेल.

(4) सरळ सुलभ, स्पष्ट आणि सातत्यपूर्ण सादरीकरण : संप्रेषणामध्ये जेव्हा वक्ता श्रोत्यासमोर राजकीय निवडणुकांचे वर्णन करीत असेल तेव्हा ते वर्णन सरळ असावे. आडवळणाने एखादा घटक वर्णन करताना कदाचित आशयाचा अपभ्रंश होण्याची शक्यता टाळता येत नाही. जे बोलायचे किंवा लिहायचे ते सरळ सुलभच असावे. समोरच्या व्यक्तीचा गोंधळ होईल इतक्या नको त्या गोष्टी सांगण्यास जाऊ नये. समोरच्या व्यक्तीची पार्श्वभूमी/ पूर्वज्ञान/अभिरुची इ. विचारात घेऊन जरूर तेवढेच घटक स्पष्टपणे आडपडदा न ठेवता सांगावे म्हणजे ग्राहकांपर्यंत ते जसेच्या तसे पोहोचू शकते. त्यात आपल्या मतांचा उल्लेख करून समोरच्या व्यक्तीचा गोंधळ होऊ नये तसेच संप्रेषणाच्या विषयाचा सातत्याने पाठपुरावा करणे जरुरी असते. साध्य साधले जाईपर्यंत त्यात सातत्य असावे. विस्मरणाचा दोष त्यात राहू नये.

(5) अध्यापन सूत्रांचा प्रभावी वापर : समोरच्या व्यक्तीला आपण सांगत असलेला घटक पूर्णपणे समजणे गरजेचे आहे. त्यासाठी प्रमुख अध्यापन सूत्र म्हणजे ओळखीच्या घटकांकडून अनोळखी घटकांपर्यंत जाणे तसेच सोप्याकडून-अवघडाकडे, मूर्ताकडून-अमूर्ताकडे, दृश्याकडून-अदृश्याकडे इत्यादी प्रकारच्या अध्यापन सूत्रांचा वापर केला तर समोरच्या व्यक्तीला त्याचा अर्थ सुलभपणे समजेल. त्याचा कमीत कमी गोंधळ झाल्यामुळे त्याचे अवधान विचलन बऱ्याच प्रमाणात कमी होईल.

उदा., मध्यवर्ती शासनव्यवस्था समजून सांगताना सुरुवातीला कुटुंबातील व्यवस्थानंतर स्थानिक शासनव्यवस्था म्हणजे ग्रामीण भागात असेल तर ग्रामपंचायत किंवा शहरी भागात सोसायट्यांमधील कार्यव्यवस्था नंतर तालुका स्तर त्यानंतर जिल्हापातळी व त्यानंतर राज्यपातळीवरील शासनव्यवस्था सांगावी. त्यानंतरच मध्यवर्ती / देशपातळीवरील शासनव्यवस्था सांगितली तर ती समजण्यास लक्षात राहण्यास तसेच समजण्यास त्याला सोपे जाऊन त्याचा कमीत कमी गोंधळ होईल.

(6) प्रत्याभरण : संप्रेषणामध्ये प्रत्याभरण आपण करणारच आहोत याची वक्त्याला सदैव आठवण राहणे जरुरी आहे. कारण प्रत्याभरण घेतल्याशिवाय श्रोत्याला कोणत्या गोष्टीचे आकलन झाले नाही. कोणत्या गोष्टीबद्दल गोंधळ आहे हे समजणे दुरापास्त आहे. प्रत्याभरण झाल्यानंतर एकदा त्या गोष्टीची त्याला जाणीव झाली तर तो आपले स्पष्टीकरण वेगळ्या पद्धतीने देऊ शकतो. उदाहरणे वेगळी घालू शकेल, प्रश्न वेगळे विचारू शकेल, पूरक साहित्याचा वापर वेगळ्या मार्गाने करेल. पुन्हा प्रत्याभरण घेऊन समजल्याची खात्री करूनच तो पुढच्या घटकाकडे वळेल. येथे संप्रेषण झाले की नाही याची खात्री मिळणार असल्याने हा टप्पा महत्त्वाचा आहे.

उदा., नरेंद्र मोदी पंतप्रधान झाल्यानंतरचे 'अच्छे दिन' या आशयाची संप्रेषण प्रक्रिया झाल्यावर प्रत्याभरणाच्या क्रियेत अगोदरच्या दिवसांचे वर्णन विचारावे. आजची परिस्थिती विचारावी तसेच दोन्हीतला फरक विचारावा. त्या फरकाशी सामान्य नागरिकाचा कुठे व काय संबंध आहे ते विचारावे त्यावरून 'अच्छे दिन' विषयीचे विश्लेषण आणि समोरच्या व्यक्तींपर्यंत ते पोहोचल्याची खात्री इ. गोष्टी श्रोत्याला समजतील त्यावरून पुढील संप्रेषण घटक त्याच्याकडून ठरविले जातील.

(7) मानसशास्त्रीय घटक : अभिवृत्ती, क्षमता व प्रेरणा इ. घटकांचे ज्ञान- संप्रेषण विषय आशय/ घटक ठरविताना वक्त्याला श्रोत्यांच्या अभिवृत्तीची माहिती असणे जरुरीच आहे. जर त्या घटकांकडे त्याचा कलच नसेल तर वक्त्याने किती उत्तमातील उत्तम प्रकारे तो विषय/आशय समोरच्या व्यक्तीसमोर मांडला तर ती मनापासून त्यात लक्ष घालू शकणार नाही. तसेच तिची क्षमतासुद्धा असणे तेवढेच महत्त्वाचे आहे जर क्षमता नसतील म्हणजे पूर्वज्ञान पुरेसे नसेल तर तेवढ्या ताकदीने तो विषय समजणारच नाही आणि तिच्यापर्यंत तो विषय पोहोचणे दुरापास्त होऊन बसेल. समोरच्या श्रोत्याला त्या घटकाची गरज असणे जरुरी आहे. तरच तो विषय समजून घेण्याची तिला प्रेरणा मिळून अध्ययन व त्यातून संप्रेषण होणार आहे.

उदा., एखाद्या मेडिकलच्या व्यक्तीला मशीनचे पार्ट्स कसे चालतात त्यात बदल करून मशीनची कार्यक्षमता कशी वाढणार व त्यातून होणारा फायदा हा घटक कितीही सखोलपणे, सुलभपणे सांगितला तरी तिच्याबाबत याचे संप्रेषण तेवढे परिणामकारक होणार नाही. त्याउलट, तिला एखाद्या औषधाचे परिणाम त्या औषधाच्या घटकात बदल केल्यानंतर होणारे परिणाम त्याच्या किमतीवर/ उपलब्धतेवर होणारा बदल इ. घटकांचे संप्रेषण तिच्याबाबत अधिक परिणामकारक होईल.

(8) योग्य शब्दरचनेचा वापर : आपला मुद्दा श्रोत्यांना सांगताना वक्त्याने योग्य शब्दरचना वापरणे जरुरी आहे. संज्ञापकाची भाषा जर श्रोत्याच्या मनाला भिडली नाही तर संज्ञापकाच्या भावनांचे संप्रेषण होऊ शकत नाही आणि त्याचा श्रोता वेगळा अर्थसुद्धा काढण्याची शक्यता असते. भाषेतील शब्द हे समाजमान्यच असणे आवश्यक आहे. शब्द प्रयोगाचा अर्थ श्रोत्यांना माहिती असणे जरुरी आहे. प्रसंग आणि शब्द यांची जुळणीसुद्धा योग्यच व्हावी. शिवीच्या स्वरूपातील शब्द किंवा अर्वाच्य शब्द वापरले गेले तर श्रोत्यांमध्ये नाराजी निर्माण होऊन संप्रेषणात अडचणी येत असतात.

उदा., यजमान किंवा नवरा यासाठी 'दादला' शब्द वापरला गेला तर कदाचित श्रोत्यांना त्याचा अर्थ समजू शकणार नाही व योग्य प्रतिसाद येणार नाही. तसेच 'हरामखोर' किंवा 'बदमाश' या प्रकारचे शब्दप्रयोग वापरले गेले तर श्रोत्यांचा रोष ओढवून घेतल्यासारखे होऊन श्रोत्यांमध्ये संप्रेषण शक्य होणार नाही. वर्गात शिक्षकांनी चकन्या/ बहिऱ्या असे शब्दप्रयोग विद्यार्थ्यांसाठी केले तर विद्यार्थी-शिक्षक यांच्यातील दुरावा संपू शकणार नाही. वडिलांना बाप म्हटले तर ऐकणाऱ्याच्या कपाळावर लगेच आठ्या दिसून येतात.

शिक्षक -विद्यार्थी संप्रेषण (Teacher- Pupil Communication)

शिक्षक-विद्यार्थी संप्रेषण म्हणजे माहितीची किंवा निरोपाची शिक्षकांकडून विद्यार्थ्यांकडे आणि विद्यार्थ्यांकडून शिक्षकांकडे होणारी अर्थपूर्ण देवाणघेवाण होय.

(Meaningful transformation of message from teacher to pupil and from pupil to teacher is teacher pupil communication.)

शैक्षणिक प्रक्रियेमध्ये अध्ययन-अध्यापन यांसारख्या अत्यंत महत्त्वपूर्ण प्रक्रिया होण्यासाठी शिक्षक-विद्यार्थी संप्रेषण कार्यरत होणे अत्यंत आवश्यक आहे हे संप्रेषण किती आरोग्यकारक वातावरणात होते त्यावर संस्थेची, शाळेची, शिक्षकांची, शिक्षकेतर कर्मचाऱ्यांची, विद्यार्थ्यांची व पालकांची प्रतिमा अवलंबून असते. शाळेत लोकशाहीयुक्त वातावरण असणे जरुरी आहे. तरच बालकाचा सर्वांगीण विकास शक्य आहे. आजच्या काळातील स्पर्धात्मक वातावरण तग धरायचे असेल तर काळाप्रमाणे बदलते शिक्षण, बदलत्या सोई विद्यार्थ्यांना मिळायलाच हव्या असतात. निर्भय वातावरणातच विद्यार्थी शिक्षकांना प्रश्न विचारू शकतात आणि त्याचप्रमाणे शिक्षकसुद्धा निर्भय वातावरणातच विद्यार्थ्यांना आवश्यक त्या सोई-सवलती पुरवू शकतात.

संप्रेषणाद्वारे ज्या माहितीचे आदानप्रदान होते ती माहितीही अभ्यासपूर्ण, विषयाशी निगडित बिनचूक असणे जरुरी असते. त्या माहितीद्वारे विद्यार्थ्यांचा विकास होणेच गरजेचे असते. हे संप्रेषण जीवंत व्यक्तीमधील संप्रेषण असल्याने त्यात भावना अभिप्रेत आहे. शिक्षक किंवा विद्यार्थी पूर्णपणे अलिप्त राहून हे संप्रेषण साधू शकत नाहीत. त्यात आशयाशी संबंधित भावना या अंतर्भूत होत असतात. तरी हे संप्रेषण अधिक प्रभावी होण्यासाठी योग्य असे भावनांचे प्रकटीकरण आणि आदानप्रदान होणे आवश्यक आहे. संप्रेषणात आशयाशी संबंधित प्रतिमा तयार करायला यायला हव्यात. या प्रतिमांमुळे आशयाचे आकलन होण्यास मदत होते. आशयाचा सर्वांगीण अभ्यास शक्य होतो. शैक्षणिक संप्रेषण होत असताना शिक्षकांनी आणि विद्यार्थ्यांनीसुद्धा स्वत:चे मत प्रकट केले पाहिजे आणि त्या मतांचा आदर दोन्ही पक्षांकडून केला गेला पाहिजे. आशयाशी संबंधित संवेदना तयार झाल्या की आशयाला जिवंतपणा प्राप्त होऊ शकतो. शिक्षकांनी व विद्यार्थ्यांनी अत्यंत कौशल्यपूर्ण रीतीने आशयाचे आदानप्रदान करावे. त्या वेळी संप्रेषणाच्या जास्तीत जास्त तंत्रांचा वापर होणे जरुरी आहे हे शिक्षकांनी लक्षात घ्यायला पाहिजे.

उदा., भूगोलाचे शिक्षक ज्वालामुखी या घटकाचे अध्यापन करीत असतील तर त्यांनी ज्वालामुखी या घटकांशी संबंधित विविध आकर्षक फिल्मस्‌चा वापर करावा आणि ज्वालामुखीचा प्रकोपानंतर भौतिक घटक किती मोठ्या प्रमाणावर उद्‌ध्वस्त होतात याचे विदारक चित्रही वास्तवतेने विद्यार्थ्यांसमोर मांडता येईल. पार्श्वभूमीवर जर हे वर्णन आकर्षक आवाजात केले गेले तर अधिक प्रभावीपणे विद्यार्थ्यांपर्यंत तो घटक पोहोचू शकेल.

शालेय दृष्टिकोनातून संप्रेषण प्रक्रियेचे महत्त्व

(1) परिणामकारक अध्यापन-अध्ययन : योग्य आणि प्रभावी संप्रेषण झाले तर अध्यापन-अध्ययन हे अधिक परिणामकारक होणार आहे. दोघांना आपली कार्यपूर्तीद्वारे कर्तव्य पार पाडल्यामुळे समाधान, यश, प्रसिद्धी प्राप्त होऊ शकणार आहे.

(2) परिणामकारक मूल्यमापन : संप्रेषण योग्य प्रकारे झालेले असेल तर सातत्यपूर्ण सर्वंकष मूल्यमापन करणे सहज शक्य होते.प्रत्येक विद्यार्थ्यांचा अभ्यास, ज्ञान, आकलन, प्रामाणिकपणा, अभ्यासूपणा इ. गोष्टी माहिती असल्यामुळे मूल्यमापन तेवढेच परिणामकारक होऊ शकणार आहे.

(3) **भावनिक विकास :** संप्रेषण प्रक्रिया योग्य प्रकारे झाली तर शिक्षकांविषयी विद्यार्थ्यांना आणि विद्यार्थ्यांविषयी शिक्षकांना एक प्रकारे विश्वास निर्माण होऊ शकल्यामुळे एकमेकांविषयी जवळीक तयार होऊन भावनिक घटकांचा विकास होऊन अध्ययन-अध्यापन प्रक्रिया अधिक प्रभावी होऊ शकते.

(4) **जीवन कौशल्य विकास :** संप्रेषण जितके परिणामकारक तेवढे इतर जीवन कौशल्यांचा आपोआपच विकास होणार आहे. म्हणजे एकाग्रता योग्य अध्ययनाने प्राप्त होणार, वर्गात शाळेत समायोजन शिक्षकांच्या प्रश्नांना प्रतिसाद देण्यासाठी सदैव जागरूकता विद्यार्थ्यांना दाखवावी लागणार, शिक्षकांच्या प्रभावी कथनाद्वारे आकलन करून घेताना जरूर तेथे अमूर्त गोष्टींना मूर्त पातळीवर आणावे लागणार. अशा प्रकारे जीवन कौशल्यांचा विकास होणार आहे.

(5) **शालेय दर्जा सुधार :** शिक्षक-विद्यार्थी संप्रेषण जेवढे प्रभावी तेवढे त्याच्यांत आपुलकीचे नाते प्रबळ होऊन शालेय कारभार अधिक सहजतेने पार पाडण्यास मदत होणार आहे. विद्यार्थी जेव्हा शिक्षकांचा आदर करतो म्हणजेच तो शाळेचा आदर करतो. त्याचबरोबर त्याचे पालक आदर करतात आणि पर्यायाने समाज आदर करू लागतो. सकारात्मक दृष्टीने शाळेकडे पाहू लागतात.

(6) **सलोखा निर्मिती :** विद्यार्थी व शिक्षक यांच्यात दृढ असे नाते तयार व्हायला लागते. हे शिक्षक किंवा विद्यार्थी माझ्यासाठी माहिती सांगत आहेत. तिचा मी योग्य वापर करायलाच पाहिजे. प्रतिक्रिया देणे हे माझे कर्तव्य अहे ही भावनासुद्धा रूजू लागते.

(7) **तंत्रज्ञानाचे प्रशिक्षण :** उत्तम संप्रेषण होण्यासाठी योग्य तंत्राचा वापर करणे अपरिहार्य असते. तंत्राच्या वापराने अधिक वेगाने तसेच परिणामकारकपणे माहिती प्रसारित करता येते. माहिती सुरक्षित ठेवून हवी तेव्हा वापरता येते. उदा., प्रोजेक्टर, संगणक, मोबाईल, रेकॉर्डर इ.

शालेय संप्रेषण अधिक परिणामकारक होण्यासाठी खालील तत्त्वांचा वापर करण्यात यावा.

(1) **योग्य वेळ :** शिक्षकांना जेव्हा एखादा विषय विद्यार्थ्यांसमोर मांडायचा असेल किंवा एखादे शालेय काम त्यांच्याकडून करवून घ्यायचे असेल तर योग्य वेळी ते काम विद्यार्थ्यांना सांगितले तर तेवढा अधिक प्रतिसाद मिळू शकतो.

उदा., वेळापत्रकातील पहिल्या किंवा दुसऱ्या तासाला जर स्पर्धा घेतल्या किंवा माहिती गोळा करण्याचे काम दिले किंवा नवीन पाठ शिकविण्यास घेतला तर अधिकाधिक चांगला प्रतिसाद मिळू शकतो. त्याउलट, मधल्या सुट्टीच्या अगोदरच्या तासाला किंवा शेवटच्या तासाला विद्यार्थ्यांचा प्रतिसाद तेवढा परिणामकारक मिळत नाही. त्यांचे अवधान अभ्यासात केंद्रित होऊ शकत नाही.

शिक्षकांबाबतसुद्धा विद्यार्थ्यांनी वेळेचे भान ठेवावे तर चांगला प्रतिसाद मिळू शकेल. शिक्षक निवांत असतील तेव्हा शंकांचे निरसन अधिक चांगल्या प्रकारे होईल तेच शिक्षक जर बाहेर जाण्याच्या गडबडीत किंवा पेपर तपासून त्यांच्यावर कामाचा ताण आला असेल तर विद्यार्थ्यांच्या शंकांचे सखोलपणे निराकरण होऊ शकत नाही.

(2) **स्पष्टता, पुरेशा योग्य शब्दात, गोड बोलून सातत्य ठेवून :** जेव्हा शिक्षकांना विद्यार्थ्यांना एखादा घटक शिकवायचा किंवा निबंध लिहून घ्यायचा असेल किंवा स्पर्धेत भाग घेण्यास प्रेरणा द्यायच्या असतील तेव्हा शिक्षकांच्या सूचनांमध्ये स्पष्टता असणे जरुरी आहे. पाल्हाळ लावण्यापेक्षा योग्य त्या मुद्द्यांचा आधार घेऊन जर विषयाची मांडणी केली तर विद्यार्थ्यांना ग्रहणास मदत होईल. स्पर्धेत भाग घेणे किंवा नियतकालिकांचे काम करवून घेण्यासाठी शिक्षकांनी गोड शब्दांत विद्यार्थांना प्रवृत्त करावे. विनाकारण धाक दाखवून किंवा शिक्षा करून काहीही साध्य होऊ शकत

नाही. तसेच विद्यार्थ्यांशी संपर्क आणि त्यांच्याकडून शालेय काम करवून घेणे यात सातत्य असावे. तरच शिक्षक-विद्यार्थी सबंध दृढ होऊन संप्रेषण प्रभावी होऊन अध्ययन-अध्यापन यात सुलभ आंतरक्रिया होईल आणि संपूर्ण शालेय कामकाज नियमित वेळेत, विनासायास चालू राहील.

वरील सर्व घटकांचा विद्यार्थ्यांनीपण वापर केला पाहिजे तसेच शिक्षकांनी त्यांना मार्गदर्शन केले पाहिजे. तर विद्यार्थांच्या शंका, अवघड विषयाचे पुन्हा अध्यापन शालेय कामाव्यतिरिक्त इतर व्यक्तिमत्त्व समृद्धीसाठी शिक्षकांचे सल्ले सहज मिळतील सर्वांत महत्त्वाचे म्हणजे शिक्षक-विद्यार्थी नाते आयुष्यभरासाठी दृढ होतील.

(3) **महत्त्वांच्या संज्ञांचे पाठांतर :** अध्यापन करीत असताना शास्त्रज्ञांची नावे व त्यांचे प्रयोग विद्यार्थ्यांना लक्षात ठेवण्यास सांगावित तसेच व्याख्या, पाढे, सूत्रे, मंत्रिमंडळातील नावे इ. गोष्टींचे महत्त्व लक्षात आणून द्यावे. पाठांतरासाठी क्लृप्त्या विद्यार्थ्यांना सांगाव्यात पाठांतर स्पर्धा घ्याव्यात.

उदा., इंद्रधनुष्याचे रंग 'तानाविहिनीपाजा' ही ओळ पाठ करण्यास सांगावी. विद्यार्थ्यांनी पाठ करून दाखविल्या तर त्यांचे कौतुक करावे. कविता पाठांतर स्पर्धांचे आयोजन करावे.

(4) **एकावेळी एक गोष्ट :** नवीन खेळांचे प्रकार शिकविताना किंवा संगीत शिकविताना एकच खेळ किंवा एकच राग शिकवून त्याचा वेगवेगळ्या प्रकारे सराव करून घ्यावा. त्यात पारंगत झालेले दिसले की दुसरा प्रकार शिकवावा. यामुळे मुलांचे अध्ययन प्रभावी होऊन त्यांच्यात सकारात्मक परिवर्तन दिसून येते.

(5) **योग्य माध्यम निवड :** आशयाची माहिती विद्यार्थ्यांपर्यंत पोहोचविताना योग्य माध्यमाची निवड झाली पाहिजे. सतत फलक एके फलक माध्यम वापरले तर काही दिवसानंतर विद्यार्थांना अध्यापन निरस वाटण्याची शक्यता आहे. त्यामुळे कधी रेकॉर्ड केलेली कविता ऐकवावी तर कधी एखादी गोष्ट सांगून विद्यार्थांसमोर माहिती सादर करावी. अशा प्रकारे वेगवेगळे माध्यम (वर्तमानपत्र/ रेडिओ/ टि.व्ही/ ग्रंथ/ सर्वेक्षण माहिती/ लेखक/कवि) वापरून आपले अध्यापन प्रभावी केले तर शिक्षकांचे संप्रेषणाचे उद्दिष्ट सहज साध्य होऊ शकते.

(6) **सहकार्य :** कोणत्याही प्रकारचे संप्रेषण करताना समोरच्या ग्राहकांबरोबर वागणे सहकार्याचे असावे.

उदा., शिक्षक - शिक्षक; शिक्षक - मुख्याध्यापक; शिक्षक - शिक्षकेतर कर्मचारी; शिक्षक - विद्यार्थी; शिक्षक-पालक यात संबंध दृढ व प्रेमाचे असणे जरूरी आहे. तसेच हे संबंध परस्परविश्वासावर टिकावेत त्यासाठी एकमेकांमध्ये सहकार्याचे असणे आवश्यक आहेत. तसे झाले तरच शालेय वातावरण अधिकाधिक आरोग्यकारक राहू शकेल. एकमेकांबरोबर हेवेदावे करून प्रेम / सहकार्य निर्माण होऊ शकत नाही. आणि पर्यायाने संप्रेषण प्रक्रिया साध्य होऊ शकणार नाही. कारण A good relationship starts with good communication.

(7) **प्रत्याभरण :** अध्ययन-अध्यापन किंवा संप्रेषण प्रक्रिया झाल्यानंतर प्रत्याभरण होणे अत्यावश्यक आहे. प्रत्याभरणातून संप्रेषणासाठी आपण वापरलेली पद्धत योग्य की अयोग्य, पुरेशी की अपूर्ण स्पष्ट की अस्पष्ट होती ते समजणार आहे. आपण मांडलेला घटक समोरच्या व्यक्तीपर्यंत पोहोचतो की नाही यावर संप्रेषणाची परिणामकारकता अवलंबून असते. त्यामुळे जर आपणामध्ये काही बदल करणे जरूर आहे हे समजण्यासाठी प्रत्याभरण होणे आवश्यक आहे. प्रत्याभरणातून आलेल्या सूचनांचे योग्य प्रकारे पालन केले तर परस्परसंवाद अधिक स्पष्ट विनासायास होऊ शकेल आणि त्याचा फायदा संप्रेषणातील प्रत्येक घटकास होणार असतो.

(8) संरचना : संप्रेषण योग्य प्रकारे होण्यासाठी, प्रत्येक घटकाला त्यात स्थान मिळण्यासाठी नेत्याच्या सूचनांचा योग्य प्रकारे उपयोग होण्यासाठी विविध संरचना उपलब्ध आहेत. आपण आपल्या सदस्यांनुसार, विषयानुसार तसेच उपलब्धतेनुसार त्यापैकी योग्य संरचनेचा वापर करावा. नेत्याचे विचार प्रत्येक घटकांपर्यंत पोहोचणे जरुरी आहे. त्यासाठी संप्रेषण जाळे किंवा नेटवर्क प्रभावी आणि कार्यरत असावे.

उदा., डेसी फुलाकृती, वाय आणि चक्राकृती संरचनांमध्ये अध्यापक केंद्रस्थानी असल्याने तेथे प्रत्याभरण शक्य होते. दोन्ही बाजूंनी देवाणघेवाण होऊ शकल्यामुळे संप्रेषण अधिक प्रभावी होते.

शालेय वातावरणात संप्रेषण होण्याची स्थळे / ठिकाणे

ठिकाण (Places) : खालीलपैकी प्रत्येक ठिकाणीच शालेय नियमांची अंमलबजावणी होणे आवश्यक आहे तसे नाही झाले तर दखलपात्र गुन्हा होतो. ही अंमलबजावणी स्वयंशिस्तीतून अधिक चांगली होते. प्रत्येकाचा यात सहभाग अत्यावश्यक असतो.

(1) वर्ग (Classroom) : शिक्षक - विद्यार्थी; विद्यार्थी - विद्यार्थी

यामध्ये संप्रेषण प्रक्रिया होत असते. शिक्षकांच्या अध्यापनाद्वारे आणि विद्यार्थ्यांच्या अध्ययनाद्वारे विद्यार्थी एकमेकांमध्ये चर्चा करतात. जेव्हा गप्पा मारतात तेव्हा किंवा भांडण करतात तेव्हा औपचारिक संप्रेषण होते.

(2) प्रयोगशाळा (Librotaries) : विद्यार्थी आणि विद्यार्थी, विद्यार्थी - प्रयोगशाळा साहाय्यक, प्रयोगाची रचना, कृती, औपचारिक संप्रेषण निष्कर्ष इ. बाबत संप्रेषण प्रक्रिया होते.

(3) ग्रंथालय (Libraries) : ग्रंथालय-शिक्षक, ग्रंथालय- विद्यार्थी यात ग्रंथाच्या देवाण-घेवाणीबाबत, ग्रंथाच्या उपलब्धतेबाबत, ग्रंथाच्या माहितीबाबत, संप्रेषण प्रक्रिया होते. औपचारिक संप्रेषण इ.

(4) शालेय परिसर (School Surrounding) : शाळेची बाग, बाकडे, सायकल/ वाहन स्टँड, कँटिन, शाळेचा व्हरांडा येथे शिक्षक-शिक्षक; शिक्षक - शिक्षकेतर कर्मचारी; शिक्षक - विद्यार्थी; विद्यार्थी-विद्यार्थी; विद्यार्थी-सेवक; शिक्षक -मुख्याध्यापक; विद्यार्थी- मुख्याध्यापक; सेवक - मुख्याध्यापक; मुख्याध्यापक - पालक / संस्थाचालक / शासकीय अधिकारी इत्यादींचे संप्रेषण होत असते. अनौपचारिक संप्रेषण असते.

(5) क्रीडांगण : पी.टी. शिक्षक - इतर शिक्षक; शिक्षक-शिक्षक; पी.टी शिक्षक-विद्यार्थी; विद्यार्थी-विद्यार्थी या संप्रेषण प्रक्रिया होते ती अधिक अनौपचारिक असते.

(6) सभागृह : बाहेरील पाहुणे/ तज्ज्ञ - मुख्याध्यापक, मुख्याध्यापक - शिक्षक, मुख्याध्यापक - विद्यार्थी, शिक्षक - विद्यार्थी यात संप्रेषण होत असते. औपचारिक संप्रेषण होते.

(7) सहल : शिक्षक - विद्यार्थी; विद्यार्थी-विद्यार्थी; विद्यार्थी-सेवक; शिक्षक - बसचालक इ. मध्ये संप्रेषण, वातावरण मोकळे, दडपण नाही, अनौपचारिक संप्रेषण होते.

(8) धार्मिक स्थळे : शिक्षक - समाज, मुख्याध्यापक - समाज, विद्यार्थी-समाज, धार्मिक गोष्टीची देवाणघेवाण शिक्षणाद्वारे धार्मिक गोष्टींच्या अतिरेक नियंत्रण, औपचारिक संप्रेषण नियमावली पालन बंधन.

(9) सार्वजनिक स्थळे : व्यायाम मंडळे, क्लब्ज, चित्रपटगृहे, सभांचे मैदान, सार्वजनिक उद्याने इ. मुख्याध्यापक - समाज, शिक्षक - समाज, विद्यार्थी - समाज इ. या ठिकाणी संप्रेषण प्रक्रिया, अनौपचारिक संप्रेषण होते.

स्वाध्याय

दीर्घोत्तरी प्रश्न

1. संप्रेषण म्हणजे काय ? हे स्पष्ट करा.
2. संप्रेषण प्रक्रियेतील पायऱ्यांचे वर्णन करा.
3. संप्रेषणात येणारे अडथळे लिहा.
4. 'संस्थेच्या कार्याचे यश संप्रेषणाच्या दर्जावर अवलंबून असते.' मुद्यांसहित स्पष्ट करा.
5. संप्रेषणाचे विविध मार्ग कोणकोणते हे स्पष्ट करा.
6. **टीपा लिहा.**
   (अ) संप्रेषण प्रक्रियेचे प्रतिमान
   (ब) संप्रेषणाचे स्तर
   (क) संदेशाची माध्यमे
   (ड) संप्रेषणाच्या संदर्भात लेखन कौशल्य
   (इ) संप्रेषणाच्या संदर्भात संभाषण कौशल्य
   (ई) संप्रेषणाच्या संदर्भात श्रवण कौशल्य
   (उ) अभाषिक संप्रेषण

लघुत्तरी प्रश्न

1. संप्रेषणाचा अर्थ स्पष्ट करा.
2. संप्रेषण प्रक्रियेचे महत्त्व सोदाहरण स्पष्ट करा.
3. संप्रेषण प्रक्रियेची तत्त्वे स्पष्ट करा.
4. परिणामकारक संप्रेषण होण्यासाठी शिक्षकाची भूमिका स्पष्ट करा.
5. संप्रेषणाचे प्रकार सोदाहरण स्पष्ट करा.
6. संप्रेषण करत असताना लक्षात घ्यावयाच्या महत्त्वाच्या बाबी कोणत्या ?
7. संप्रेषणातील अडथळे दूर करण्यासाठी उपाय लिहा.
8. संप्रेषण कौशल्य विकसित करण्यासाठी उपक्रम लिहा.
9. संप्रेषणाच्या विविध संरचना आकृतीसह स्पष्ट करा.

✦✦✦

संदर्भसूची

- **बन्सी बिहारी पंडित, मोरे लता व युनूस पठाण (2009) :** उदयोन्मुख भारतीय समाजातील शिक्षक, पिंपळापुरे ॲण्ड कं. पब्लिशर्स, नागपूर.
- **माळी एम. जी. :** शैक्षणिक प्रश्न, पुनर्रचना आणि राष्ट्रविकास, निलकंठ प्रकाशन, पुणे.
- **पवार एम. डी. (2008) :** भारतीय शिक्षणप्रणालीचा विकास, नित्यनूतन प्रकाशन, पुणे.
- **दुनाखे अरविंद (2008) :** भारतीय शिक्षणपद्धती व माध्यमिक शिक्षण, नित्यनूतन प्रकाशन, पुणे.
- **अहेर हिरा (1995) :** उदयोन्मुख भारतीय समाजातील शिक्षण व शिक्षक, विद्या प्रकाशन, नागपूर.
- **पाटील विनोद विश्वासराव (2010) :** उदयोन्मुख भारतीय समाजातील शिक्षक व शिक्षण, इनसाईट पब्लिकेशन्स्, नाशिक.
- **देशपांडे वसंत व पाटील वामन (2006) :** भारतीय समाज आणि प्राथमिक शिक्षण,निराली प्रकाशन, पुणे.
- **कुलकर्णी के. वि. (1999) :** शैक्षणिक मानसशास्त्र, श्री विद्या प्रकाशन, पुणे.
- **कुंडले म. बा. (2003) :** शैक्षणिक तत्त्वज्ञान व शैक्षणिक समाजशास्त्र, श्री विद्या प्रकाशन पुणे.
- **कायंदे-पाटील गंगाधर (2009) :** उद्योन्मुख भारतीय समाजातील शिक्षण, चैतन्य पब्लिकेशन्स् नाशिक.
- **जगताप, ह. ना. :** शिक्षणातील नवप्रवाह व नवप्रवर्तने, नूतन प्रकाशन पुणे.
- दर्जेदार शिक्षणाच्या नव्या दिशा, महाराष्ट्र राज्य शैक्षणिक संशोधन व प्रशिक्षण परिषद, पुणे.
- समानतेसाठी शिक्षण, म. रा. शै. सं. व प्र. परिषद पुणे.
- **जोशी महादेवशास्त्री (2000) :** भारतीय संस्कृती - कोश- खंड 5, अनमोल प्रकाशन पुणे.
- **करंदीकर सुरेश :** मूल्यशिक्षण, फडके प्रकाशन कोल्हापूर.
- **कुलकर्णी व काळदाते :** उदयोन्मुख भारतीय समाजातील संस्कृती आणि शिक्षण, श्री विद्या प्रकाशन, पुणे.
- **कुलकर्णी व भिंताडे :** भारतीय आधुनिक शिक्षण : समस्या आणि उपाय, श्री विद्या प्रकाशन पुणे.
- **पाठक आर. पी. आणि भारद्वाज अमिता (2012) :** पाठ्यचर्या निर्देशन एवं तुलनात्मक शिक्षा का आधार, कनिष्क पब्लिशर्स डिस्ट्रीब्युटर्स, नई दिल्ली.
- **जायसवाल सिताराम (1972) :** भारतीय शिक्षा का इतिहास, शुक्ला प्रिंटिंग प्रेस, लखनऊ.
- **चौबे सरयू प्रसाद (1969) :** भारत में शिक्षा का विकास, सेंट्रल बुक डिपो इलाहाबाद.

References

- **Agarwal J. C. & Gupta, S. (2005)** : Curriculum Development, Shipra Publisher.
- **Balrara M. (1999)** : Principles of Curriculum Renewal, Kanishkka Publishers.
- **Candra A. (1977)** : Currculum Development and Evaluation in education, Sterling Publishers.
- **Jenkins, D. & Shifrnan, D.M. (1976)** : Curriculum an Introduction, Pitman Publishing House.
- **Khan, M. I. and Nigam, B.K. (2007)** : Curriculum Reform Change and Continuity, Kanishka Publication.
- **Kumari, S. and Srivastava, D.S. (2005)** : Curriculum and Instruction, Shipra Publishers.
- **Panday, M. (2007)** : Principles of Curriculum Development, Rajat Publications.
- **Rajput, J. S. (2004)** : Encyclopedia of Indian Education, NCERT.
- **Sharma, R. (2002)** : Modern Methods of Book Curriculum Organisation, Book Enclave.
- **Sruvastva, H. S.(2006)** : Curriculum and Methods of Teaching, Shipra Publishers.
- **Yadav, Y. P. (2006)** : Fundamentals of Curriculum Design, Shri Sai Pritographers.
- **Bob Wilson** : Handbook on Teaching Learning.
- **Ahluwalia, S. P., Education** : Issues and Challenges, Ashish Publishing House, New Delhi.
- **Kakkar, S. B. (2012)** : Educational Psychology, PHI Learning Private Limited, New Delhi.
- **Dosajh, N. L. (1982)** : Advanced Educational Psychology, Alied Publishers Private Limited, New Delhi.
- **Keer Dhananjay, Dr. Ambedkar** : Life and Mission, Popular Prakashan Pvt., Ltd., Bombay.
- **Anand C. L.** : The Teacher and Education in Emerging Indian Society, NCERT, New Delhi.
- **Kamat A. R.** : Education and Society Change in India, Somaiyya Publication, Bombay.
- **Brown Francis J.** : Educational Society, Prentice Hall, New Delhi.
- **Aggarwal J. C. (1966)** : Progress of Education in Free India, Arya Book Depot, New Delhi.

✦✦✦

www.ingramcontent.com/pod-product-compliance
Lightning Source LLC
LaVergne TN
LVHW082037051026
849532LV00011B/3383
* 9 7 8 9 3 5 1 6 4 7 8 9 8 *